GIỮA HAI MIỀN VIỄN XỨ

GIỮA HAI MIỀN VIỄN XỨ

Lê Nguyễn Đồng Vọng

Bìa: Lê Nguyễn Đồng Vọng

Dàn trang: Lê Hân

Nhân Ảnh Xuất Bản 2019

ISBN: 9781989705063

Copyright © 2019 by Le Nguyen Dong Vong

Tưởng niệm
Ngày 30/4/1975 - Ngày mất Sài Gòn
và những Thuyền Nhân đã bỏ mạng
trên biển cả
khi ra đi tìm đến xứ sở tự do!

lê nguyễn đồng vọng

GIỮA HAI MIỀN VIỄN XỨ

Tiểu thuyết
Từ những câu chuyện có thực

NHÀ XUẤT BẢN
NHÂN ẢNH
2019

Nắm bàn tay năm ngón
Đếm từng ngón tay buồn
Những quyết định đau thương
Từng chương của cuộc đời

Chương ngón út tàn hơi
Giữa **LÊNH ĐÊNH** *định mệnh*

Việt bị va vào vách cái rầm và thức giấc. Vì quá mệt mỏi cả thể xác lẫn tinh thần, đã trải qua bốn ngày đói lả, không có chút thức ăn gì dù là nhỏ nhoi như những hột cơm rơi vãi, như những mẩu vụn bánh mì để lượm mót mà bỏ vào bao tử, còn thời gian bị khủng bố đầu óc thì không nhớ nổi bao lâu, có lẽ đã nửa tháng trời trôi qua, trong mấy ngày trước đó anh cũng chỉ được ăn cầm hơi, may mắn còn được uống tạm đủ nước, Việt đã lịm người đi rồi mê man vào khoảng hai tiếng đồng hồ trước đây, nên khi mở mắt, lồm cồm ngồi dậy và dợm người định bước đi, trông anh vừa ngơ ngác vừa giống người mộng du. Nhìn lên trần, trần thấp lè tè anh không nhận ra nơi đây là nơi nào, nhà mình thì không thể, không thể có cái trần thấp sát rạt trước mặt được. Đang lơ mơ thì người anh lại bị đẩy chao đảo, cả căn phòng dịch chuyển lắc lư, tưởng tượng tựa hồ căn phòng nằm trong con lắc là trái đất đang đong đưa qua lại. Vịn vào vách cho vững người, một lúc sau Việt mới định thần lại được, dòm quanh một lượt thì sực nhớ ra rằng mình đang ở trong cabin trên chiếc ghe đánh cá, chỉ một mình mình trên chiếc ghe đang lênh đênh, dập dềnh giữa biển khơi trong từng đợt sóng chập chùng.

Trong ánh sáng nhập nhèm nhưng không có ánh lửa hắt hiu của cây đèn bão treo ở gần cửa ra vô, Việt nghĩ rằng lúc này hãy còn là ban ngày. Anh cố nhích tấm thân còm cỏi chỉ còn da bọc xương ra khỏi nơi dành cho thủy thủ nghỉ ngơi trên chiếc ghe để coi tình hình bên ngoài ra sao.

Đúng hơn, người ngợm của Việt lúc này là một thây ma tồi tàn, một thây ma vất vưởng đói rách mà người xưa hay kể. Thây ma Việt lộ rõ nhiều xương xẩu hằn dưới lớp da mốc xì làm dáng anh càng dài sọc, xương không chỉ hiện rõ bộ xương sườn, xương hiện diện trên toàn thân thể, xương làm hốc mắt sâu hoắm, làm gò má nhô cao, làm hai bên má teo tóp, ngay cả trên trán cũng nhô ra hai cục phía trên hàng lông mày. Thây ma Việt không thấy sự hiện diện của thịt, có lẽ chăng đồng loại đã ăn thịt đồng loại, xương và da đã nuốt mất thịt để thân thể được tồn tại hoặc thịt đã tự bị hủy hoại khi không có gì nuôi được nó(?!)

Việt dĩ nhiên nhận biết rõ điều này, chính anh đã thốt lên điều đó, rằng mình là một thây ma, chỉ có điều thây ma còn giữ được hồn chứ chưa để nó xuất đi. Mấy ngày trước, khi biển lặng, mặt biển như tấm gương, anh đã soi mình và khá bất ngờ vì không thể tưởng tượng được như vậy, một con người cao 1m8, một thân thể tráng kiện là cách nói khiêm tốn thay cho chữ hộ pháp đã sụt giảm theo một cách không thể nào mau lẹ hơn. Việt đã chua chát lẩm bẩm, "Còn đâu một tên sắp sửa sẽ là lính Biệt động quân oai phong ngày nào." - Còn đâu ơi hỡi còn đâu! Lính Biệt động quân với quân phục rằn ri hổ báo, chỉ khác màu, màu xanh và nâu để tiệp với núi rừng chứ không vàng cỏ khô của "ông ba mươi", nay đã thay thế bằng bộ y phục rách tả tơi. Bởi vậy mới lời thấy cả bộ xương sườn của Việt, thấy hai cánh tay thõng chẳng khác nào của đười ươi, khúc cẳng chưn và bàn chưn là của chú chàng hiu. Trên người Việt bây giờ chỉ còn có hai thứ là tốt tươi, ư mà tốt thôi chứ không tươi, đó là bộ tóc rối bời phủ che lấp hết cái ót, đó là bộ râu đâm xỉa tua tủa như bộ rễ tre. Và, Việt còn cảm thấy một điều rùng rợn nữa, bên trong cơ thể mình, chính xác hơn là lục phủ ngũ tạng đang mất dần mòn, đang bị gặm nhấm của hàng ngàn con gì đó, có thể là những con vi trùng hoặc có thể là những con giòi bọ. Hàng hàng những con này không biết được sản sanh từ đâu, chúng xuất hiện rất nhanh, nhanh phải tính bằng giây phút, sanh sôi nảy nở cũng nhanh chẳng kém gì, sẽ không bao lâu chúng sẽ tiến lên tới bộ não mà thôi. Người ta cũng thường kể rằng những hồn ma đói rất thích máu người, rồi tới nội tạng và bộ óc, sau đó mới để ý tới thịt xương khi chưa đủ thỏa mãn và còn thèm thuồng. Việt ngờ ngợ rằng, cũng có thể bên trong cơ thể mình là sự hiện hiện của những hồn ma vô hình mà mình không thể nhìn thấy. Não của anh còn hoạt động là may mắn lắm rồi, đâu còn chút minh mẫn để phân biệt hay xua đuổi những ý nghĩ kỳ quặc, những ký ức từ đời thường hàng ngày xâm nhập nay trỗi dậy lấn chiếm và làm rối tung lên.

Dù vậy, Việt vẫn cố hết sức có thể để tận dụng sự may mắn còn sót lại, cố hoạt động để bộ não không bị tê liệt, anh hiểu rằng một khi não bị liệt thì ngay lập tức sẽ kéo theo sự tê liệt của thây ma. Anh điều khiển được thân thể, đã lê được người ra sàn ghe. Trời bên ngoài có khá hơn một chút, không quá nhá nhem nhưng cũng âm u. Sóng vẫn làm chiếc ghe chao đảo nhưng không mạnh, gió nhẹ thổi những đám mây xám và khá dày đi chầm chậm phía bên trên nhìn không xa lắm.

An tâm phần nào với bầu trời thì chợt Việt sững người lại khi nhìn về phía mũi ghe, có một vật gì đang nằm ở đó. Rồi anh khấp khởi mừng thầm, qua màn sương mù rất mờ trước mặt, anh nghĩ có thể đó là một con cá lớn bị sóng đẩy bay lên ghe, có thể đó là một loài điểu biển có sải cánh thật dài nằm sóng soài, có thể là một thùng đồ từ máy bay được thả xuống, thậm chí có thể là thức ăn của Trời, của Phật, của Chúa, của Thánh Thần ban cho, những Đấng tối cao, những Đấng Thần Linh đã thấu được, đã động lòng trước những lời cầu nguyện hàng giờ hàng phút của anh. Anh cầu nguyện với tất cả, làm gì có ông nào xấu xa, các ông chẳng phải là các Đấng cứu thế đó sao? Với anh, vì không cùng thời chứ nếu có thì những Đấng những Thần sẽ hòa hợp để mà cùng nhau cứu thế, cứu những sinh linh vô tội, cứu những linh hồn và thể xác bỗng dưng bị giáng tội, thậm chí cứu rỗi cả những con người đầy tội lỗi...

Bây giờ thì Việt cảm thấy người khỏe hẳn ra, không còn bị cơn đói vật vã hành hạ nữa. *Tiến lên tiến lên, nhanh lên nhanh lên nữa, dũng mãnh lên dũng mãnh lên hơn nữa...* - Những lời của ông sĩ quan huấn luyện tại "Lò luyện thép" Dục Mỹ *(Trung tâm huấn luyện Biệt động quân Dục Mỹ tọa lạc tại xã Ninh Sim, quận Ninh Hòa, tỉnh Khánh Hòa, nay là thị xã Ninh Hòa, tỉnh Khánh Hòa)* ngày nào hiển hiện, thúc dục anh vượt qua màn sương mờ như vượt qua các chướng ngại vật, vượt qua những vũng bùn sình lầy ngập ngụa trong lúc thụ huấn tại thao trường.

Việt khoan khoái vịn mạn ghe bước tới thấy nhanh lắm nhưng kỳ thực thì làm sao nhanh nổi, kỳ thực thì làm sao anh đang lao qua màn sương hay đang bay bay lơ lửng qua màn sương. Than ôi! Chẳng có màn sương nào cả, tất cả những hình ảnh ảo ảo thực thực lấp lửng trước mắt phát xuất từ sự đục dần đi của thủy tinh thể mà thôi, xa xa hơn nữa là ảo ảnh dợn sóng như hình ảnh các dợn sóng nước trong bóng nắng gay gắt giữa sa mạc mông lung.

Việt không nhận ra được ảo ảnh cho tới khi nhích được tới mũi chiếc ghe bầu, chạm được vào vật tạo động lực bước đi và song song đó, luôn miên man vui sướng rằng sẽ được một buổi no nê, bù đắp những ngày đói rệu rã người.

Vẫn có vật chứ không phải là không có, nhưng là… Ồ không! Không phải vật, là một thứ rùng rợn hơn nhiều, một thứ mà khi bình thường bắt gặp sẽ dễ bị điếng hồn, dễ bị run lẩy bẩy, đó là một… xác chết… nhưng là một xác chết rất quen thuộc. Quen thuộc bởi xác chết đã sống chung với anh bốn ngày nay, xác chết teo tóp giống y hệt thây ma Việt, chỉ có điều ngắn hơn. Xác chết đã bắt đầu trương sình lên dù không lấy gì để phình lên được, một mớ da nhùng nhằng có phồng lên đôi chút, và xác chết bắt đầu quá trình mục ruỗng. Còn trước đó, xác chưa chết tức là còn con người thì sống chung với Việt từ lúc cả hai cùng bước lên chiếc ghe này. Những ngày cuối đời của xác chết họ rất thân thiết, như một đôi tri kỷ từ rất lâu.

Phát hiện ra điều trớ trêu, dĩ nhiên Việt thất vọng tột cùng. Chưa bao giờ có nỗi thất vọng nào như nỗi thất vọng tột đỉnh này. Anh muốn hét toáng lên thiệt lớn, muốn hét cho bể tung bầu trời ra từng mảnh vụn như tấm gương bị sức ép quá mạnh làm rạn nứt hàng trăm đường rồi rớt xuống loảng xoảng. Anh muốn nguyền rủa tất cả, nguyền rủa Trời, nguyền rủa Phật, nguyền rủa Chúa, nguyền rủa Thánh Thần, nguyền rủa con người, nguyền rủa cả chính bản thân mình, nguyền rủa đôi mắt chẳng khác gì đôi mắt mù lòa, nguyền rủa suy nghĩ vội vàng vui sướng, nguyền rủa suy nghĩ toan tính mộng mơ sẽ bày bữa tiệc thịnh soạn giữa biển cả và bầu trời bao la như thế nào, khiêu vũ cùng với sóng biển với bầy cá heo ra sao…

Có thể, có thể lắm, có người sẽ trách cứ Việt, trách cứ một con người sao quá mau bội bạc, quá ư là dễ mất niềm tin. Cũng như những người trách cứ, Việt và hầu hết con người có nhiều vùng cảm xúc để hình thành nên bản ngã.

Có một vị nào đó, một vị Giáo sư nào đó, hoặc là một vị vô danh đã cho rằng, con người dù muốn dù không cũng phải ăn tất cả những gì tồn tại trên trái đất, tồn tại trong không gian có thể ăn được, những hình thức hấp thụ không thông qua đường miệng, những hình thức không mang lại chút năng lượng nào đó cứ hãy qui về một mối là ăn. Thì con người ăn hương hoa để tạo vùng lãng mạn, vùng mộng mơ, vùng yêu thương, ăn cỏ lá, rau củ, trái cây tạo vùng bình an, vùng bác ái, vùng thư thái, vùng nhẹ nhàng cho tâm hồn, ăn cơn gió mùa xuân tạo vùng hồn nhiên, vùng hạnh phúc, vùng vị tha, vùng tha thứ, ăn cơn gió mùa thu tạo vùng bay bổng, vùng du ca, ăn những tia nắng mùa hè rực rỡ tạo vùng hào sảng, vùng khí khái, vùng hảo hán, ăn hơi thở của đất, hơi thở của dòng sông tạo vùng hiền hòa, vùng sám hối, vùng ăn năn, ăn không khí tạo vùng hư vô, ăn những giọt sương tinh khiết tạo vùng vô thường, ăn những vì tinh tú tạo vùng huyền ảo, vùng mầu nhiệm, ăn đám mây đen, ăn cơn gió mùa đông lạnh lẽo, ăn những cơn mưa dầm dề lê thê sẽ có vùng sầu thảm, vùng xám xịt, u uất, vùng chán chường, trầm cảm, ăn cơn bão sẽ có vùng sân si, đố kỵ, ăn thác lũ, ăn sóng dữ sẽ có vùng thù hận, vùng cuồng nộ, vùng côn đồ, ăn thịt thú dữ sẽ có vùng ai oán, vùng báo thù, vùng manh động, ăn thịt thú săn mồi chuyên rình rập có vùng gian dối lừa mị, vùng lưu manh xảo trá, ăn gai góc sẽ có vùng hằn học, vùng cay cú, vùng chai sạn, ăn nhiều điều tồi tệ sẽ có vùng vô cảm… Bản ngã của con người có một vùng trung tâm, trung tâm điều khiển, chế ngự, kiểm soát những vùng cảm xúc hình thành không theo một trật tự nào, không có một công thức, không có một một số điểm quân bình như chủ nghĩa quân bình, như toán học quân bình số... Và mỗi con người là một con số, là một ẩn số khó giải mã chứ không bao giờ có một cái khuôn đúc ra, không thể giống nhau được. Đôi khi trung tâm điều khiển không điều khiển nổi những vùng càm xúc bất ngờ vùng dậy mạnh mẽ, trở thành một vùng tự do bất tuân, như một chú ngựa bất kham không gì ngăn chặn nổi.

Cho nên vùng cuồng nộ của Việt lấn át lúc này không có gì là khó hiểu. Những người trách cứ cũng không kiểm soát được mình đó thôi. Muốn trách cứ cần phải hiểu rõ hoặc đặt mình vào hoàn cảnh cần trách cứ để có một bài học đúng sai.

Sự cuồng nộ của Việt lúc này không thể thốt ra thành lời, chỉ có tiếng nấc nghẹn chẹn ngang cổ họng. Anh đau đớn phủ phục người xuống bên xác chết mặc cho mũi của anh vẫn còn hửi được mùi hôi bốc ra từ xác chết. Mặc kệ, mặc kệ, và mặc kệ, một hồi sau anh bắt đầu rên rỉ được, "Tại sao lại là anh, tại sao? Tại sao? Tại sao lại như thế này? Tại sao lại mang đùa cợt, cợt nhả? Mang lại để được hả hê hay sao? Các người, các người sung sướng, các người hả hê lắm rồi phải không?..." - Đôi mắt Việt nhòe dần, nhìn thật kỹ mới thấy vai của anh rung rung nhè nhẹ và anh lại muốn lịm người.

Trong cơn mộng mơ, trên đoạn đường gian nan đến mũi ghe, Việt không cảm thất mệt, nhưng bây giờ, nỗi thất vọng tràn trề làm xúc cảm đau thương chất chứa đầy lồng ngực thì sự mệt mỏi càng tăng lên gấp bội. Người muốn lịm đi mà anh không hề muốn chống chọi lại nữa như nhiều lần đã chống chọi, cứ để lịm dần, lịm dần, và sự nghẹn ngào đã chuyển xuống hết ở trái tim, anh cảm nhận trái tim đập ngày càng chậm, thiệt chậm, đập thoi thóp, dòng máu một số chỗ bắt đầu ngừng lại không chảy nữa, thây ma bắt đầu xơ cứng, năng lượng toàn thân hội tụ lại thành một nguồn, một dải cuộn có thể mở ra như một làn khói mỏng chuẩn bị vĩnh biệt cái xác bần hàn. Việt cứ tự nhiên để nó hội tụ, anh cầu mong sao nó sẽ vút bay vào vũ trụ đầy ánh sao lung linh tuyệt đẹp, anh lại nhớ lại nơi Dục Mỹ, phía trên đó một chút là đèo Phượng Hoàng, nơi đây anh đã từng ngắm được những vì tinh tú xa xăm đẹp nhứt, lúc ngã người tựa vào gốc cây ngắm bầu trời đêm đẹp tuyệt vời anh đã cầu mong một ngày mình sẽ được chu du trong đó. Nhớ lại điều này anh lại xin lỗi, xin được tha thứ từ các Đấng Tối Cao, các Đấng Thánh Thần… xin được bỏ qua khi trong cơn điên cuồng đã nguyền rủa, đã chửi mắng tứ tung, anh tiếp tục cầu nguyện, nguyện cầu dải năng lượng trong mình sẽ bay được chí ít là tới rìa của Thiên đàng. Dải năng lượng, con người còn gọi là hồn, là hồn vía, là linh hồn. Hồn của Việt đã hội tụ và chuẩn bị cất cánh.

Linh hồn Việt cất cánh bay ra khỏi xác được gần một nửa thì bỗng dưng chựng lại. Vì sao lại có chuyện này? À, thì ra ngay cả trong linh hồn cũng đã chia rẽ và xuất hiện một cuộc nội chiến với nhau. Một nửa hồn muốn vứt bỏ tất cả để ra đi ngay lập tức, một nửa vẫn còn chần chừ, vẫn còn muốn níu kéo ở lại. Níu kéo ở lại bởi quyến luyến với thây ma chăng? Không hẳn là như vậy. Có một sự thương xót cho thây ma, hồn ra đi để lại một thây ma héo hắt đến tội nghiệp, đến là nhức nhối thì làm sao không quyến luyến cho được. Nhưng đó không phải là mấu chốt, vấn đề ở đây là có một câu hỏi vừa ập tới của một nửa hồn, rằng, "Điều gì ở phía trước? Chuyện gì sẽ xảy ở nơi mà ta không biết, không có một chỉ dẫn, không có một con đường nào để biết đích đến ở đâu, đích như thế nào cả." - Không, có những con đường đó chứ, có biết đích đến đó chứ. Đó là những luật lệ trong cuộc sống, không phải là những văn bản luật lệ được viết tràn giang đại hải của con người để chế ngự con người, đó đơn giản là một chữ tốt trong cuộc sống, thực hiện được điều tốt càng nhiều thì dĩ nhiên càng tốt hoặc bình thường là không làm những điều gì xấu xa. Chỉ vậy thôi là ta biết được đích đến ở thế giới ngoài cuộc sống hiện tại, cứ thoải mái mà ra đi. Bởi vậy mới có thêm sự tự vấn cho nửa hồn, "Việt - ta đã đủ tốt chưa? Ta chưa đủ tốt, à mà ta có những lần làm điều xấu đó chứ, ta đã giương súng dù chưa gây chết chóc nhưng cũng đã hướng về phía đó, ta đã để bẵng tin tức của người yêu mình, không đoái hoài đến đi tìm, đừng đổ lỗi cho hoàn cảnh dù thậm tệ đến đâu đi nữa…" - Để rồi một nửa hồn Việt phân vân không biết điều gì sẽ đến, biết đâu đó lại là một chốn địa ngục đang chực chờ để hành hạ, ở lại thì còn có cơ hội làm lại. Một nửa hồn dứt khoát ra đi thì đinh ninh, "Mình chưa làm gì xấu xa quá đáng. Còn nếu bị cho là quá đáng thì phải chấp nhận, nhưng chắc chắn không tệ đến mức phải vào điạc ngục, ở nơi chốn này chưa phải là tận cùng địa ngục hay sao?" - Sự phân vân không kéo dài, nửa hồn dứt khoát lập luận khá chắc, nên cuối cùng cả hai lại hợp thành một, bay đi là cách hay nhứt thôi.

Vừa lúc đó thì một giọng nói cất lên, lặp đi lặp lại nhiều lần:

- Không, không, anh không được chết, không được chết, không được chết. Anh phải sống, phải sống. Anh hãy ráng sức hơn nữa, ráng nữa. Xin anh đừng để mình lịm đi, lịm đi là lịm mãi mãi. Tất cả sẽ mãi mãi bị vùi chôn dưới lòng biển sâu thẳm. Anh hãy cố cử động mắt, cố chớp mắt rồi dần sẽ mở được mắt. Anh phải giữ sự sống.

Việt cảm thấy có một vòng tay ấm áp ôm lấy mình, rồi được vuốt ve khắp thân thể, người anh dần dần được xoa dịu, sự dễ chịu xóa bớt nỗi đau thương, nguồn năng lượng hội tụ trong anh tan dần ra hòa quyện với xương với da, với lục phủ ngũ tạng, với bộ óc đã sắp tê liệt, nhứt là hòa quyện làm trái tim nóng lên chút ít.

Trái tim Việt vốn dễ xúc động chứ không hề giống với những gì có ở bên ngoài con người anh. Bề ngoài nguyên bản của anh dễ đập vào những cặp mắt khi nhìn lướt qua hoặc dễ đập vào những cặp mắt hời hợt, rằng đây là hình ảnh một con người bặm trợn, một con người đăm đăm gỗ đá, một con người của lý trí, chỉ có những đôi mắt cảm nhận từ sâu thẳm tâm hồn mới nhận ra được sự khác biệt, sự khác biệt nằm phần nhiều ở chính biểu hiện từ đôi mắt của con người, đôi mắt Việt mang nỗi buồn man mác cho dù có lúc nó có sáng, có lúc nó long lanh.

Hai nửa hồn của Việt do bộ não và trái tim điều khiển nỗi nửa thì trái tim đã thắng, vùng xúc động đã thắng vùng lý trí. Vùng xúc động của Việt khá mạnh bắt đầu hồi sinh. Anh nhấc người lên để coi người vừa nói là ai. Việt lờ mờ nhìn thấy một người ngay sát trước mặt, đúng ra là một bóng mờ ảo trong suốt in trên nền không gian xam xám. Lần này Việt không còn tin vào mắt mình, anh đưa tay chạm vào thử, bàn tay anh tới nơi không đụng vào mà đi xuyên bóng hình, anh nắm bàn tay lại thì cũng chỉ là nắm bàn tay mình, bóng hình có thay đổi hình dạng, uốn lượn dịch chuyển khỏi tay anh. Việt có cảm nhận được một chút sức nong nóng ở bàn tay. Anh buồn rầu lẩm bẩm chứ không còn sức lực để nổi giận, "Mình lại gặp ảo ảnh. Số phận của mình là số phận mang tên bỡn cợt và cô đơn cùng tận. Bỡn cợt của mình vừa trò chuyện với nỗi cô đơn của mình mà thôi."

- Anh không tự trò chuyện một mình. Ta vừa nói với anh đó.

- Hình bóng mấp máy môi.

- Mình lại đùa giỡn với mình chăng? - Nhưng Việt có phần khó hiểu, anh vừa dứt câu lẩm bẩm thì nghe tức thì câu đáp mà anh định lẩm bẩm thêm câu nữa.

Bóng hình tiếp tục:

- Là ta đây, là linh hồn của cái xác nằm ngay anh đó. Ta đã rời thế giới sống với thân xác nên xưng danh là ta chứ không là tôi với anh như ngày nào.

Việt hỏi:

- Điều gì chứng minh đây là thực?

Bóng hình đáp:

- Anh chắc hẳn vẫn nhớ những điều chúng ta đã trò chuyện, ta sẽ nhắc vài điều nhé. Ta với anh trò chuyện rất nhiều về văn chương, về triết học, cả về thế sự chính trên chiếc ghe bầu này. Và ta là Ba Mến đây, còn anh là Việt, anh ở Sài Gòn, ta từ miền Trung trôi dạt rồi cùng anh lên chiếc ghe mong manh trong một đêm tối trời tại một bãi đá ở Vũng Tàu. Đó, những điều đó có phải không, có sai không?

Việt vẫn không thể tin, "Đây là lý trí lưu lại của mình, lý trí vẫn đánh lừa như đôi mắt tự phát ảo ảnh." Bóng hình gục gật:

- Cũng đúng thôi. Anh thận trọng như vậy là đúng. Nhưng đây là thực. Để ta tìm cách khác chứng thực. À, anh vừa cảm nhận hơi nóng từ ta đó. Còn vừa nãy, lúc anh định ngừng hơi thở thì anh cũng cảm nhận hơi ấm như vòng tay ôm ấp chứ gì? Đó là của ta truyền qua cho anh, không chỉ mình ta còn thêm mấy linh hồn của những thân xác khác cũng quen với anh, họ truyền rồi khá mệt nên tạm nghỉ ngơi, để ta gọi họ lại nhé.

Mấy bóng hình lần lượt xuất hiện chờn vờn trước mặt. Tuy không rõ như thân xác nhưng anh cũng nhận ra những khuôn mặt đã từng sống trên chiếc ghe bầu này. Những gương mặt giống những bức ký họa bằng màu nước mà người họa sĩ có tay nghề điêu luyện, vẽ một màu xám trắng rất trong, gần trong suốt như pha lê.

Bóng hình nói tiếp:

- Ta biết anh hãy còn nghi ngờ, nghi ngờ ảo ảnh tạo ảo ảnh. Để chắc chắn hơn, các linh hồn ta sẽ làm vài động tác nhé. Nào, cùng đứng hình yên một lúc. Nào, cùng di chuyển về các phía, về bốn hướng. Nào, cùng tiến lại với anh ta truyền thêm một tí sức nóng.

Việt đã tin hơn. Anh cảm nhận được sức sống chạy trong thân thể mình. Bóng hình kêu dừng lại và các bòng hình vừa xuất hiện nghỉ đi, còn mình thì tiếp:

- Có vẻ anh đã không còn mù mờ ảo ảnh nữa. Ta sẽ làm động tác này nữa thì anh sẽ hiểu rõ thôi. Ta xin lỗi nhé, vì lúc này không phải là lúc bỡn cợt. Ta làm vậy để có cảm nhận mà thôi.

Việt chợt thấy lỗ tai rồi mũi nhột lắm, anh nhảy hắc xì hai cái liền, cái hắc xì như đẩy sự khó chịu, sự mệt mỏi trong người ra bớt. Anh cảm thấy đỡ hơn một chút và là cảm giác thực chứ không hư ảo. Anh lơ mơ nhớ lại người có tên Ba Mến. Phải rồi, có, có anh Ba Mến rất đáng mến luôn sát cánh cùng anh trên từng con sóng lớn nhỏ của biển khơi mịt mùng. Anh đã tin chuyện đang xảy ra là thực, tin bóng hình là của anh Ba Mến.

Bóng hình anh Ba Mến vui mừng:

- Cảm ơn anh, cảm ơn Việt đã lấy lại cảm giác.

Việt khó hiểu, bóng hình anh Ba Mến và Việt đối đáp với nhau:

- Sao anh Ba Mến lại cảm ơn?- Anh sẽ phục hồi và anh sẽ sống như anh đã hứa với ta.

- Tại sao phải giữ lời hứa khi tui phải sống như địa ngục vậy anh Ba?

- Đó là danh dự của người đàn ông. Đặc biệt là một người đã từng là quân nhân. Hơn nữa chỉ có anh mới đủ bản lãnh, mới đủ sức sống, anh sống anh mới giữ được những câu chuyện, chúng ta không vô ích khi thân xác bị vùi sâu dưới lòng biển như ta đã nói lúc nãy, và linh hồn chúng ta sẽ được ra đi thanh thản chứ không phải bơ vơ, là những âm binh bám mãi nơi biển cả hiu quạnh này.

Một con sóng lớn tràn tới. Nước biển đập vào thân ghe bắn rào lên sàn làm Việt ướt sũng và anh bị đẩy vào mạn ghe. Anh than vãn:

- Khốn nạn thân tui. Tui không thể, tui quá mệt mỏi khi chống chọi lại bão táp. Bão lại đến nữa. Tui ước gì mình bị hất văng xuống biển thiệt nhanh đó anh Ba à.

Bóng hình anh Ba Mến lắc đầu:

- Không, không có bão đến nữa đâu, anh đã cùng cực cho nên dễ rùng rợn dù một một con sóng mà thôi. Nhưng có tệ hơn điều này không?

Bóng hình anh Ba Mến phất phơ ra hiệu, một bóng hình nhỏ nhắn xuất hiện, tiến lại gần Việt và nói:

- Chú nhận ra ta chứ?

Việt nhìn chân dung nhỏ bé dễ thương, và anh nhận ra ngay cùng với tâm trạng xúc động chực tràn như sóng biển:

- Làm sao chú không nhận ra. Chính chú đậy chứ nào ai khác đã ôm con vào lòng với mong mỏi con không phải trút hơi thở cuối cùng trong vòng tay mình. Sau đó, đã có lúc chú căm ghét đôi cánh tay này, căm ghét sự bất lực của chú như thể chú tự tay giết chết một thiên thần bé nhỏ, thiên thần mang tên Bi Bi, như những viên bi trong sáng, tâm hồn chưa chút xíu vẩn đục nào của cuộc đời.

Bóng hình bé nhỏ Bi Bi vẫy chào và biến đi. Bóng hình anh Ba Mến nói tiếp:

- Đó chưa phải là nỗi khổ đau nhứt mà anh trải qua. Nhưng thôi, ta mang hình bóng bé nhỏ trở lại là quá đủ, ta không muốn xúc cảm của anh giết chết anh, ta không nhắc lại nỗi thống khổ hơn nữa. Vậy anh vẫn giữ ý định vùi chôn những câu chuyện nữa chứ.

Việt bần thần hết cả người, anh run rẩy:

- Tui đâu là kẻ vô trách nhiệm, đâu muốn là kẻ hèn nhát. Nhưng tui đã bất lực, không còn gì để tồn tại được.

Bóng hình anh Ba Mến gục gật:

- Ta hiểu nỗi khổ của anh cũng như khi anh hứa với ta anh sẽ sống. Chúng ta cũng không thể truyền năng lượng cho anh nhiều được, chỉ khi cấp bách mà thôi. Thế thì như ta đã hứa, ta không trách móc gì cả, ta đã chấp nhận hy sinh thân xác, anh hãy cầm con dao đó lên mà thực hành những gì chúng ta đã bàn bạc - Bóng hình chỉ lên mạn ghe, nơi có con dao treo lủng lẳng.

Việt đau khổ thốt lên:

- Tui không thể, tui không hứa sẽ thực hành điều này, đồng loại của tui ơi!

Bóng hình anh Ba Mến buồn rầu:

- Những cái chết đau thương vô ích hay sao? Ta dám hy sinh sao anh không dám? Anh hãy dũng mãnh lên, hãy xòe ngón út của mình ra mà quyết định như anh đã từng nói đã xòe bốn ngón tay lần lượt cho những quyết định khó khăn vô cùng. Xòe ra đi, đừng co cứng nắm chặt nữa, đừng biến mình thành con rùa rụt cổ, đáng thương.

Việt thở hắt thiệt mạnh. Bóng hình nói lời cuối:

- Ta không còn thời gian, ta không đủ sức lực. Ta phải đi đây và ta chờ quyết định từ anh đó, rất chờ đó.

Bóng hình anh Ba Mến biến mất dần. Việt thấy bơ vơ quá đỗi. Anh lần lại chỗ treo con dao. Anh chợt thấy những dấu khắc có con số và hình ô vuông. Việt nhớ ra chính mình khắc nó để biết thời gian. Anh đọc con số mười, cộng vào con số đếm dấu khắc ô vuông và nhận ra chiếc ghe lênh đênh không chỉ nửa tháng, đã hai mươi chín ngày trôi qua. Rồi Việt nhìn bàn tay mình chằm chằm, một cuộc chiến giữa xòe ngón út ra hay giữ chặt lại, lại nổ ra. Trong lúc giằng co này thì ký ức về những lần xòe các ngón tay để quyết định như bóng hình đã nhắc nhớ như những thước phim từ từ chạy qua trước mặt…

Chương ngón cái mạnh mẽ
Ra đi, ra đi
Tiếng lòng **SÔNG NÚI**

Việt mang một cảm giác rạo rực khó tả, đã ba giờ sáng mà vẫn chưa chợp mắt được, dù tự ru mình bằng Triết Lý An Vi từ giữa khuya. Cuốn sách Chữ Thời *(Triết Lý An Vi)* của thầy Kim Định* bấy lâu nay anh gối đầu giường cùng với những cuốn The Republic của Platon**, Chính Trị Luận của Aristotle***,… *(*Lương Kim Định (1915 - 1997) - Giáo sư, Linh mục, Triết gia miền Nam Việt Nam, sau 1975 ông định cư tại Hoa Kỳ; **Platon (khoảng 427 TCN - 347 TCN), ***Aristotle (384 - 322 TCN): Hai Triết gia lỗi lạc của Hy Lạp cổ đại).* Thực chất thì anh chưa đọc kỹ, chưa hiểu sâu được An Vi của Thầy cũng như các cuốn khác, chỉ để đó mà nâng niu, mà lật dở từng trang giấy thơm tho rồi mộng tưởng và dành cho mai sau. Trong Việt tồn tại vùng mộng mơ như sương khói lãng đãng bao phủ rất rộng, sương khói hiển hiện thực tại chứ không hư vô, vô tác dụng trong cuộc sống, nó phù hợp với ý tưởng kết nối triết học hàn lâm với cuộc đời, một cách nhìn triết học không gì là quá cao siêu, không vượt quá sự hiểu biết bình thường, những con người bình dị chứ không cần phải có một bộ óc thông thái cũng có thể hiểu rõ và vận dụng. Đây cũng là những ý dễ hiểu hơn ở cuốn Nhân Bản cũng thầy Kim Định.

Xét theo khía cạnh cảm xúc, trong Việt mang một thái độ hiện sinh thì đúng hơn. Chỉ là một thái độ chứ chủ nghĩa thì không, Việt không thích những điều to tát, chủ nghĩa nghe lớn lao vô cùng. Cũng như anh thích sự tự do nhưng chưa bao giờ gán ghép từ chủ nghĩa vào từ này. Chủ nghĩa, người ta đem gán ghép vào nhiều ý niệm khác, dễ dàng lừa mị nhau, dễ dàng đồng hóa những cá thể riêng biệt.

Nửa giờ sau thì Việt cũng chìm được vào giấc ngủ mơ mơ màng màng. Cũng chẳng lâu lắm thì anh thức giấc. Việt chợp mắt được một tiếng rưỡi đồng hồ. Song, anh chẳng thấy mệt mỏi vì sự thiếu ngủ thường hay gặp, vẫn sảng khoái như vừa thức dậy với cơn ngủ thiệt sâu.

Việt bước ra trước ban công, bầu không khí yên bình và trong lành càng làm anh sảng khoái hơn nữa. Ngôi nhà của Việt ở đầu khu phố, chính xác hơn là đầu ngôi làng, có hẳn tên là làng hoa hoặc làng rau Cây Trâm* mà *(*Làng Cây Trâm thuộc Gò Vấp, Gia Định xưa).* Ngôi làng nhà còn thưa thớt và phần nhiều là nhà trệt lợp ngói vảy cá, một số xưa hơn thì lợp ngói âm dương, hầu hết các nhà đều có vườn tược, những ngôi nhà lấp ló phía sau hàng rào cây dâm bụt tươi tốt, xanh rì với những bông hoa đỏ chót đó đây tô điểm và một khoảng sân rộng cùng các loại cây trái trồng xung quanh như nhãn, khế, vú sữa, xoài, mít, chuối, lồng mứt, nhiều hơn hết là những cây bông mai… Đất trồng bông, trồng rau thì bạt ngàn.

Việt hít thở thiệt sâu, hương hoa, hương cỏ lá lấp đầy lồng ngực thì làm sao mà không lâng lâng cho được. Và trời bắt đầu hừng sáng. Ở trên cao anh nhìn được bao quát, nhìn thấy phía xa xa một vùng ửng màu cam cùng những tia sáng chiếu lên nơi chỗ mặt trời sắp mọc. Bầu không khí càng trong hơn và có màu vàng vàng tựa mùa thu mặc dù nơi đây những mùa màng đều không rõ rệt, chỉ rõ về hai mùa mưa nắng. Việt đang tìm từ ngữ để đặt tên cho bầu trời, anh nảy ra được ý và rất tâm đắc với nó, đó là bầu trời khai sáng, bầu trời khai sáng buổi nguyên thủy khi đã bị màn đêm chế ngự bằng một màu tăm tối.

Lý ra, với buổi bình minh tuyệt vời như thế này thì Việt sẽ pha một ly cà phê, vừa nhấm nháp vừa tận hưởng. Nhưng bữa nay anh có lý do khác nên dễ bề bứt ra được sức quyến rũ khai sáng, có lý do quan trọng hơn nhiều, lý do anh chờ đợi đã từ lâu lắm rồi. Việt bước xuống gian nhà bếp, gặp mẹ anh đang lui cui nơi này. Bà hỏi:

- Bữa nay con ăn sáng ở nhà hay ở ngoài. Ở nhà thì ăn gì nè?

Việt bóp bóp vai mẹ:

- Dạ, con ăn ở nhà, nhưng để con tự làm, Má khỏi phải lo.

Bà nói kiểu hờn dỗi nhưng thực tình là mắng yêu:

- Cha bây chớ, giỏi rồi hen, đâu cần cái thân già này nữa.

Việt tựa đầu vào vai bà:

- Má cũng phải để cho tụi con lớn lên chớ, biết tự lập một chút, chớ Ba Má bảo bọc riết thì biết làm gì mà ăn.

Bà nói vẫn với giọng cũ:

- Ờ, bây lớn lên đủ lông đủ cánh rồi thì bay mất, mất tiêu luôn thôi.

Việt cười khì:

- Dạ, bay cao luôn, bay mất tiêu... thẳng vô cái ổ của Má luôn.

Bà đứng dậy:

- Giỏi nịnh lắm. Thôi, muốn tự làm thì làm đi. Má ra ngoài vườn đây.

Việt lục lạo và lào xào trong bếp một chặp thì có chảo cơm nguội chiên cùng với trứng và một ít cá khô ăn ngon lành, bữa nay anh khoái mặn mòi hơn nên không xài cá hộp. Món cơm nguội là bạn đường của các chàng học sĩ qua từng năm tháng. Nhứt là với những anh chàng sẵn sàng ga lăng hết cỡ với bạn bè, dĩ nhiên đặc biệt là với các bạn gái nên túi tiền rất dễ ư là vô thiên... lủng, lủng túi theo nghĩa bóng chứ không phải là nghĩa đen của vô thiên là rất nhiều.

Lấp đầy cái bao tử, Việt dắt con "chiến mã" láng mượt nhờ anh lau chùi hàng ngày ra nổ máy chạy đi. Con chiến mã của Ba tặng mừng nỗ lực học tập của chàng Tú Tài I* cách đây một năm, chiếc Honda 67 mơ ước của những ước mơ. *(Gọi là Tú Tài Một hoặc Tú Tài Bán Phần: chứng chỉ được cấp sau khi thi đậu cuối năm lớp Đệ Nhị tức lớp11; Tú Tài II là Tú Tài Hai hoặc Tú Tài Đôi hay Tú Tài Toàn Phần: chứng chỉ được cấp sau khi thi đậu cuối năm lớp Đệ Nhứt tức lớp 12)*

Việt chạy đều đều, chầm chậm, phố xá bữa nay bỗng sáng hơn, đẹp hơn, người người vui hơn. Mọi khi anh vẫn dòm ngó phố xá nhưng không thấy đặc biệt như hôm nay. Anh không dám chạy nhanh, trong người cảm giác đang bay bay với con chiến mã, đang bay bổng giữa những đám mây… phố phường, đang bay bay về phía chưn trời, bay về phía khai sáng có màu cam ửng đỏ tuyệt đẹp còn đọng trong tâm trí.

Rồi Việt cũng tới được nơi cần tới, đây là đường chưn trời, nơi khai sáng trong đời thực của anh. Cánh cổng trường đại học chính là nó, là đường chưn trời, cánh cổng đã mở toang chào đón sự cần khai sáng, chào đón phía trong là một bầu trời đầy ánh sáng hân hoan. Việt dắt xe qua cánh cổng cũng chẳng khác gì tâm trạng lúc đang chạy xe, còn hơn thế nữa, anh đang bước đi trong mây bồng bềnh, những thiên thần ẩn hiện đó đây trước mắt Việt.

Trường còn rất vắng. Còn lâu mới tới giờ làm việc mà. Chẳng sao cả, chẳng hề gì cả, anh còn có thêm thời gian chiêm ngưỡng nơi truyền cho mình niềm háo hức dâng trào. Việt lang thang trong sân trường, thang thang qua từng dãy nhà, qua từng phòng học. Nơi nào cũng lạ lẫm, lạ lẫm vô cùng từ ngay ngoài cánh cổng.

Một điều rất là kỳ lạ, rằng tại sao anh lại có cảm giác lạ lẫm này? Lạ lùng vô cùng, lạ đến là khó hiểu. Nơi đây đâu có gì là lạ với đôi mắt của Việt. Đã hai năm trời nay, từ ngày hướng tới nơi chưn trời này, anh yêu mến nó, nhớ nhung nó, chí ít một lần trong tuần Việt chạy qua rồi chạy lại ngang cánh cổng. Anh chẳng hề nề hà sự xa xôi, chẳng nề hà sự mất thời gian. Từ ngôi trường của mình, ngôi trường Pétrus Ký *(Trường Lê Hồng Phong ngày nay)* ngôi trường mang tên nhà thông thái, nhà bác học Trương Vĩnh Ký mà anh rất thần tượng, anh có thể chạy một vèo về ngay nhà mình rất nhanh theo cạnh huyền của tam giác vuông, chứ lý nào lại thích đi xa xôi hơn trong cả lúc nắng gay gắt, lúc mưa dầm lê thê, đi bằng hai cạnh góc vuông, một cạnh là con đường từ trường đi thẳng xuống, đó là con đường Hồng Thập Tự *(Đường Nguyễn Thị Minh Khai ngày nay)*, con đường vuông góc, con đường Cường Để *(Đường Đinh Tiên Hoàng ngày nay)* là cạnh vuông góc còn lại. Ngay góc vuông Việt quẹo phải, một đoạn thôi, chỉ chừng một trăm thước thôi, đối diện bên kia đường là đường chưn trời của anh, Việt thỏa tích nhìn ngắm nó rồi anh chạy thẳng tiếp một đoạn đường với mấy hàng cây dầu to cao vút, mấy hàng cây tỏa bóng râm kín cả con đường mà miên man một chút, song, quay ngược xe trở về chạy ngang nhìn lại thêm một lần nữa. Có bữa Việt ngừng hẳn xe ngay trước đường chưn trời để nhìn một hồi thật lâu vào bên trong. Hai con đường và ngôi trường trở thành quen thuộc với Việt mà có lúc anh ngỡ đã là ngôi trường của mình, có lúc anh tính đi con đường khác, khi đi lại chạy trùng lặp hai con đường này.

Bây giờ thì lại lạ lẫm. Ngôi trường một chút nữa đây thôi sẽ chính thức là của Việt. Có lẽ rằng trong sự háo hức, sự hân hoan vẫn còn một nỗi lo lắng ẩn náu. Sự hòa quyện những trạng thái làm Việt lơ lửng.

Rồi cánh cửa phòng đăng ký mở ra. Việt chạy tới ngay, là một trong những người tới đầu tiên. Những gương mặt của những anh chàng những cô nàng làm cho căn phòng bay bổng, làm cho căn phòng lơ lửng, căn phòng mới trước ít phút có vẻ đìu hiu, buồn một nỗi buồn cô đơn thì nay rạng rỡ, một đóa cúc vàng nở bừng lên với ánh sáng ùa nhanh vào. Việt đăng ký ngay tức thì, trong phút chốc anh đã có tên trong sổ. Việt sẽ là tân sinh viên của khóa tới, của ngôi trường Văn Khoa tiếng tăm lắm chứ *(Trường Đại học Văn Khoa, ngày nay là Đại học Khoa học Xã hội và Nhân văn)*. Nỗi lo âu ẩn nấp bây giờ đã lặn mất tăm hơi về một cõi nào đó thiệt sâu thẳm, nhường hẳn chỗ cho niềm vui sướng tột đỉnh trong anh.

Việt đăng ký vào ban Triết không một chút đắn đo.

Trước đây thì Việt có sự đắn đo. Anh đắn đo giữa sự lựa chọn vào ban Văn chương hay ban Triết. Một niềm đam mê văn chương mãnh liệt trong Việt thì không có gì bàn cãi. Nhưng hơn thế nữa, Việt cũng không đến nỗi tệ trong lãnh vực này, những bài thơ của anh chẳng được chuyền tay nhau và được tán thưởng đó sao?! Chẳng được đứng vào hàng đầu bảng của trường đó sao?! Bạn bè anh chẳng kỳ vọng anh rồi sẽ thành những Tô Thùy Yên, Du Tử Lê, Nguyễn Đức Sơn… đó sao?! Những người mà Việt mê mẩn, những nhà thơ xuất thân ngay từ ngôi trường này, cùng những những nhà văn nữa, đó là Doãn Quốc Sĩ, Nguyễn Thị Hoàng, Nguyễn Xuân Hoàng… Những nhạc sĩ, ca sĩ nữa chứ, nhạc sĩ Ngô Thụy Miên, nhạc Sĩ Đức Huy, Ca sĩ Hoàng Oanh, ca sĩ Thanh Lan… Ngay cả Trịnh Côn Sơn và Khánh Ly, tuy không mang đời sinh viên ở ngôi trường "Thần Thánh" của anh, nhưng cũng đã chọn nơi đây làm sân khấu biểu diễn nhiều lần.

Nhưng rồi triết làm cho anh bừng tỉnh, như cách triết dân dã đã nói ở trên. Đôi khi Việt cảm thấy mình u mê, đôi khi thấy mình quá mụ mị, triết cho Việt nhặt nhạnh được những tia sáng lia qua sự u mê, mụ mị này.

Một lần Việt thấy ánh trăng chiếu vào một vùng mịt mờ, không chỉ vùng này thơ mộng hẳn ra mà ngay cả ánh trăng cũng sáng hẳn lên. Từ đó Việt ước vọng mình là người cầm những tia sáng quét vào đêm tối. Giống như thầy Kim Định, thầy Nguyễn Duy Cần, thầy Bửu Dưỡng, thầy Lê Tôn Nghiêm… Một điều Việt rất tâm đắc khi nhận ra rằng, trong triết có văn chương và ngược lại, trong văn chương có triết thì văn chương càng lấp lánh. Các thầy của ban Triết nhưng vẫn để văn chương chảy trong máu mình đó thôi chứ đâu phải cứ hễ triết là một sự lạnh lùng, một sự nghiêm nghị, một sự cao đạo... Văn chương còn chảy lênh láng, vượt tràn trong thầy Trần Bích Lan, những bài thơ đặc sắc của ông được ký dưới bút danh Nguyên Sa làm không biết bao người say đắm!

Việt nhảy chưn sáo ngay nơi hành làng khi vừa bước ra khỏi nơi đăng ký, không có vẻ gì là ngại ngùng, không có vẻ gì là sợ giềm pha. Đối với Việt, tất cả xung quanh anh bây giờ là một bầy chim đang ríu rít, anh là con chim chiền chiện vút lên hạ xuống, là chim sáo hồn nhiên của những hồn nhiên.

***

Việt ngồi nhìn xa xăm gần như bất động, nhưng tâm trạng anh không thấy bản thân mình yên lặng, anh cảm thấy xung quanh có những sự chuyển động liên tục, chuyển động xoay vòng rất nhanh của vũ trụ, và anh cũng chuyển động với trạng thái không trọng lực trong đó, trong vũ trụ chuyển dịch liên hồi. Bất biến của vũ trụ chỉ dành cho những bộ óc ù lì, những bộ óc nhìn đường thẳng thì nó sẽ là đường thẳng, nhìn đường cong thì nó sẽ là đường cong, không cần biết phía cuối những con đường mà ta không nhìn thấy được nó ra làm sao, nó như thế nào.

Việt lơ lửng xoay hết phía này rồi phía khác, anh xoay tìm cho mình những tia sáng. Anh muốn sở hữu nó để đi xuyên qua tâm thức của con người, thay đổi nhận thức của con người.

Đôi khi Việt tự hỏi đây có phải là công dã tràng? Có thể thay đổi được nhận thức chăng? Hay ý thức là một bản chất tồn tại ấn định cho từng cá thể?

Việt không nghĩ vậy nữa khi liên hệ với bản thân và có câu trả lời. Chính anh, anh đã từng hấp thụ được không khí hòa trộn của hừng đông, để rồi anh đã được dạy cho một bài học khai phóng trong mình, đã được dạy cho một bài học nhân bản, những bài học quý giá vô cùng. Anh thay đổi hành động của mình khá nhiều từ đây. Trước đó Việt chăm chú hành động vụ lợi riêng, chăm chú những hành động rất thực tế, Việt đã từng ghét cay ghét đắng những hành động phi thực tế, mỗi hành động đều phải hướng tới sự hưởng lợi của bản thân, có thể nói những hành động rất là vị kỷ. Những hành động được gọi là Hữu Vi.

Anh đã tìm được hành động An Vi. Một sự dung hòa giữa hành động Hữu Vi và Vô Vi. An Vi cũng hành động sát với thực tế chứ không rời bỏ cuộc sống như Vô Vi. Vô Vi luôn chối bỏ cuộc sống vì cho rằng thực tại vô giá trị, thực tại của cuộc sống chỉ là sự hư ảo, hư vô, Vô Vi không hành động gì cả dù có lợi cho bản thân, có thể nói Vô Vi là sự phó mặc cuộc đời, phó thác cuộc đời cho cuộc đời, không có hành động can dự nào cả.

Nói là một sự dung hòa cũng không đúng hẳn, chỉ là một ít thôi. Một ít hư ảo, hư vô cho những suy nghĩ mộng mơ thuộc Vô Vi, chứ Vô Vi có hành động gì cho cam. Một ít này để cho An Vi nhẹ nhàng cùng hành động, hành động tuy vẫn thực tế của cuộc sống nhưng hướng về một ý nghĩa cao cả, hướng về những kiếp nhân sinh chứ không vị kỷ, những kiếp nhân sinh cần phải có cuộc sống được hưởng thụ hạnh phúc và an lành trọn vẹn.

Việt mới hấp thụ hừng đông chứ chưa đủ khả năng tầm soát. Do đó anh đang cố gắng học hỏi để sở hữu những tia sáng, mong một ngày sẽ phát sáng An Vi.

- Làm gì mà suy tư quá vậy? - Một mình trên giảng đường rộng thênh giống như một mình một ngựa băng qua sa mạc mênh mông để đến chiến trường quá hẹn - Hoàng Khâm, anh chàng bạn học vỗ vai Việt làm anh giựt mình. Sau đó thì Việt thực sự ở trong trạng thái yên lặng, bất động luôn ấy chứ. Anh rơi vào một khoảng thời gian vô thức. Hoàng Khâm nói tiếp và kéo Việt Đứng dậy:

- Đi, đi ra đây chơi.

Việt bước đi theo bạn vẫn ở trạng thái vô thức. Ra khỏi cửa giảng đường anh mới sực tỉnh. Anh hỏi:

- Đi đâu đây?

Bạn đáp:

- Cứ đi đi rồi biết. Chỗ này hay lắm đó.

Hoàng Khâm kéo Việt đi ra con đường bên hông trường. Thì ra ở cuối con đường Thống Nhứt *(Đường Lê Duẩn ngày nay)* giáp ngay cổng Sở Thú *(Thảo Cầm Viên)*, quẹo theo đường Nguyễn Bỉnh Khiêm *(Xưa nay vẫn là đường Nguyễn Bỉnh Khiêm)* một đoạn thì có trường Nữ Trung học Trưng Vương. Các chàng Văn Khoa và cả các chàng Nông Lâm Súc *(Tiền thân là trường Cao Đẳng Nông Lâm Súc, năm 1974 đổi tên trường ĐH Nông Nghiệp Sài Gòn nhưng nhiều người vẫn quen với tên gọi cũ là Nông Lâm Súc)*, các chàng Dược Khoa, *(Trường Đại học Dược Khoa Sài Gòn, nay là Đại học Y Dược)* các chàng ngụ cư ở phía đối diện cũng lãng vãng để mà tìm con đường tình tứ cho mình.

Vậy, trường Trưng Vương có gì đặc biệt ngoài là trường nữ? Khi muốn tới được trường này phải qua một trường trung học nữa, đó là Trung Học Võ Trường Toản cũng rất nổi tiếng. Có đấy chứ. Có câu chuyện để các chàng ta ngân nga:

Này cô em Bắc kỳ nho nhỏ
Này cô em tóc demi garçon

Chiều hôm nay xuống đường đón gió
Cô có tình cờ
 Nhìn thấy anh không?...

(Cô Bắc Kỳ Nho Nhỏ - thơ Nguyễn Tất Nhiên, nhạc Phạm Duy)

Câu chuyện rằng, trường vốn được chuyển từ Hà Nội vào đây ngay sau hiệp định Genève - 1954. Những cô bé Bắc kỳ nho nhỏ, xinh xinh vẫn nối tiếp học ở trường đã có tên từ miền ngoài này. Và, tất cả những gì lạ lẫm đều mang đến sự lôi cuốn, mang đến sự quyến rũ lạ kỳ.

Người bạn kéo Việt đi trong một tư thế khá là hãnh diện. Hãy chấp nhận cho điều đó. Bởi, dù có thể hiện ra sao đi nữa, các chàng Nông Lâm Súc, các chàng Dược Khoa cũng làm sao sánh được với các chàng lãng tử hào hoa Văn Khoa. Các chàng đã để lại dấu ấn trên những con đường vốn là nơi thuộc về các nàng thong dong trong bộ áo dài thướt tha, khoan thai với cái cặp táp phía trước ngực:

"... Hỡi người tình Văn Khoa, bóng người trên hè phố.
Lá đổ để đưa đường, cho người tình Trưng Vương..."

(Con Đường Tình Ta Đi - Phạm Duy)

Các chàng trai ngân nga, các chàng trai lẽo đẽo bước theo sau các cô gái mà tán hươu tán vượn. Rồi các chàng Văn Khoa trổ tài của mình. Các chàng sáng tác, sáng tác nhạc, sáng tác thơ, sáng tác văn. Các chàng giả đánh rơi đây đó, và các chàng ghim những bài thơ, những câu thơ đủ thể loại trên hàng cây cổ thụ, như thể cây cối là chứng nhân cho họ. Tất cả bắt đầu từ một mối, không thể khác được, phải lừ mối tơ lòng :

Hỡi người em gái Trưng Vương
Nhìn em chưa kịp (đã) vội thương suốt đời!

Ôi! người em gái Trưng Vương
Vừa ngang giáp mặt đã dường trăm năm!

Trưng Vương em gái Trưng Vương
Ngày đêm in dấu bóng hường trong ta!

...

Rồi các chàng ta để lại địa chỉ:
Ơi người em gái Trưng Vương
Anh tên là... bên trường Văn Khoa

Trưng Vương em gái đẹp xinh
Anh tên là... xóm Đình nghen em

...

Việt cũng mon men theo con đường tơ. Anh cũng dán hai câu vào thân cây sao:

Hỡi người em gái Trưng Vương
Em là cơn gió vô thường trong ta!

Cơn gió Trưng Vương vô thường mang nghĩa bóng đến với Việt. Cơn gió thoáng qua, cơn gió bay vào vùng quên lãng rất nhanh. Cơn gió đã thành cơn gió Vô Vi. Có một cơn gió khác đã níu chưn anh, trói người anh đã từ hơn một năm trước. Cơn gió bay bay trên con đường thẳng của tam giác vuông. Chính cánh cổng đường chưn trời là cầu nối anh đến với cơn gió. Cơn gió ở ngôi trường mang tên vì vua đã thống nhứt thiên hạ:

"... Hỡi người tình Gia Long, hỡi người trong tuổi sống.*

Con đường này xin dâng, cho người bình thường..."

(Con Đường Tình Ta Đi - Phạm Duy)

(*Trường Nữ Trung học Gia Long, nay là Nguyễn Thị Minh Khai)

Hơn một năm trước, lúc trên đường từ Petrus Ký tới ngắm Văn Khoa, khoảng giữa con đường này anh đã bị một tà áo dài phất phơ trong gió ẩn trong cả mấy trăm tà áo tuyệt đẹp chiếu bí, đúng như những gì mà các chàng thi sĩ vui tánh hay trêu ghẹo:

Hỡi người em gái Gia Long
Nhìn em là thấy tơ... lòng thòng ra

Sợi dây tơ của Việt biến anh thành mộ cái đuôi của tà áo. Cái đuôi cả tháng trời, không thể nào tà áo tìm cách dứt ra được. Mọi cách rồi cũng "công cốc La Mã", mọi con đường đều về La Mã, Việt thuộc lòng câu này như bao chàng trai, bao dũng tướng mang chiên mang gươm đi chinh phục. Mấy bận liền cái đuôi dắt chứ không cỡi con chiến mã lẽo đẽo theo ngay từ cổng trường về tới tận khu Dakao. Tà áo mấy bận thử thử lòng cứ chầm chậm từng bước từng bước dù trời nắng, dù trời mưa bay lất phất.

Đường dài mới biết ngựa hay'. Những con ngựa dai sức, bền bỉ sẽ làm nên chiến tích. Việt đã từng bước từng bước "kìm cương ngựa chiến" đi đến cuối con đường để rồi được cắm lá cờ chiến thắng có điểm đích là cây cầu Sắt hùng vĩ *(Nay là cầu Bùi Hữu Nghĩa)*, anh hoàn toàn chinh phục được sự nghi ngờ để đổi lấy lòng tin tuyệt đối, chinh phục niềm kiêu hãnh để có được nụ cười hiền hòa rạng rỡ. Việt đặt tên cho tà áo là Nụ Tím Gia Long. Nụ hoa chuẩn bị bung nở, nụ cười một thời bí hiểm, một thời kênh kiệu bởi mang sự mỹ miều, nay đã rất bao dung, rất hòa nhã. Tím thì thuộc một rừng tà áo tím như một cánh rừng hoa sim* *(*Nữ sinh Gia Long ngày xưa bận áo dài tím truyền thống)*.

***

Bất ngờ là một phần của cuộc sống. Bất ngờ làm bật nảy hoặc đè bẹp cán cân cảm xúc trong con người. Bất ngờ đôi khi mang lại thú vị, mang lại niềm vui sướng tột đỉnh, đôi khi mang lại buồn đau, đôi khi mang lại nỗi trằn trọc, hoang mang, sợ hãi…

Tuổi 20 của Việt, chàng sinh viên năm thứ hai Văn Khoa hào hoa bỗng dưng bị đánh dấu bằng một câu hỏi lớn. Câu hỏi đến một cách bất ngờ, rất bất ngờ. Câu hỏi chắn ngay lối con đường Việt đang đi rất suôn sẻ, chưa gặp phải một chướng ngại nào, chưa gặp phải một vật cản, một lực cản nào cả. Câu hỏi mà trong khoảng thời gian này, khoảng thời gian chỉ chú tâm đi tìm những tia sáng chưa một lần xuất hiện trong anh, chưa một lần dù là mảy may. Sự mảy may, dễ liên tưởng tới những bông cỏ may, những bông cỏ tưởng chừng tượng trưng cho sự yếu mềm lại tựa hồ gai góc, dễ dàng đâm xuyên và dính chặt vô những tấm vải được dệt kín bưng.

Đó là một buổi sáng vừa qua hừng đông, Việt bước vào một quán cà phê khá đông đúc, đang dò tìm chỗ ngồi thì một người trạc tuổi đeo cặp kiếng cận dày cộp dịch ghế xích vào và kéo một ghế khác, anh ta đưa bàn tay chỉ vào ghế:

- Ngồi đây đi ông bạn.

Việt cảm ơn và ngồi xuống. Anh bạn kiếng cận nhanh nhảu búng tay cái chóc, nói với vô trong quầy rồi mới hỏi mà như nói với Việt:

- Cà phê đi. Chắc chắn là cà phê chứ gì phải không ông bạn?

Việt gật đầu:

- Ừ, cà phê. Hay lắm, hay lắm ông bạn, đoán như thần.

Anh bạn kiếng cận cười xòa:

- Không là hai ly về cả ta.

Lôi gói thuốc lá trong túi ra và kéo lòi nửa điếu, anh bạn kính cận mời:

- Ok Salem? *(Tiếng lóng, ý đồng ý chứ? Salem: Một loại thuốc lá của Mỹ)*

Thấy Việt còn chần chừ, anh bạn tiếp:

- Cầm đi, hút cho thơm râu. Vài ba điếu thuốc mời nhau nhằm nhò gì ba lẻ tẻ. Ui, thứ gì thì thứ chứ thứ "mấy em làm anh sướng"* này nhà tui có đầy, ba tui là lính Quân tiếp vụ mà *(*Diễn dịch theo cách viết tắt, theo nghĩa tiếng Việt và đọc ngược từ Salem - melaS)*.

Việt rít một hơi, mấy sợi khói anh nhả ra bay tỏa xung quanh những chữ o của anh bạn phả lên nhìn rất đẹp. Việt hỏi:

- Ông bạn là…

Anh bạn kiếng cận cắt ngang:

- Ui da, đừng hỏi mà tui mang nhục - Chỉ chỉ vào cặp kiếng, anh tiếp: Ngó vậy chứ chẳng phải vậy, chẳng ra giống ôn gì đâu. Còn ông bạn vừa từ Đà Lạt về hả?

Việt nhíu mày, phải chăng vì anh có nước da trắng nhưng có phần tai tái? Con trai Đà Lạt đa số là vậy, đâu trắng tươi như các nàng. Việt đáp:

- Ồ, không đâu. Tui dân Sài Gòn chánh hiệu con nai vàng. Dân Triết Văn Khoa.

Anh bạn kiếng cận có chùng xuống một chút, một chút thất vọng, nhưng rồi anh cũng lấy lại sự hồ hởi:

- Ồ! Xin ngã mũ, ngã mũ với giáo sư tương lai đây. Nhưng thú thiệt tui khoái tướng tá của ông bạn, ước chi tui có được tui đăng lính* ngay *(*Đăng ký tình nguyện vào quân đội, còn gọi là quân dịch)* - Anh cười "hi hi": Tui bước chưa tới cửa đã bị đuổi về rồi. Dáng vóc còm cõi, tội nghiệp quá mà. Trong khi đó lại cứ mơ được là một chàng lính dù, chàng lính oai phong như ngự lâm quân.

À, thì ra anh bạn nghĩ Việt đang học trường Võ Bị Đà Lạt *(Trường chuyên đào tạo sĩ quan quân đội)*. Anh bạn kiếng cận đứng dậy:

- Thôi, chào giáo sư nhé. Tui đến lớp, ráng gạo *(Học chăm chỉ)* thêm may ra năm tới đăng ký được lớp dự bị. Chúc sức khỏe giáo sư.

Việt đưa tay bắt và chào lại:

- Chào ông bạn. Chắc chắn ông bạn sẽ thỏa ước nguyện mà thôi. Không làm việc này thì làm việc khác, việc nào cũng hay hết. Cảm ơn ông bạn rất nhiều!

Anh bạn mắt kiếng bước đi để lại một niềm vui trong

Việt. Một cảm giác là lạ bởi đây là lần đầu anh được nghe nói tới hai từ giáo sư, mình sẽ là giáo sư. Việt chưa hề nghĩ tới điều này. Anh thấy vui vì trong mình phải có ít nhiều tố chất nào đó bộc lộ ra bên ngoài, như vậy anh bạn mới nhận được chân tướng.

Nhưng rồi niềm vui không được bao nhiêu lâu, đã phải nhường chỗ cho nỗi bâng khuâng. Nỗi bâng khuâng kéo ập tới, che phủ lấp niềm vui cũng từ chỗ chân tướng này. Tướng tá anh vượt trội với bạn đồng trang lứa, Việt cao to, vạm vỡ. Ư, mà không chỉ là đồng trang lứa, anh cao to hơn tất thảy người bình thường đã trưởng thành. Ngay cả hàm râu của Việt cũng vượt trội, một hàm râu quai nón sẽ rậm rì nếu Việt để chứ không cạo nhẵn. Cách hai ba bữa thì Việt lại phải đứng trước gương với đồ nghề cạo râu cùng hộp kem xịt ra thoa chứ không thì cạo thiệt khó đứt những sợi râu cứng như cước. Nếu Việt để râu dài, đầu tóc phủ một chút thì chắc danh xưng giáo sư đã có rồi chứ không cần đến anh bạn mắt kiếng.

Giáo sư Triết học thiệt cao siêu. Nghĩ tới sự thể cao siêu, dĩ nhiên sự cao siêu nào không được trọng vọng, một sự trọng vọng lớn lao xuất hiện vẫn không làm mất đi sự bâng khuâng, không lấy lại được niềm vui cho Việt. Một câu hỏi liên quan tới sự thể này lởn vởn ngay trước mắt và còn khá lâu nữa trong anh. Câu hỏi rằng, "Tại sao anh không đăng lính?" Tại sao chưa hề nghĩ tới đăng lính? Không đăng để trở thành một chàng ngự lâm, một chàng lính dù cũng rất chi là oách?" - Không những vậy, nó còn thể hiện hết tinh thần, khí khái của một con người khi được ban cho một ân sủng nào đó. Đặc ân của Việt là một hình thể khá tuyệt vời, cao to và rất cân đối.

Vũ trụ vẫn biến chuyển và Việt vẫn chuyển động trong đó. Anh tìm ra được vài tia sáng. Lần này Việt không suy nghĩ sâu xa, không vội tìm cách để tia sáng tỏa ra các nơi, anh xoay hướng chuyển nó quay vào ngay chính mình. Anh muốn nó trước tiên phải xóa đi vùng u tối trong mình. Anh muốn nó phải trả lời được câu hỏi tưởng chừng rất dễ có lời đáp này. Cứ mỗi lần truy lục, truy vấn tâm tưởng thì lại xuất hiện những biện giải. Có sự hài lòng với biện giải lẫn không hài lòng.

Việt ngồi trên chiến mã sắt thấy mình đúng là khá oai vệ. Có được sự trầm trồ khá nhiều, nhưng Việt không thấy được sự ngưỡng mộ. Ngay cả anh chàng mắt kiếng, Việt nhận ra rằng anh sẽ quên ngay mình khi bước ra khỏi quán cà phê. Sự trầm trồ sẽ qua nhanh, hình ảnh đập ngay vào mắt tạo ra sự trầm trồ rồi thoáng qua và biến mất dễ dàng chứ không đọng lại lâu, không lưu kỹ bằng sự ngưỡng mộ trong ký ức con người, trừ những hình ảnh thiệt sự ấn tượng, có một không hai và xuất hiện hiếm hoi trong một khoảng khắc nào đó. Sự ngưỡng mộ có từ một quá trình phán đoán, dò xét, suy luận… rồi mới đi đến hồi chốt lại kết quả.

Song, Việt cũng cho rằng mình cũng đâu có quá chú tâm đến vẻ bên ngoài, đâu quan tâm lắm tới sự trầm trồ, anh luôn tự khuyên mình phải đi tìm sự ngưỡng mộ, sự ngưỡng mộ thiệt lòng, nói trắng ra là anh luôn buộc mình đi trên con đường hướng tới thành nhà Hiền Triết. Con đường đi đó đâu phải dễ dàng nếu không muốn nói là rất chông gai, chông chênh bờ thác. Con đường đi không phải ngày một ngày hai để có được kết quả cho sự ngưỡng mộ.

Việt rõ lắm chứ, những nhà Hiền Triết họ để lại đâu phải là sự mô tả về thân thể, mô tả về dáng dấp, có chăng thì cũng sơ lược là với một vẻ khôi ngô, tuấn tú hoặc dị tướng dị hình, không giống người bình thường để tôn vinh thêm sự thông thái, tôn vinh công việc, sự nghiệp của họ để lại.

Sự biện giải nâng cao hơn một bậc nữa, Việt đã loại bỏ được sự sân si, loại bỏ được tự ái, loại bỏ được những bản tánh cố hữu trong con người rất khó bứt ra. Anh đã âm thầm đi trên con đường chông gai, không chọn sự ân sủng mà sẽ dễ dàng có được sự ngưỡng mộ.

Ấy dà, nhưng đó là sự biện giải khi anh có câu hỏi, chứ trước đó anh có chú tâm gì tới nó đâu, anh bị hút sâu vào con đường anh đi kia mà. Còn có thể bẻ lại sự biện giải, anh đã mang Vô Vi trong mình, vì bị cuốn hút mà anh quên các hoạt động khác. Điều này có thể tha thứ, nó tới tự nhiên chứ không phải cố tình, quá chú tâm một nơi thì sanh vô tâm với nơi khác. Nhưng không trách móc thì không thể.

Việt thử rời bỏ con chiến mã sắt thử xem sao. Dĩ nhiên sự trầm trồ có giảm xuống. Nhưng cốt không phải ở điều này, anh đã liệt sự trầm trồ vào khối Vô Vi, anh chỉ muốn thời gian đi chậm lại. Ôi! Thời gian cũng có nhanh chậm và ta tạo ra như vậy được nữa sao? Chứ không phải 24 tiếng đồng hồ là một ngày đêm, một tiếng đồng hồ là 60 phút… được phân định hữu hạn vậy sao? Phân định hữu hạn thì không thay đổi, nhưng Việt đã thử nghiệm riêng cho mình, anh đi thụt lùi thì thấy thời gian đi thụt lùi theo mình, với đôi bánh xe của chiến mã sắt lăn tròn vù vù thì kéo thời gian đi vù vù, lăn tròn chầm chậm của những ngày lẽo đẽo theo sau Nụ Tím Gia Long thì nó dài bất tận… Việt tạo cây thước đo thời gian mới, đó là đôi chưn của anh, đôi chưn mang thân thể đi tới trường, mang thân thể lang thang đây đó… Thời gian dĩ nhiên chậm lại theo thước đo và kéo theo những tia sáng chiếu chậm lại. Những tia sáng có thời gian quét vào vùng u tối, quét vào các ngóc ngách mà bấy lâu nay nó bay vùn vụt.

Bước kế tiếp này không đi đến đâu, thời gian chậm càng làm lê thê thêm, giống như một sự trì hoãn để tìm thêm biện giải. Trớ trêu thay xuất hiện ngay sự so sánh, rằng tựa như sự hoãn binh. Binh nghiệp của anh ở đâu? Lấy tư cách gì để anh sử dụng? Việt chẳng muốn sử dụng nhưng hai chữ cứ lẩn quẩn trong đầu, xua đi không nổi.

Tâm trạng Việt rối bời. Anh đâu hay bị rối bời như vậy. Được một điều, Việt biết kìm chế. Nhưng có giấu cách mấy cũng không thể che được hết, nhứt là đối với phụ nữ, đặc biệt là người gần gũi.

Xọt xọt cái muỗng cho đá bào tan ra trong ly chè *(Chè đá bào, đá được bào mịn như tuyết)*, Nụ Tím Gia Long hỏi:

- Có chuyện gì xảy ra hở? chuyện gì mà buồn buồn vậy?

Việt nhún vai, giả lả:

- Ơ, có gì đâu. Chẳng có gì hết. Chỉ là bài vở không được như ý thôi. Buồn chút thôi mà.

Nụ Tím Gia Long hồn nhiên:

- Vậy hở. Tưởng gì chớ, vậy thì có nhằm gì với người tài cán ha. Chẳng mấy chốc lấy lại thôi.

Sự hồn nhiên của nàng làm nỗi buồn hiện bên ngoài Việt tạm đi mất. Việt vui vẻ và anh muốn cuốn vào đây để nó biến mất hẳn, chí ít trong lúc này:

- Ôi! Chè ngon quá!

Nụ Tím gật đầu:

- Chè ở đây nổi tiếng mà.

Những câu chuyện bắt đầu từ ly chè được kể, chuyện trường chuyện lớp của nàng Nụ Tím mà Việt khưi gợi nên. Anh có một khoảng thời gian hồn nhiên thiệt dài. Cây thước đo thời gian lúc này Việt muốn kéo càng dài để tận hưởng là ngồi, ngồi và ngồi, thời gian cũng rất biết chiều lòng, ngồi lại thiệt lâu với đôi bạn trẻ.

Nhưng, khi rời khỏi thời gian ngồi thì Việt lại buồn. Những buổi chiều Việt càng thấm buồn.

Buổi chiều cũng hay buồn. Buổi chiều buồn là buổi chiều chiều, buổi tiến gần tới hoàng hôn. Ánh nắng buổi này đã nhạt, chuyển màu vàng vàng và man mác.

Buồn của Việt và buổi chiều không có mối liên lạc gì với nhau. Chỉ có điểm chung là cả hai cùng thấm nên rất là buồn. Khác nhau nhiều là buồn của Việt rất chán chường, buồn của buổi chiều thấy nhẹ tênh, có cảm giác nhiều người khoái cảm với nó nữa ấy chứ! Không lẽ có nỗi buồn khoan khoái nữa sao? Với Việt như vậy rất lạ lùng, nhưng anh vẫn thích dù không nói ra với ai.

Việt dự định leo ra ban công phía sau nhà để nhìn về hướng Tây, nhìn buổi chiều buồn, biết đâu buồn này sẽ lấp buồn kia. Ui mà, Việt quên mất, phía sau không có ban công, tiếp nối với căn nhà chính phía trước là căn nhà trệt mà thôi.

Vậy là anh leo lên cây vú sữa già. Ngồi trên cây vú sữa thấy có vẻ sao sao, giống con thú to bự nào đó rất là kỳ cục, nên Việt bước qua ngồi trên mái nhà. Rất may, phía sau khá vắng vẻ, nhưng nếu có ai dòm thấy thì sẽ cho rằng Việt đang sửa mái nhà chứ có gì ghê gớm đâu. Việt nghĩ vậy thì thấy thoải mái, anh lòm còm bước nhẹ nhàng lại chỗ tiếp giáp giữa mái và chái nhà cho chắc chắn và gần trên đỉnh mái cho cao cao một chút, tấm thân hộ pháp của anh mà ngồi chỗ yếu yếu dễ lủng ngói, gãy cả rui mè.

Nắng vàng bắt đầu nhường chỗ cho buổi hoàng hôn. Buổi hoàng hôn với một mảng ửng sáng gồm nhiều mảng màu nhỏ xen lẫn, chồng lên nhau rất đẹp, một chút xanh xanh ngả tím, một chút nâu nâu, nhiều hơn một chút là màu vàng, nhiều hơn hết là màu cam làm cho ta ngỡ cả mảng là màu cam nếu không nhìn kỹ. Mảng màu ửng nhưng không rực rỡ lắm, không bừng sáng như buổi bình minh, không thấy những tia sáng nên có lẽ nó vậy và cũng có lẽ do nó mất dần, lụi tàn dần, bị màn đêm dần dần chiếm trọn chỗ. Những mất mát dễ gây cho ta nỗi buồn, dễ gây nỗi thương nhớ, tiếc rẻ những gì đã bị đánh mất.

Việt nhìn ở một góc độ khác, anh thấy đây là một cuộc chiến tranh. Chiến tranh giữa bầu trời và phía khuất sau đường chưn trời. Chiến tranh giữa ánh sáng và bóng tối. Những kẻ dấu mặt, xài thủ thuật của bóng tối dễ chiến thắng hơn người ở ngoài ánh sáng. Chiến tranh không đại diện cho số đông, tức dân chúng. Chiến tranh chỉ đại diện cho những kẻ hiếu chiến, đại diện cho những kẻ muốn làm bá chủ, muốn xưng hùm xưng bá, những kẻ độc tôn độc tài, những kẻ này lại hay núp trong bóng tối và sẽ nhân danh một điều gì đó, chẳng hạn nhân danh đại diện cho dân chúng để lừa mị, để sử dụng bạo lực mà thực hiện ý đồ của mình.

Chiến tranh thì luôn đem lại sự mất mát, luôn mang đến đau thương. Việt có thêm một biện giải, anh không thích chiến tranh, anh chống lại chiến tranh mãi đó thôi. Ngay con người anh ở đời thường, chưa ai thấy anh động tay động chưn bao giờ, anh là một cục đất hiền khô, luôn nở nụ cười hiền hòa trong mắt mọi người. Vậy hà cớ gì anh phải đăng lính? Hà cớ gì phải cầm súng để gây đau thương? Hà cớ gì anh không tiếp tục con đường tìm ánh sáng đề triệt tiêu bóng tối?

Việt nguôi ngoai với biện giải này, anh dần tươi tỉnh hơn. Bỗng dưng, một cơn gió mạnh ào qua, gió lay cây vú sữa kêu lào rào, tán lá quạt vào mái ngói làm Việt lạnh người bởi từ nãy giờ trời rất yên tĩnh. Đang nghĩ về chiến tranh, Việt giựt mình ngỡ chiến tranh đang ập tới, chiếm trọn tất cả. Gió qua đi, trời yên ắng trở lại nhưng câu hỏi khác lại đến, "Trong lúc ngay cả mình còn mù mờ, còn chưa tự khai sáng nỗi, còn đi tìm tia sáng thì chiến tranh nó đã thống lãnh thì sao?" - Con đường đi tìm tia sáng và phát sáng đâu phải ngày một ngày hai, thậm chí phải đánh đổi bằng mạng sống như Triết gia Socrates ngày xưa.

Và Việt nhớ tiếp một câu nói người ta cũng rất thường nói, *"Muốn có hòa bình, hãy chuẩn bị cho chiến tranh."* - hay, *"Muốn kết thúc chiến tranh không gì bằng một cuộc chiến."* - Như vậy có mâu thuẫn quá chăng? Không. Chẳng có gì là mâu thuẫn cả. Chuẩn bị một cuộc chiến như là cuộc chiến cuối cùng để dập tắt chiến tranh, một cuộc chiến chống lại chứ không phải là gây chiến triền miên khói lửa.

Lúc này trong đầu Việt văng vẳng tiếng của các cụ ngày xưa, tiếng văng vẳng nhưng rất dứt khoát, *"Đánh. Đánh."* - Dĩ nhiên ai cũng biết đây là tiếng hô đồng lòng của các Bô Lão tại hội nghị Diên Hồng. Tiếng hô dậy núi sông nhưng không hề là tiếng hô của sự hiếu chiến như những kẻ phương Bắc, chuyên đi xâm lấn và hà hiếp nước yếu, nước nhỏ.

Tiếng hô biểu thị cho điều gì? Đó chắc chắn là tinh thần ái quốc đứng đầu. Đó là tinh thần không nhu nhược, không hèn nhát trước kẻ thù bạo tàn, đó là danh dự. Những cụ già còn mang danh dự thì một kẻ thanh niên trai tráng lại yếu hèn hay sao? Câu hỏi này không thể không có trong Việt. Và đó là trách nhiệm với Núi Sông này, không thể phó thác cho ai khác. Phải cùng nhau gách vác. Việt đã thấy khá nhiều lần câu biểu ngữ, *"Tổ Quốc - Danh Dự - Trách Nhiệm"* đó thôi. Anh cũng đã được dạy và đã thuộc lòng bài hát Nhà Của Ta của nhạc sĩ Phan Quang Nhàn:

Cái nhà là nhà của ta
Công khó Ông Cha lập ra
Cháu con phải gìn giữ lấy
Muôn năm với Nước Non nhà
Xóm làng là làng của ta
Xương máu Ông Cha làm ra
Chúng ta phải gìn giữ lấy
Muôn năm với Nước Non nhà
Cánh đồng đơm đầy hương hoa
Công khó Dân ta làm ra
Quyết tâm ta gìn giữ lấy
Nuôi nhau chung sống một nhà
Xóm giềng là tình quê hương
Chung sống vui bên ruộng nương
Có nhau để cùng chung sức
Vươn lên Non Nước hùng cường
Cõi đời là đời của ta
Nuôi dưỡng công lao Mẹ Cha
Lớn khôn để gìn giữ nước
Thay nhau xây đắp Sơn Hà

Việt nhẩm nhẩm hát đi hát lại mấy bận. Người anh bắt đầu thực sự loại bỏ được cơn buồn. Và anh đã có câu trả lời.

Không còn đắn đo, dò hỏi chi nữa, Việt nắm bàn tay, đưa ngón tay cái lên quyết định rất dứt khoát. Lúc này thì người Việt sảng khoái, anh trèo xuống khỏi mái nhà mà tưởng chừng đang bay rất ư là nhẹ nhõm xuống đất.

***

Vẫn ở quán chè đá quen thuộc, ở *"... Nơi chúng ta thường hẹn, rồi bập bềnh buông tâm trí..." (Chiều Trên Phá Tam Giang - thơ Tô Thùy Yên, nhạc Trần Thiện Thanh)*, và cũng có chính lời bài hát này nho nhỏ phát ra từ máy hát dĩa Akai ngay tại quán, nhưng hai ly chè không được Nụ Tím Gia Long xọt xọt hồn nhiên như mọi lần, mà tâm trạng của cô nàng tựa hồ như lời bài hát, *"... em dòng lệ bất giác chảy tuôn, nghĩ đến một điều em không rõ, nghĩ đến một người em sợ không dám nghĩ, đến một người đi giữa chiến tranh..."* - Hai ly chè đá lạnh băng băng tuyết, người Nụ Tím Gia Long thì nóng hổi, không ngăn được cảm xúc của tuyến lệ, cô nàng cứ để cho hai dòng nước mắt chảy tự nhiên, không quẹt cũng chẳng lau chùi, một lúc sau mới thổn thức:

- Chứ sao nói ghét chiến tranh lắm mà. Ghét súng ống, ghét giết chóc lắm mà.

- Thì ghét lắm chớ sao!

Việt đáp lời và nhẹ nhàng giải thích theo cách nghĩ lúc ngồi trên mái nhà ngắm nghía hoàng hôn. Kết thúc anh nói:

- Rồi anh sẽ về, chắc chắn anh sẽ về với em.

Nụ Tím Gia Long giương đôi mắt to tròn nhìn Việt một lúc rồi gục đầu, áp mặt vào bắp tay, hai bàn tay ghì chặt cánh tay anh, cô nàng thì thào cảm xúc của đọc thơ:

- *Anh trở về có khi là hòm gỗ cài hoa. Anh trở về trên chiếc băng ca. Trên trực thăng sơn màu tang trắng... Anh trở về trên đôi nạng gỗ... hở?**

Việt khẽ cười buồn:

- *Anh trở về, anh trở về bại tướng cụt chân**. Hay chúng ta cứ theo: "Anh trở về nhìn nhau xa lạ. Anh trở về dang dở đời em. Ta nhìn nhau ánh mắt chưa quen. Cố quên đi một lời trăn trối, em ơi!*** (*, **, *** Kỷ Vật Cho Em - thơ Linh Phương, nhạc Phạm Duy)*

Cô nàng lại ngước đôi mắt long lanh nhìn Việt:

- Bộ dễ rũ bỏ hết lắm sao?

Nước mắt của Nụ Tím Gia Long thấm vào bắp tay, Việt cảm thấy sự ấm áp lan tỏa khắp cơ thể. Anh xoa mái tóc cô nàng, quả quyết:

- Anh trở về, anh sẽ trở về lành lặn, và anh sẽ bù đắp bằng sự bằng an cho chúng ta.

Đôi bạn trẻ thủ thỉ khá lâu nữa trong ánh đèn vàng vọt. Bên ngoài, đèn đường cũng vàng vọt, những hàng cây xanh um dưới ánh sáng ban ngày bây giờ thành một khối màu u tối, bóng của nó in xuống mặt đường đen thủi, khung cảnh thiệt là trầm mặc.

Chương ngón trỏ phù vân

Mang **VẾT THƯƠNG** *trở về*

Hay mây khói sơn khê ?

Việt đã tạm xếp bút nghiêng, giã từ ngôi nhà ở Làng hoa thân thương, giã từ ngôi trường Văn Khoa yêu mến, giã từ bạn bè, giã từ người yêu dấu để gia nhập binh nghiệp. Ô! Không, không thể là binh nghiệp, Việt chưa bao giờ muốn đi theo hết con đường này, chỉ là tạm thời khi cần tới "binh" mà thôi, một khi đã bình yên anh sẽ trở lại con đường với ánh sáng, đó mới là "nghiệp", Việt mãi đinh ninh như vậy.

Nơi đầu tiên trong cuộc hành trình bất đắc dĩ, Việt đặt chân đến là Dục Mỹ - Trung tâm huấn luyện Biệt động quân.

Một tuần đầu, Việt muốn đổ bịnh, muốn phát sốt, ngày Chúa Nhựt cuối tuần anh nằm dính chặt trên giường, ngủ li bì gần như mê man. Hẳn nhiên sẽ xảy ra điều này cho những tân binh "mài mực", một sự thay đổi đột ngột quá thể, từ một anh chàng cầm bút nay phải suốt ngày giang mình giữa trời, giữa thao trường rất ư là xa lạ. Hơn nữa còn là sự khác biệt quá thể từ vùng đất tưởng chừng bình thường như mọi nơi, thời tiết là sự khác biệt qua thể. Thao trường được ví như "Lò luyện thép" một mặt cho thấy sẽ đào luyện ra những chiến sĩ can trường, dũng mãnh, một mặt còn cho nghĩa bóng rằng nơi này là một chảo lửa, nắng nóng khủng khiếp và rất hanh từ những cơn gió Lào, nhiệt kế có khi chạy lên tới 40 độ C. Trái ngược với ban ngày, ban đêm thì lạnh buốt kéo về.

Tuần thứ hai Việt muốn đổ gục, mệt mỏi càng thấm hơn mà anh ngỡ rằng sẽ quen từ từ.

Những buổi sáng, Việt không thức dậy nổi, thân thể cứ bất động, Việt muốn nằm yên ngủ mãi mãi, không cần thức dậy nữa. Chỉ có các bạn bè đỡ dậy, đúng hơn là lôi kéo, thúc vào người anh mới tỉnh được.

Những lúc được ngồi nghỉ, tựa người bên những bao cát thường được chồng lên nhau để làm lô cốt dã chiến, Việt cũng không nhấc người lên nổi khi phải trở lại tập luyện.

Những lúc như thế này, ý nghĩ trốn đi, đào thoát khỏi "chảo lửa" chập chờn xuất hiện, anh muốn thực hiện lắm, sẵn sàng lên kế hoạch cho cuộc đào thoát. May sao sự sỉ nhục cũng vừa lúc ùa tới, sỉ nhục thức tỉnh bằng suy nghĩ sẽ là lừa phỉnh, bội bạc mà ngày ra đi Việt rất dứt khoát, dứt khoát với gia đình, với bạn bè và với người yêu. Nhớ tới người yêu, trong cái nắng gay gắt, Việt tưởng tượng, *"Nắng Dục Mỹ anh đi mà chợt mát, bởi vì em mặt áo tím Gia Long..."* - Việt thầm cảm ơn thi sĩ Nguyên Sa đã sáng tác bài thơ và nhạc sĩ Ngô Thụy Miên đã phổ nhạc để có bài *Áo Lụa Hà Đông,* để anh xin thay đổi lời, để anh có động lực mà đứng lên... Việt cũng thầm so sánh vui vui, nắng Sài Gòn không là gì cả so với nơi đây, áo lụa Hà Đông cũng chẳng là gì so với áo tím Gia Long của anh. Một sự so sánh thiên vị quá đỗi, nhưng chắc chắn không ai bắt lỗi, sự thông cảm là một món quà tưởng thưởng ngay cả đối với những người khó tánh nhứt.

Tuần thứ ba, ta sẽ không đào thoát, nhưng sẽ gục ngã, sẽ im lìm nằm mãi và im lìm luôn hơi thở, Việt nghĩ vậy khi tối thứ Bảy tuần thứ hai anh đã gắn chặt với cái giường mà gần như không nhúc nhích.

Đó là anh nghĩ mà thôi. Anh không nhúc nhích? Sai bét nhè. Anh cựa quậy hung tợn mà chẳng biết, cựa quậy có khi muốn lọt xuống khỏi giường, thân thể gần một nửa không còn trên giường, bạn bè anh lại một phen khó khăn đẩy, khó khăn hất anh lên. Anh lăn lộn rên hừ hừ, hơi thở khào khào, thều thào mệt nhọc phát ra hừ hừ, và đôi khi anh hát, hát dĩ nhiên nghe không rõ, đó là bài *"Áo tím Gia Long"*. Việt lăn lộn, cựa quậy một đêm, sang một ngày, cho tới chiều Chúa Nhựt. Chiều Chúa Nhựt anh lù lù ngồi dậy, ngồi dậy khá dễ dàng, khá thoải mái. Bắt đầu tuần thứ ba thì mệt mỏi tan dần, cơ thể quen dần trong khi cường độ tập luyện cũng tăng dần. Vậy là Việt chắc chắn mình sẽ trụ lại được nơi này, sẽ không từ bỏ như một vài người đã thực sự ngã gục, đã quá ngưỡng chịu đựng phải rời đi dù không muốn chút nào.

Giữa tuần thứ tư Việt gần như trở lại bình thường. Nói gần như là bởi vẫn còn có mệt mỏi chứ, nhưng cơn mệt sẽ nhanh chóng qua mau lẹ, không thấm và nằm yên trong cơ thể. Anh bắt đầu cảm nhận vùng đất mới này. Cảm nhận những điểm độc đáo riêng biệt, những điểm hay ho chứ đâu chỉ khác biệt thời tiết đến khó chịu.

Và điều gây ấn tượng sâu đậm trong Việt là bầu trời đêm. Vẫn tựa người trên những dãy bao cát ban ngày tỏa nhiệt góp sức làm chảy mồ hôi, ban đêm thì se se lạnh, Việt dòm được bầu trời trong vắt, không một chút gợn gì dù nhỏ nhoi nằm trong bầu trời này, bầu trời trong cho tầm nhìn xa thiệt là xa.

Trên biển, tầm nhìn trên mười cây số là bầu trời đẹp thì ở đây có lẽ trên cả trăm cây số, Việt không nhớ được khoảng cách của những ánh sao đến trái đất, anh nhớ mang máng áng chừng hơn như vậy. Ở đây anh thấy rõ cả sự nhấp nháy của những vì sao lung linh, đôi khi anh đếm được số lần nhấp nháy của vì sao mà anh tập trung nhìn. Nhưng khó mà tập trung lắm, bởi không phải một vài vì sao, có hàng triệu vì sao không đếm xuể, hàng triệu vì sao đua nhau tỏa sáng, có những chòm sao Việt có cảm giác đó là những tấm gương nhỏ ai đó chấm vào những chấm đen để giảm bớt đi sự phản chiếu, hoặc giả có thêm chút ít vì sao nữa thôi thì đây là một tấm gương hình vòm khổng lồ chứ không phải là bầu trời, Việt tựa người khá lâu đến nỗi bao cát ẩm lên nhưng chẳng thấy buồn ngủ, đôi mắt anh len lỏi giữa những "con hẻm" chằng chịt trên bầu trời, ừ đó, giữa các vì sao chỉ là những con hẻm như những con hẻm ở phố xá đông đúc của Sài Gòn, anh len lỏi để tìm những vì sao lạ mà từ trước tới giờ chỉ nghe nói tới trong sách vở.

Rồi Việt bắt gặp không phải một mà là một cặp sao long lanh chứ không phải là lung linh, sao chớp chớp liên hồi, hai vì sao này chắc chắn có sự sống vì trong sao có nước, ở đâu có nước là ở đó có sự sống mà, và hơn nữa sẽ là sự sống động bởi sao tràn đầy nước. Một lúc sau thì hai ngôi sao biến mất, Việt lại lần trong các ngõ hẻm để đi tìm, bây giờ thì anh đã xóa khoảng cách tầm nhìn, bầu trời không gần như tay với của bầu trời vùng Cao Nguyên đất đỏ, nhón chưn hái được sao trời thì anh đã bay lên, bay lên hòa trong đó để chơi trò chơi trốn tìm, tìm hai vì sao ẩn ẩn hiện chính là đôi mắt cô nàng Nụ Tím Gia Long.

Với Việt, bầu trời này chính là biểu tượng nơi đây. Và anh lại ước ao, Việt chưa bao giờ ngưng khao khát ước ao, anh ước ao cả đất nước có bầu trời biểu tượng, rồi rộng ra hơn nữa là toàn cầu, một bầu trời bình yên, lấp lánh.

Sáng Chúa Nhựt, Việt dắt con chiến mã ra thì Văn Duy, người bạn cùng thao trường hỏi:

- Việt có về thị trấn hông, cho mình quá giang với? Mình về thăm người bà con.

Việt đáp lời:

- À, hông, mình đi… - Việt tần ngần chút rồi tiếp: A, nhưng cần về dưới thì mình chở đi.

Văn Duy lắc đầu:

- Đâu dám làm phiền quá vậy. Để mình tự đón xe thôi.

Việt phẩy tay:

- Phiền phức gì chứ. Đây xuống dưới có bao xa, chừng mười lăm cây số chứ mấy, chạy cái vèo là tới. Vả lại mình cũng chỉ đi dạo mà thời gian còn cả ngày. Ra mình chở đi, mau lên, không gì dượng gì hết.

Văn Duy cười xòa bước ra lên xe để Việt chở đi. Chạy một đoạn, Duy hỏi:

- Việt định đi dạo ở đâu, quanh quanh các xã hả?

Việt trả lời:

- À hông, mình đi ngược hướng này, chạy lên trên đèo Phượng Hoàng á, xem trên đó ra sao? Mình không dám rủ ai hết, sợ cười mình khùng điên cán cuốc - Anh cười "hi hi". Lúc ngắm trời đêm, Việt không nhón hái sao được như ở Đà Lạt hay Pleiku, anh nghĩ đứng trên ngọn núi phía trên gần đây có lẽ được thì sực nhớ trên đó có con đèo Phượng Hoàng. Bữa nay anh muốn du hí tới nó.

Bạn cười:

- Đúng là khùng thiệt. Ui, giỡn chơi thôi nghen, chỉ là khác người một chút. Bữa nào cho mình theo khùng điên một bữa với.

Việt nhún vai:

- Gì thì được chứ đừng khùng khùng theo.

Đôi bạn chuyện trò thiệt vui cho tới nhà người bà con của anh bạn ở thị trấn. Việt quay đầu xe, nói với lại khi anh bạn nhắc cẩn thận vì trên đèo hoang vắng lắm:

- Cảm ơn nhé! Chiều mình xuống đón Duy, nhơn tiện uống dùm ly cà phê Ninh Hòa xem ra sao luôn hén.

Việt chạy tà tà, ngắm nghía làng quê với nhà cửa khá thưa thớt hai bên đường. Chừng hai mươi phút sau thì anh trở lại Trung tâm huấn luyện, tiếp tục hạy qua luôn, anh chạy chừng vài cây số nữa thì hết đường bằng, đường bắt đầu lên dốc, chân núi khá cao xuất hiện, rồi dốc ngày một cao hơn và đường ngày càng quanh co, uốn qua lượn lại trông rất đẹp mắt.

Việt ngừng lại ở lưng chừng dốc. Từ đây dòm xuống phía dưới thấy nguyên cả Trung tâm huấn luyện năm trọn trong một thung lũng. À, không chỉ có "Lò luyện thép" mà còn các Trung tâm khác, Trung Tâm huấn luyện Lam Sơn, huấn luyện tân binh quân dịch *(Binh lính bắt buộc)* và Hạ sĩ quan bộ binh, cùng với Trường Pháo binh nữa. Các Trung tâm vào ngày Chúa Nhựt không nhộn nhịp như thường ngày bởi vắng sự luyện tập của binh sĩ. Việt tưởng chừng như đây là khu dân cư yên ả. Nếu được là một khu dân cư thì quá đỗi tuyệt vời.

Một mình một ngựa Việt tiếp tục chạy lên nữa. Dĩ nhiên con đường Quốc lộ 21 *(Nay là 26)* chạy lên Buôn Ma Thuột này ngày càng dốc và càng khúc khuỷu. Và không khí càng trong lành. Một màu diệp lục đậm chiếm hầu hết các nơi bởi từ những cánh rừng nguyên sinh trên đồi núi. Chạy án chừng gần hai chục cây số tính từ Trung tâm của mình thì Việt lên tới đỉnh đèo. Anh tìm một chỗ khá bằng phẳng, rộng rãi với bãi cỏ mềm, một tảng đá lớn ven đường mà tựa người, thả hồn trong bầu không khí thoáng đãng, lạnh nhè nhẹ. Lâu thiệt là lâu mới có một vài người chạy xe Honda, và xe hơi chạy xuống lên. Những người trên xe thiệt là ngạc nhiên khi nhìn thấy Việt ở nơi này. Không ngạc nhiên sao được, ngạc nhiên như chú nai vàng ngơ ngác ấy chứ.

Việt thả hồn cho thoải mái chứ không nghĩ ngợi gì nhiều. Anh muốn tận hưởng từng khoảng khắc tuyệt vời này. Có chăng là Việt nghĩ tới những áng thơ, anh sẽ làm những áng thơ lãng mạn làm quà tặng cho Nụ Tím Gia Long khi mùa Xuân sắp sửa đến. Còn không bao lâu nữa, mười ngày nữa thôi là năm mới sẽ đến với mọi nhà.

Nghĩ tới điều này, Việt chợt nhớ ra phía dưới chưn đèo có con suối, không những một mà tới hai con suối chảy quanh, bao bọc lấy các Trung tâm huấn luyện, bao bọc lấy Dục Mỹ. Một con suối có một nhánh bắt nguồn là nước nóng được đặt tên Suối Đá hay Suối Trầu và một con suối với tên gọi Suối Cầu Treo là con suối bắt nguồi từ núi Vọng Phu danh tiếng.

Ngồi chơi ở đây cũng khá lâu, hồn anh với không gian,

với không khí nơi này khá hòa quyện. Tuy quyến luyến nhưng cũng đã gần tới trưa, Việt muốn xuống suối xem sao, may ra sẽ tìm được một sản vật nho nhỏ gì đó, một hòn đá đẹp, một nhành phong lan hay gì đó để đính kèm cùng bài thơ thì còn gì bằng. Anh đứng dậy quay đầu xe trở xuống.

Việt rón rén để nhẹ thử bàn chưn xuống con suối, suối mát rượi, có lẽ nhánh suối nước nóng ở khá xa phía trên không còn ảnh hưởng gì. Lội một lúc nữa thì suối lành lạnh chứ không chỉ là mát. Rồi Việt cảm nhận như bầu không khí xung quanh tỏa màu vàng vàng rất là mùa thu chứ không phải mùa đông, cũng không sắp vào mùa Xuân. Thấy khá lạ nên anh quan sát kỹ. Và xa xa, từ một bụi cây lý giải cho điều đó, bụi cây mang một màu vàng. Việt đi lại gần hơn, thì hóa ra đó là một cây mai nở bông sớm vàng rực. Cây sum xuê nhiều nhánh, gốc to phía bên dưới nên chẳng khác gì một lùm bụi. Mai vàng phương Nam là nét đặc trưng không gì sánh được nhưng không thấy ai gọi Xuân vàng, có lẽ Xuân Hồng thì may mắn hơn, và cũng có lẽ đã có thu vàng, Xuân tươi nhiều nụ nhiều màu nên nhường vàng cho thu. Việt nghĩ vẩn vơ một chút cho vui, anh dạo quanh bắt gặp thêm một số mai nở sớm nữa. Vậy là rừng nơi đây mai khá nhiều.

Việt dò tìm xem có cây nào chưa nở, anh sẽ cắt vài nhành đem về. Tìm không lâu Việt gặp một cây gốc rất bự, bự hơn bắp chưn anh, một cây rất là già, phải gọi là cội. Cội mai có nhiều nhánh ra ngay dưới gốc u nần rất đẹp và ra nụ xanh rất nhiều. Việt suy tính một hồi rồi rút con dao bấm ra, dao tuy nhỏ nhưng bén ngót, anh có thể cắt gọt, khía khịa lâu lâu một chút cũng sẽ đứt. Miệt mài hơn một tiếng đồng hồ, Việt cắt được ba nhánh, một nhánh cao nhưng gốc không lớn anh sẽ vô chậu bằng cái thùng đạn rỗng anh vừa nghĩ ra để tại Thao trường, hai nhánh sẽ theo mình về phép. Dù nhà trồng mai khá nhiều nhưng mai rừng vẫn rất khác mai nhà, mai nhà hiếm có gốc u nần sần sùi cho hình thù đẹp mắt.

                                    ***

Việt về phép trước Tết được năm ngày.

Buổi sáng về tới nhà, chừng hai tiếng đồng hồ sau là anh đi tiếp. Nơi đầu tiên Việt muốn ghé dĩ nhiên là ngôi trường của Nụ Tím Gia Long, nhưng lúc này thì hãy còn giờ học, Việt đành ghé lại quán cà phê. Ngôi trường của mình anh đã vừa chạy ngang.

Việt vận nguyên bộ quân phục, anh đội chiếc bê rê nâu *(Mũ nồi nâu)* nhái thôi vì chưa nhận được chiếc chánh hiệu. Không phải vì Việt muốn làm dáng khoe khoang, lấy le với thiên hạ, dĩ nhiên có một chút hãnh diện nhưng cốt yếu anh muốn gặp lại chàng mắt kiếng để tỏ rằng mình không hèn nhát. Việt dựng xe, vài đứa trẻ ở gần chạy lăng xăng lại xung quanh như anh thuở bé. Một đứa la lớn:

- A, ông Tây đen còn lang thang ở đây kìa tụi bây.

Việt bật cười. Mới một tháng mà anh đã biến đổi màu da từ châu Á tới tận châu Phi. Một đứa nữa nói:

- Ông lính Tây mà cũng biết chơi mai nữa hén.

Rồi một đứa chào:

- Hé lô *(Hello)*.

Mấy đứa nữa hùa theo hé lô, hé lô. Việt dựng xe xong, anh đưa tay chào lại:

- Chào các em.

Mấy chú nhóc chưng hửng. Một chú cười "hi hi":

- Ông người Việt mình tụi bây ơi, Tây đâu mà Tây hả mầy.

Mấy đứa cười theo. Chú nhóc nghĩ là Tây gãi đầu:

- Ông này bự tổ chảng, da đen thùi, tao tưởng Tây thiệt chớ.

Việt ngoắc mấy đứa lại:

- Lại đây mấy em. Lại đây đi, anh hông có cắn đâu.

Sau một hồi tần ngần thì mấy nhóc tiến sát lại. Việt móc trong túi quần ra mấy thỏi socola phát cho mấy nhóc, anh tiếp:

- Mấy đứa chia nhau ăn chơi cho vui, và ngoan ngoãn nhé.

Mấy chú nhóc ríu rít cảm ơn và dạ đều tăm. Việt nhớ những ngày nhỏ cũng thường được mấy ông lính Mỹ cho so-cola mỗi lần gặp. Cả đám nhóc lẫn ông Mỹ đều rất vui như anh cùng tụi nhỏ lúc này.

Việt bước vô quán. Vài người đã đứng tuổi vẫn dỡ nón ra chào, người không đội nón thì nghiêng mình, gật đầu, vài chàng thanh niên thì chào theo lối nhà binh. Việt cảm thấy lâng lâng người, những người lính thiệt là được kính trọng dù ở cấp bậc nào. Anh vui vẻ cúi người, gật đầu đáp trả lại hết và kèm lời cảm ơn. Việt hơi tiếc một chút, quán không có mặt chàng mắt kiếng, có lẽ giờ này chàng ta đang "gạo" ráo riết trong lớp học.

Rồi Việt rời quán, xuất hiện trước cổng trường. Bất ngờ quá đỗi, Nụ Tím Gia Long đứng như trời trồng. Sau đó, cặp đôi lững thững bộ hành như ngày chàng ta lẽo đẽo theo sau. Không khí lúc này chưa Tết lắm nhưng với nhành mai ôm trước ngực, Nụ Tím Gia Long đã kéo Xuân về sớm hơn, còn chàng lính mang đến cho mọi người một bầu không khí được bảo vệ an bình.

Tiếng pháo nổ, tiếng pháo nổ giòn tan khắp thôn xóm, khắp phố phường những ngày giáp Tết. Lai rai hổm rày pháo đã nổ đì đùng, pháo nổ ở những nhà cúng Tổ thợ nghề, cúng ông Táo, cúng Tất Niên sớm, cúng rước Ông Bà sớm. Đêm Giao Thừa và sáng mùng Một thì ôi thôi, pháo nổ liên hồi, xác pháo rợp trời. Đêm Ba mươi, Việt cũng vận bộ quân phụ cùng Nụ Tím Gia Long cũng với tà áo dài tím thẫm dạo chợ bông Nguyên Huệ. Đôi trai tài gái sắc và hàng ngàn, hàng ngàn lượt người ăn bận đẹp với chợ hoa như tương tác với nhau, bên này làm cho bên kia rực rỡ lên, bên kia tôn vinh cho bên này thêm sắc thái. Tết, chỉ có Tết, không còn mấy nỗi lo gì khác, không còn mấy nỗi lo chiến tranh, chiến trận.

Và, tiếng pháo nổ đì đùng cũng là tiếng đưa tiễn Việt trở lại với thao trường sau mấy ngày Xuân nồng.

***

Đã bước sang đầu tháng Tư Dương lịch, tức đã hai tháng sau Tết Nguyên Đán. Một buổi sáng Chúa Nhựt, Việt chạy ra sân bay khá sớm, đón chiếc không vận C133A to lớn hạ cánh chở kèm theo khá nhiều người đi thăm. Lần lượt đoàn người bước xuống hết, tuy nhiên, người mà Việt chờ đợi lại không thấy, anh thất vọng lắm lắm.

Ông sĩ quan xuống cuối cùng đi vào Trung tâm, Việt đưa tay ngang trán chào ông tuy lúc này anh bận đồ savin, thấy Việt và một vài người nữa đứng có vẻ thẩn thờ ông hỏi:

- Các cậu đón người thân phải không?

Việt đáp:

- Dạ, thưa Thiếu tá.

Thiếu tá cười:

- Phiền các cậu đợi chút nữa nhé. Còn chuyến sau, chuyến này đông quá, chở không hết.

- Dạ, không phiền chi hết, thưa Thiếu tá - Việt quay sang nhóm cùng chờ: Thì ra là vậy - Cà nhóm tươi vui trở lại.

Chừng một tiếng đồng hồ sau thì một chiếc trực thăng đáp tiếp. Nụ Tím Gia Long bước xuống thì cúi người chạy ào tới chỗ Việt, mái tóc mượt của cô nàng bay bay gần như xoay vòng trong gió nhưng không thấy rối chút nào. Cô nàng liếng thoắng:

- Em tưởng đến sớm chứ. Máy bay cất cánh trước cả chuyến kia thiệt lâu, nhưng phải ghé lại sân bay Căn tại Phan Thiết để làm việc gì đó. Anh đợi có lâu hông?

Việt vuốt sửa lại mái tóc cô nàng:

- Lâu, lâu lắc hà. Đợi chờ hình bóng của em, mỗi giây mỗi phút mà như cả thế kỷ á.

Nụ Tím Gia Long hứ dài:

- Thiệt hông đó. Hay nói gió như mấy ông văn chương.

- Anh có văn chương đâu.

- Anh thì có khác gì.

Việt cười "hì hì":

- Thôi ta đi ăn sáng đã cái nhé.

- Anh đãi em món gì nè.

- Anh sẽ đãi em món lạ nơi đây.

- Em biết rồi. Nem nướng Ninh Hòa nổi tiếng chứ gì?

- Ưm, nem nướng thì ai cũng biết rồi. Chỉ để đem về làm quà thôi. Anh sẽ đãi món khác.

Đưa nàng tới quán ăn. Việt gọi cho hai tô. Đó là hai tô… phở. Nụ Tím Gia Long dĩ nhiên tròn xoe đôi mắt nai. Thế rồi từ từ mới nhận ra điều lạ. Phở nơi này là phở heo chứ không phải phở bò phở gà như thường lệ ở các nơi, rau sống ăn kèm cũng rất lạ chứ không là những cọng húng quế, ngò gai, ngổ, thay vào đó là rau tựa như rau ăn mì Quảng trên xứ sở hoa anh đào, những vòng bắp chuối tròn tròn, bắp cải được xắt sợi mỏng, và vài lá rau thơm *(Húng lủi)*… Nụ Tím vừa thưởng thức vừa gục gật:

Đúng là lạ thiệt á anh, nhìn đã thấy lạ rồi, ăn thì càng lạ về mùi vị hén, ngon thiệt là ngon. Cảm ơn anh hen!

Việt chở cô nàng đi… Hiển nhiên là đi chơi, nhưng đi đâu đây ta? Xuống thị trấn Ninh Hòa chắc? Không. Giống bé cái lầm như anh bạn của Việt, Việt chở cô nàng ngược hướng, lên đèo Phượng Hoàng.

Trên đường đi, Nụ Tím Gia Long cũng đoán:

- Mình đi suối Đá đó đa?

Việt có đôi chút ngạc nhiên:

- Sao biết có suối Đá ở đây?

- Ưm… em nghe ngóng được thôi.

- Nghe ngóng cũng khá ha. Nhưng bữa nay mình hông đi suối Đá.

- Đi ra ngoải sợ chứ gì?

- Sợ gì?

- Sợ gặp người ta ở điểm hẹn hò, đã từng hẹn hò ở đây chứ gì. Rồi người ta nghĩ bữa nay Chúa Nhựt cũng sẽ vậy. Ôi! Sợ có nhiều người ta nữa đó chứ. Ở đây nổi tiếng có các cô gái đẹp mà.

Việt không nín được cười, anh cười "khục khục":

- Nghe ngóng không những khá mà phải nói là giỏi dữ. Đúng là ở đây tiếng tăm về các cô gái đẹp. Nhiều chàng lính chết mê chết mệt luôn. Nhưng anh thì cần gì, anh chỉ yêu mỗi sắc tím mà thôi.

Nụ Tím Gia Long nghe mà sướng rên mé đìu hiu, nhưng cô nàng giả bộ giả lả:

- Thiệt hông đó. Hay lại nói gió nữa đây.

- Thề giữa đèo Phượng Hoàng này luôn.

- Í, í, thôi đi, thôi đi, khỏi thề gì hết, em biết rồi. À, vậy mình đi chơi đèo Phượng Hoàng hả anh.

Việt gật đầu:

- Đèo đẹp lắm!

Đến đỉnh đèo, tiếp tục ở chỗ thoáng đãng Việt hay ngồi để ngắm toàn cảnh. Rồi Việt đưa cô nàng đến một chỗ mà anh mới phát hiện phía dưới đèo một chút và men men phía sườn đồi một chút.

Đến nơi, rải rát đây đó có những cây sim, mùa sim bắt đầu nở bông, lát đát vài bông hoa nở tím màu, thiệt là trùng hợp, tím rừng hòa lẫn tím Gia Long. Nhờ tím này mà một khoảng thời gian xa vắng Việt đỡ nhớ tím kia biết chừng nào, bởi nó cho thấy hình bóng cô nàng trước mặt.

Ở chỗ nào cũng lạ lẫm với cô nàng Nụ Tím Gia Long, chỗ nào cũng hút hồn cô nàng. Mùa sim nở rộ thì chắc chắn còn hút hồn nhiều nữa. Chọn một cội sim già, đôi trai gái trẻ ngồi thủ thỉ tâm tình. Và dĩ nhiên không thể thiếu một bông sim cài trên mái tóc óng mượt. Nụ Tím Gia Long mơ ước:

- Ước gì mình được ở nơi tuyệt vời này há anh.

Việt gật đầu:

- Ừ. Những biết đâu được, có thể một lúc nào đó mình sẽ tới đây, sẽ cất ngôi nhà nhỏ bên cạnh gốc sim già này, sẽ trồng rau và nuôi một đàn cừu, một đàn dê, sẽ có một mảnh vườn đầy bông hoa mà ở đó những đứa con nhỏ thân yêu thỏa thích chơi đùa, thỏa thích hưởng thụ bầu không khí trong lành, bình yên, thỏa thích ngắm sao trời về đêm.

Việt tả lại bầu trời đêm làm cô nàng Nụ Tím Gia Long càng thích mê mệt. Nàng không thể thôi mơ ước:

- Ngôi nhà nhỏ trên sườn đồi nhỏ thôi, không cần trên thảo nguyên mênh mông, và chúng ta sẽ bình yên mãi mãi ở nơi tuyệt diệu này.

Gốc sim già lay động, chứng nhân cho đôi lứa thủy chung. Và Việt hẹn trở lại, không phải là lần đem vật liệu để xây tổ ấm, sẽ sớm thôi, một tháng sau thôi, đó là ngày cuối anh ở thao trường, sau đó sẽ chánh thức trở thành người lính. Hẳn chắc chắn Nụ Tím Gia Long phải có mặt ở buổi lễ này.

****

Nhưng không có buổi lễ diễn ra, không bao giờ có, Việt không nhận được cái bê rê nâu chánh thức, không bao giờ.

Trước ngày tốt nghiệp một tuần, một tin chấn động được báo đến, chấn động như cơn địa chấn với mức báo động đỏ ở nơi chưa bao giờ có rung chấn dù nhỏ nhoi. Quân đội Quốc gia đã thất thủ một số nơi, từng vùng đất dần dần rơi vào tay quân Bắc Việt, và quân Bắc Việt hăng máu càng say máu tiến nhanh, tiến đã gần đến nơi này, sắp sửa nuốt trọn, nuốt chửng miền Nam.

Nhận được tin, ai nấy đều bàng hoàng. Song, gạt bàng hoàng sang một bên, tất cả đều một lòng xin nhận súng nhận đạn để góp công sức cùng chống trả, chặn đứng đường tiến quân để không bị thôn tính. Rồi, một lần nữa lại nhận được lịnh mà thất thần, lịnh không chống trả, Trung tâm sẽ giải tán và chuẩn bị đi tản.

Còn nỗi đau đớn nào hơn?

Cho tới lúc này thì với Việt, không có nỗi đau đớn nào lớn hơn nữa. Buồn rầu, thất vọng, anh xách xe ra đạp nổ máy chạy đi.

Anh chạy bất định, chạy trong vô thức, chạy theo kiểu của con ngựa quen đường cũ. Mọi hoạt động kể cả của người dân sở tại dường như chừng hết lại, dường như thời gian không còn chạy nữa, không gian cũng chừng lại thành không gian tĩnh. Việt anh đang băng băng chạy trong một mô hình mà điêu khắc gia mô tả các trạng thái hoạt động của con người, của cảnh vật bị dừng lại một cách gây ngạc nhiên, giống như người ta đang biểu diễn thì cho ngừng các con rối.

Và rồi Việt rùng mình, với một bầu không gian lặng im như tờ thì càng làm lộ rõ tiếng đại liên nổ giòn. Anh rồ ga mạnh, cắm đầu chạy, chạy và chạy, lỗ tai anh khản đặc tiếng súng liên thanh đang càng lúc càng ré lên, tiếng súng chát chúa rượt đuổi ngay sau lưng mình. Càng lúc thì Việt càng lạnh gáy, anh ngoái nhìn lại phía sau, tiếng súng rất gần, gần sát bên tai nhưng tuyệt nhiên không thấy một bóng người, không thấy một họng súng nào cả. Ngay lúc đó thì mấy tiếng "quạt, quạt, oác oác" gì đó phát ra xen ngang, có thể là tiếng của con quạ, có thể là tiếng của con diều hâu, cũng có thể là tiếng của con kền kền chuyên rình mò ăn xác chết, Việt không rõ lắm là tiếng gì, ở đây anh chưa thấy kền kền bao giờ, nhưng những tiếng này đã đánh thức tâm trí Việt, làm gì có ai truy đuổi anh với đạn bay cheo chéo bên mang tai, đó là tiếng nổ của ngay chính chiếc xe của anh mà thôi.

Định thần được phần nào thì Việt cũng vừa chạy tới đỉnh đèo. Những con ngựa cũng quen thuộc với bến bãi. Anh dừng xe như mọi khi ở nơi này.

Đêm xuống. Bầu trời có đầy ánh sao hay không? Hình như là có, có cả ánh trăng sáng tỏ hay một nửa vầng trăng sáng gì đó. Việt chẳng màng, chẳng thiết bầu trời đẹp hay là không, anh cũng chẳng thiết tới thời gian, chỉ thấy màn đêm thì biết nó là đêm. Bầu trời lúc này vô tác dụng với anh cũng như trong suy nghĩ của mình anh là một người vô dụng.

Phiến đá mọi lần là điểm tựa cho Việt thì nay lạnh lẽo, chẳng khác nào một khối băng vĩnh hằng. Thân thể của Việt cũng đâu có khác gì mấy, người anh ngồi đó gần như bất động và cứng đờ, xụi lơ. Anh lim dim anh nhắm mắt, anh nhắm mắt anh lim dim, anh ngước đầu lên bầu trời, vũ trụ đẹp đẽ ngày nào để anh thả hồn len lỏi tìm ánh sáng, tìm con đường chân lý của ánh sáng thì nay đã biến thành một vòm hầm tối tăm, tối tăm bịt bùng bao phủ, anh cúi đầu, không có những hàng sim, không có gốc sim già, không có những dãy đồi tiếp nối những dãy đồi nhấp nhô với những bãi cỏ non xanh mướt, cũng chỉ có một màu đen chiếm hết mọi chỗ, chỉ có một con đường hầm tăm tối, ngày một tăm tối dẫn xuống vực sâu đen ngòm…

"Sự đau khổ tận cùng có thể dẫn đến một trong hai phản

ứng trái ngược nhau: Một là nó làm cho người ta trở thành cay đắng, chua chát và thù hận với mọi người; hai là nó làm cho người ta trải đời, từ đó, độ lượng và nhạy cảm hơn trước những nỗi đau của người khác.” *(Nhà thơ Phan Quỳnh Trâm)*

Trạng thái thứ nhứt đã vận vào người Việt. Anh tức tối, còn hơn là tức tối, anh điên tiết lên, anh gồng mình hét lớn, “Hèn nhát, những kẻ hèn nhát.” - Đó là anh nói tới những người chỉ huy ở Trung tâm. Tại sao phải giải tán, tại sao phải bỏ chạy, tại sao không chống trả tới hơi thở cuối cùng? Tại sao cũng chính những người chỉ huy này, trong các bài tập, các bài giảng luôn luôn hò hét, luôn luôn ủy lạo để vực dậy tinh thần cho các tân binh thụ huấn? Có những lúc Việt té sấp mặt xuống vũng sình, người không nhúc nhích nổi, anh muốn nằm chết lịm luôn cho rồi, nhưng anh vẫn phải cố gượng người dậy để vượt qua. Và được chính những vị chỉ huy này khen ngợi, “Phải như thế chứ, phải đi đến cùng…” - Cớ sao bây giờ lại như vậy? Cớ sao bỏ mất lời thề: *“Tổ quốc - Danh dự - Trách nhiệm”*. Cớ sao không hãy cứ chiến đấu, dù có chiến bại, dù có chết cũng phải chết một cách hiên ngang, một cách xứng đáng chứ.

Việt vùng đứng dậy, anh bặm môi muốn bật máu, “Ta sẽ bắn hết các ông, một lũ hèn nhát. Ta sẽ bắt các người cùng chiến đấu, ta sẽ bắn hết sạch những kẻ bỏ chạy.”

Bầu máu nóng hừng hực như lửa chảy trong người Việt, chưa bao giờ tình cảnh này diễn ra, đây là lần đầu tiên trong đời anh không tự chủ được mình, không chờ suy xét mà hành động ngay. Việt nhào đến chiếc xe, nhảy ào lên vừa lấy chưn hất cho xe chạy vừa đạp máy và rồ ga hết cỡ…

Trở về tới Trung tâm, Trung tâm ngổn ngang như một bãi chiến trường, chỉ không có mùi khét của lửa cháy, của thuốc súng, và không một bóng người. Máu của Việt dịu xuống thì anh trở thành một chú bé ngơ ngác nhìn chim bay, một chú bé ngơ ngác lạc vào khu đất vừa bị địa chấn làm cho mọi thứ ngổn ngang mà không hiểu vì sao. Vừa chiều qua chỉ mới có thông báo chung chứ chưa có báo động khẩn cấp, vậy mà chưa hết một đêm, mọi người đã đi hết cả, không còn lại một ai dù bây giờ trời còn chưa ửng sáng.

Việt mệt mỏi lê bước về lán trại của mình. Vừa đi anh lại muốn quay đầu chạy đuổi theo để nã đạn vào những người chỉ huy, nã đạn vào những kẻ nào anh thấy sự hèn nhát, nhưng ngọn lửa máu đã không còn ngùn ngụt, người thì mệt mỏi rã rời nên Việt thả người cái ình, bệt người dựa vách trong lán.

Rồi Việt bật khóc ngon lành, khóc như một đứa con nít, một đứa con nít bị đem bỏ bơ vơ giữa chợ, giữa đường, anh khóc không kìm nén được, khóc như thể sự tổn thương là sự hồn nhiên. Có chuyện quái dị này nữa sao? Đã khóc mà hồn nhiên? Có chứ. Có lắm chứ. Có bật cười hồn nhiên vì một sự việc nào đó làm cho bật cười thì khóc cũng vậy thôi, một cách của trạng thái vô thức vậy, chẳng hạn đứa bé bật khóc huhu vì té đau rồi sẽ nín bặc ngay khi hết đau, ngay lập tức trở lại bình thường, thậm chí là cười ngay sau đó mà chẳng cần truy căn nguyên, chẳng cần nhớ sự việc vừa trải qua ra sao hay lưu trữ điều gì. Việt không có được điều này, cũng như không có sự hỏi han ân cần của nhiều người khi bắt gặp một đứa con nít đứng khóc bơ vơ, xung quanh anh chỉ là những đống ngổn ngang, anh không ngưng bặc được tiếng khóc, khóc bây giờ chuyển dạng thành rưng rức, rưng rức…

Khóc òa òa, rồi sau đó thôi ngay, để cho sự việc gây nên khóc bay theo một cơn gió, trôi theo một dòng nước đi mất tiêu thì sẽ rất dễ chịu, dễ trở lại bình thường như chưa từng có việc gì xảy ra. Rưng rức thì không, rưng rức rất khó chịu. Rưng rức nó làm cho thân thể Việt cứ cách một khoảng thời gian ngắn lại rung hoặc giựt giựt, rung giựt nhẹ bên ngoài nhưng bên trong thì tựa hồ có một con dao được mài sắc lẹm, bén ngót cứa thành những vết thương lòng nhức nhối, nhức nhối tàn canh.

Lần đầu tiên Việt bị mang những vết thương lòng vượt

giới hạn. Là người mẫn cảm và sự việc lại xảy ra lần đầu nên anh cảm thấy chắc chắn rằng không thể vượt qua được. Tâm hồn Việt chất chứa không phải là sự kiêu hãnh mà chất chứa nỗi niềm tự trọng, quá đỗi dễ tổn thương khi gặp phải biến cố.

Việt lắc đầu quầy quậy rồi lầm bầm, tự hỏi và tự trả lời cũng với giọng rưng rức, "Không thể được, không thể nào chịu đựng nổi. Vậy thì phải làm sao? Làm sao thoát ra tình cảnh này? Thoát ra bằng cách nào ?... Ừ, thoát ra bằng một... viên đạn là gọn gẽ nhứt, là mau lẹ nhứt. Ừ, hãy chết quách đi cho rồi, gì gì đi chăng nữa cũng là một kẻ bại trận dù chưa một lần ra chiến trường, chưa hề bắn được một viên đạn gọi là chiến đấu. Trở về để làm gì khi trong người mang vết thương. Vết thương lòng nặng trĩu sẽ gặm nhấm tâm hồn như lũ dòi bọ chui rúc lúc nhúc gặm nhấm xác chết chứ chẳng thể khác được đâu..."

Việt lê bước xiêu vẹo đến kho Quân tiếp vụ. Đồ Quân tiếp liệu vương vãi khắp kho. Lục tìm một hồi thì anh cũng tìm được khẩu súng lục và hộp đạn. Việt run run mở hộp đạn, anh muốn sự vụ kết thúc càng nhanh càng tốt nên nạp đạn thiệt lẹ, nhưng càng muốn nhanh thì càng run, run lật bật làm viên đạn cứ trật lên trật xuống và có viên rơi rớt xuống đất. Việt cũng không nghĩ ngợi nhiều về sự lo sợ để đến nỗi phải run run, anh nghĩ nó nhẹ nhàng như sợi lông hồng, nhưng không hiểu sao lại xảy ra như vậy, có lẽ cũng là rơi vào trạng thái vô thức, hay là một trạng thái tiềm thức lo âu trong trí não bị đánh thức mà anh không làm chủ được. Việt nạp được vài viên cho khẩu rulo, anh muốn nạp cho đủ sáu viên, vẫn với dáng dấp xiêu vẹo, vừa bước đi vừa nạp đạn, anh va vào một vật gì đó làm vang lên tiếng rổn rảng, ngoái đầu dòm thì ra đó là những kết la de *(Bia, bia Quân tiếp vụ dành cho quân nhân, một loại với bia Con Cọp của hãng BGI)* chất chồng ở đây. Chợt Việt nảy ra ý nghĩ rằng, có chết, cái chết của kẻ thua cuộc chăng nữa cũng cần phải có cái chết đẹp đẽ một chút, một cái chết lãng đãng một chút, anh hếch mép cười khẩy, chết với một chút men trong người như người ta biểu diễn túy quyền trước khi giáp trận cho có một chút oai phong, bớt đi sầu thảm và biết đâu chừng linh hồn còn được là đà sương khói. Ý nghĩ này đến làm Việt nạp đạn dễ dàng. Đút khẩu súng vào đai lưng quần, Việt rút một chai la de bật nắp tu ừng ực, anh rút tiếp chai nữa đút vào túi quần bên, tay cầm thêm hai chai nữa đi ra khỏi kho. Trên đoạn đường đi anh với tay lấy mấy tờ tạp chí anh nghĩ sẽ có thơ trong đó, đọc một vài bài thơ và vài bài của mình nếu nhớ hết thì càng có cái chết đẹp đẽ. Và không đâu đẹp bằng nơi đỉnh đèo quen thuộc của anh để nằm xuống.

Việt tựa như một hiệp khách giang hồ, anh cầm chai la de dốc ngược tu ừng ực, rồi đưa hai cánh tay dang ngang, bước tới bước lui như đảo qua đảo lại, đảo qua đảo lại thì một cánh tay co một cánh vẫn để thẳng và đổi tay cho nhau, đảo bên này thì co bên kia, đầu cổ cũng nghiêng qua nghiêng lại theo, anh giống như đang hòa mình vào không gian, bay bay vào không gian, mà cũng giống người ngà ngà say, chưn nam đá chưn chiêu… Song, Việt ngừng lại, ngửa đầu lên trời đọc thơ. Anh rất khoái những bài thơ của thi sĩ Nguyễn Bắc Sơn, dĩ nhiên anh không thích tâm trạng buông xuôi vì ghét chiến tranh trong thơ của ông, nhưng có những điều rất hợp với tâm trạng anh lúc này:

…
Ta vốn hiền khô ta là lính cậu
Đi hành quân rượu đế vẫn mang theo
Mang trong đầu những ý nghĩ trong veo
Xem cuộc chiến như tai trời ách nước
Ta bắn trúng ngươi vì ngươi bạc phước
Vì căn phần ngươi vì xui khiến đó thôi
Chiến tranh này cũng chỉ một trò chơi
Suy nghĩ làm chi cho lao tâm khổ trí
Lũ chúng ta sống một đời vô vị

Nên chọn rừng sâu núi cả đánh nhau
Mượn trời đất làm nơi đốt hỏa châu
Những cột khói giả rừng thiêng uốn khúc
Mang bom đạn chơi trò chơi pháo tết
Và máu xương làm phân bón nơi rừng hoang

(Chiến Tranh Việt Nam Và Tôi)

...

Đêm nằm ngủ võng trên đồi cát
Nghe súng rừng xa nổ cắc cù
Chợt thấy trong lòng mình bát ngát
Nỗi buồn sương khói của mùa thu

Mai ta đụng trận ta còn sống
Về ghé sông Mao phá phách chơi
Chia sớt nỗi buồn cùng gái điếm
Đốt tiền mua vội một ngày vui

Ngày vui đời lính vô cùng ngắn
Mặt trời thoắt đã ở phương Tây
Nếu ta lỡ chết vì say rượu
Linh hồn chắc sẽ thành mây bay

Linh hồn ta sẽ thành đom đóm
Vơ vấn trong rừng động Thái An
Miền Bắc sương mù giăng bốn quận
Che mưa giùm những đám xương tàn

(Mật Khu Lê Hồng Phong)

Trời bắt đầu ửng sáng. Đứng nơi này nhìn thấy được cảnh mặt trời lên, có thể là rất đẹp nữa, nhưng Việt không chờ đón nó, anh không nhìn về hướng đó, bầu trời hừng sáng, những tia sáng vô giá trị với anh vào lúc này. Việt cũng không nhìn về hướng Tây như lời trong bài thơ.

Và, có điều lạ lùng, có phải chăng cám cảnh của anh mà trời bỗng dưng có sương mù? Không biết nữa, không biết có phải vậy không nữa, nhưng sương mù xuất hiện ngay trước mặt Việt, sương mù là đà như mây khói giữa sơn khê.

Việt nhẹ nhàng đưa bàn tay lướt qua lại trong sương và thấy sao nó mong manh quá, sợ màn sương lơ lửng tan nhanh, tan biến mất liền tay như kiểu cách nó bất chợt xuất hiện, anh liền đưa ngón tay trỏ lên quyết định tức thì, Việt muốn dòng máu của mình, linh hồn của mình hòa quyện trong nó, hòa quyện cùng với sơn khê trong cảnh này là tuyệt đẹp.

Lại có điều lạ lùng hơn, Việt không thấy ngón tay mình, thay vào đó, anh thấy mây khói kết lại thành hình hài, thành hình ngôi nhà của anh, gia đình anh, ngôi làng của anh, những ngôi trường của anh hằng yêu mến, và hơn hết là hình bóng của nàng Nụ Tím Gia Long trong tà áo dài phất phơ, uyển chuyển chẳng khác gì trong mơ...

Tự nãy giờ, tự trong tiềm thức bắt anh hướng nhìn về phương Nam mà anh không hề hay biết, nỗi buồn mụ mị trong anh làm anh quên bẵng tất cả.

Việt lại bị kéo ngồi xuống trong dáng phủ phục. Rưng rức lại kéo tới. Rưng rức dồn dập biến thành thổn thức. "Tội lỗi, ta thiệt là tội lỗi, ta chọn cách êm ái ra đi mà không thèm đoái hoài chi hết đến đấng sanh thành, đoài hoài đến ai hết cả..." - Việt liên tục thổn thức.

Cuối cùng, dĩ nhiên, cũng với ngón tay trỏ, anh quyết định trở về dù mang trong lòng vết thương loang máu. Và làm bạn với thời gian phía trước, chờ đợi cho những quyết định tiếp theo, cũng hãy chưa có gì là muộn màng.

Chương ngón giữa dặm trường
TANG TÓC *vương muôn nẻo*
Theo người - neo quê hương?

Việt lục trong kho lấy hai khẩu súng M16 vắt vai, mấy thùng đạn và một thùng xăng anh cột phía sau yên xe, trực chỉ quê nhà mà rồ ga chạy.

Việt chạy băng băng. Không chỉ con đường nhỏ anh chạy tắt không qua thị trấn Ninh Hòa mà ra tới Quốc lộ, đường xá chỗ nào cũng vắng ngắt. Tới thành phố Nha Trang cũng vậy, người ra đường rất thưa thớt chứ không sầm uất như trước đây gây khá ngỡ ngàng cho anh, rồi dần vào các thị trấn Cam Ranh, thị xã Phan Rang - Tháp Chàm, thị xã Phan Thiết cũng không khá gì hơn.

Việt cắm đầu chạy miết, chạy miết, cho bánh xe cuốn tròn con đường mỗi lúc càng nhanh hơn, anh bỏ lại sau lưng tất cả, chỉ một hướng, hướng tới phía trước. Lâu lâu Việt dừng xe, do gặp phải trạm gác chặn lại xét hỏi giấy tờ, song thì kéo barie cho qua nhanh.

Chạy về tới Bảo Định, cửa ngõ của thị xã Xuân Lộc *(Thị xã Long Khánh ngày nay)*, không chỉ bị chặn xét sơ ở bên barie, Việt bị đưa vào thẩm vấn khá lâu trong một căn phòng. Gần hai tiếng đồng hồ sau thì mới xong. Đưa anh ra ngoài, ông Đại úy cười mà trong khoảng thời gian cùng thẩm vấn với mấy người nữa sắc mặt ai cũng rất nghiêm trang, ông vỗ vai anh và nói:

- Xin lỗi cậu! Tình thế đang rất căng thẳng, buộc chúng tôi phải giữ cậu khá lâu để minh xác. Mong cậu không phiền chi.

Việt đáp lời:

- Dạ thưa Đại úy, không có gì. Em còn có được bài học về tinh thần trách nhiệm.

Đại úy hỏi:

- Bây giờ khá tối rồi, cậu về luôn hay sao? Hay để tôi thu xếp chỗ nghỉ qua đêm, sáng mai về cho an toàn?

Việt nóng lòng về nhà, anh trả lời:

- Dạ thưa, em về luôn. Cảm ơn Đại úy!

Chào Đại úy theo kiểu nhà binh, Việt bước đi. Được mấy bước thì anh suy nghĩ lại, quay lại hỏi:

- Dạ thưa, hồi nãy em nghe Đại úy nói tình hình rất căng thẳng, Đại úy cho em biết sơ được không?

Đại úy gật đầu:

- Chúng ta thất thủ nhiều nơi. Xuân Lộc bây giờ là chốt chặn, cửa ngõ trấn giữ Đô Thành *(Đô Thành Sài Gòn)*, thông tin nay mai Cộng quân sẽ tấn công phá vỡ phòng tuyến này, chúng tôi đang ráo riết chuẩn bị phòng thủ. Cậu đi đường nên cẩn thận, đoạn đèo Mẹ Bồng Con, Trảng Bom rất vắng vẻ.

Việt cảm ơn lần nữa, nhưng rồi anh lưỡng lự không muốn đi, anh hỏi:

- Dạ thưa Đại úy… em… em có thể… ở lại góp chút sức…

Đại úy cắt ngang:

- Thôi, thôi, cậu nên về đi, dù gì cũng cảm ơn cậu! Chúc cậu may mắn nhé cậu trẻ cậu… triết.

Đại úy bước đi. Ông thực sự không muốn một chàng trai trẻ tham gia vào cuộc này, ông không muốn mất đi một chàng trai còn đầy tương lai phía trước, một anh chàng có thể trở thành một triết gia. Nghe giọng nói của ông, Việt hiểu điều đó, nên anh tần ngần một chút, nhưng rồi anh vẫn chạy theo:

- Dạ thưa Đại úy, em không thể đi như thế này, xin Đại úy hiểu cho, em không muốn làm anh hùng, cũng chẳng bao giờ thích chiến trận nhưng tình thế rất nguy cấp, một chút sức mọn cũng có ích, vả lại không thể quá hèn như thế này, xin Đại úy thu nạp, cho em ở lại.

Bây giờ thì Đại úy lưỡng lự. Việt nói cứng rắn hơn:

- Dạ thưa, đây là quyết định của em, dù ra sao em cũng chấp nhận, không liên quan gì tới Đại úy, xin Đại úy đừng phân vân và đừng khuyên em trở về. Nếu không gia nhập nơi này em cũng sẽ gia nhập nơi khác.

Đại úy nhìn thẳng vào mắt Việt một hồi, ánh mắt Việt rất dứt khoát trong quyết định, nhưng ông vẫn hỏi lại:

- Cậu chắc chứ?

Việt gật đầu ngay:

- Dạ, thưa, chắc chắn.

Đại úy đành gật đầu nhẹ:

- Thôi được. Cậu cứ tạm ở lại, nhưng muốn đi lúc nào thì cứ hãy đi nhé. Để tôi gọi người lo liệu chỗ cho cậu.

Đại úy đi về phòng mình, rất cảm khái tinh thần của Việt, song ông không hề vui chút nào.

* * *

Hai ngày lặng lẽ trôi qua. Thị xã Xuân Lộc không vắng lặng như các nơi trên đường Việt đi qua nhưng cũng không hẳn được bình thường, dân chúng vẫn nghe ngóng tin tức, và có hạn chế ra đường.

Sang ngày thứ ba, trời chưa ửng sáng thì khắp nơi trong thị tứ nhỏ bé yên lành bấy lâu nay đột ngột rung chuyển, rung chuyển kinh hoàng vì bị pháo kích dữ dội của Cộng quân. Đạn pháo hạng nặng bắn rào rào như mưa vào thị xã. Đạn pháo bất chấp nơi nào, chúng không có mắt, cứ có đường thì chúng đi, đường trên không thì vô lối, và cũng không có gì ngăn cản được đường đi của những quả đại bác. Đạn pháo thản nhiên đi vào nhà dân, đi vô chợ búa, trường học, đùa giỡn ở chốn đình thờ, ở chùa chiền, ở nhà thờ, ở công sở… Dĩ nhiên làm sao nó bỏ qua những căn cứ quân sự, đó là những điểm nó nhắm đến đầu tiên. Đạn pháo liên tiếp nổ ầm ầm tưởng chừng không bao giờ dứt.

Việt được Đại úy gọi lên. Ổng nói:

- Chúng ta bị pháo kích tấn công ai cũng biết rồi. Tin tức cấp báo dân chúng bị nạn rất nhiều và đang chạy nạn. Đã có lịnh cho một số đơn vị quân đội giúp dân sơ tán. Cậu có chiếc xe, vậy hãy tham gia vào nhóm Hồng Thập Tự mà đi cứu giúp dân lành nhé.

Việt lưỡng lự, vì anh muốn ở lại và nghĩ Đại úy trao cho anh cơ hội để tránh cầm súng:

- Dạ thưa Đại úy, em… xin ở lại chiến đấu…

Đại úy bước tới vỗ vai Việt:

- Tôi hiểu ý cậu, rất xứng đáng là một quân nhân. Nhưng trong thị xã bây giờ cũng đã là chiến trường rồi đó, không còn là nơi chốn yên tĩnh của dân chúng nữa, sau đợt pháo kích địch chắc chắn sẽ tấn công bộ binh, vào đó có khi phải cầm súng chống giặc chứ không chỉ là cứu thương, giúp dân sơ tán. Vả lại đi cứu nạn không phải là hành động trốn tránh trách nhiệm, là hèn nhát, với tôi còn là việc quan trọng trên hết. Hẳn cậu rất rõ rằng "Cứu người như cứu hỏa." - Hay "Cứu một mạng người còn hơn xây bảy tòa tháp." - Thứ nữa, phải biết thời điển nào, công việc gì là phù hợp nhứt. Ngày xưa, tôi cũng không khác gì cậu, nhưng giáp trận đầu tiên, tôi lính quýnh không biết làm sao nạp đạn, không biết lên đạn thế nào, rồi run cầm cập và phân vân không biết có nên bóp cò, có nên giết người không nữa. Chỉ chắn chắn có một điều, thấy người bị nạn, dù có ghê sợ, dù có ớn óc, nhưng rồi sẽ mau chóng bỏ lại sau lưng để lao tới cứu mà thôi.

Nghe lời giảng giải từ tốn của vị Đại úy, Việt ngộ ra, anh đưa tay theo điều lịnh:

- Dạ thưa, xin tuân lịnh Đại úy.

Việt chở theo Quân y y sĩ Thắm chạy vào thị xã.

Thị xã hỗn loạn còn hơn bị cơn đại hồng thủy. Tiếng xe rú ga, tiếng bước chưn người rầm rập thi nhau tìm nơi chạy trốn, tiếng la hét thất thanh, tiếng khóc, gào rú tuyệt vọng, những trái pháo dội xuống thì những nóc nhà bị hất tung vào không trung, vật liệu, đất cát, khói lửa bay mịt mùng, đổ nát chồng chất lên đổ nát, xác người chết chồng lên xác người, xác người, xác gia súc tan nát văng tung tóe, người bị thương nằm rên la vất vưởng…

Việt bàng hoàng, đồng đội anh bàng hoàng. Không thể, không thể có một ai đó không bàng hoàng với cảnh tượng này. Việt còn hơn thế nữa, anh thất thần, anh run lẩy bẩy, anh đứng như trời trồng cả buổi lâu không biết làm gì. Một quả đạn pháo dội xuống, nổ một tiếng uỳnh lớn cách vài chục bước chưn trước mặt, người đồng đội kéo anh ngã dúi anh mới bừng tỉnh. Rồi bắt đầu như một cái máy, làm theo hiệu lịnh của đồng đội, anh ẵm bồng những người bị thương vào những nơi còn có chỗ che chắn để băng bó, không ẳm bồng nổi thì anh cố hết sức kéo vô, sau đó chở đi những nơi tập kết. Người bị thương nhẹ dìu và vịn vào nhau, người không bị thương lo cho người bị thương nặng…

Suýt soát trên dưới hai tiếng đồng hồ từ lúc khai mào quả đầu tiên thì tiếng pháo ngưng. Cả mấy ngàn trái pháo dội tan tác thị xã. Và đúng như lời đoán của vị Đại úy, Cộng quân tấn công bộ binh ngay sau đó.

Tai của Việt đã khản đặc và đang tập trung hết sức nên anh không nghe được tiếng súng tấn công nữa. Anh chỉ nghe kể lại rằng quân Việt cộng đông như kiến cỏ, xung phong hàng hàng lớp lớp, và cũng hàng hàng những chiến sĩ bị bắn ngã gục xuống trong đó có những người lính trẻ măng, mặt còn bấm ra sữa, có thể không quá mười bảy tuổi, có khi chỉ mười lăm mười sáu không chừng. Họ ngã xuống như vậy chứ vẫn không ngừng hô xung phong và tiến, hăng máu tiến như vũ bão và lại bị ngã xuống như rạ. Việt không rõ lắm cuộc chiến kéo dài bao lâu. Toàn thị xã bị bao vậy, bị tấn công tứ phía nhưng các phòng tuyến vẫn trụ vững, không để bị chiếm. Duy nhứt tiền đồn Bảo Định, nơi anh đầu quân bị đẩy lui về ngã ba Tân Phong.

Việt cùng đồng đội được ngã lưng dựa vào bức tường loang lổ ám khói thở dốc, nghỉ ngơi chút và gặm nhắm những ổ bánh mì khô cứng trong quang cảnh xung quanh đầy mùi thuốc súng khét lẹt khi mặt trời đã đi quá xế chiều, sau đó tiếp tục kéo về lo cho đồng đội thương vong. Trở về, Việt rất mừng, dĩ nhiên ai cũng mừng, do chuẩn bị hầm trú ẩn khá kỹ nên thương vong không nhiều.

Đêm, bầu không khí tĩnh mịch như đêm ba mươi Tết, là thời khắc chuẩn bị đón giao thừa nên mọi hoạt động thường chững lại, có chăng thì cũng rón rén, nhẹ nhàng. Ở đây, lúc này thì chững lại để trốn để lánh, để nghe ngóng tin tức, để chuẩn bị nghe tiếng dội pháo chứ không phải chuẩn bị nghe tiếng pháo báo hiệu thời khắc giao thời, tiễn năm cũ đi đón năm mới tới. Và cả buổi sáng sớm nghe rền rã đạn bom, bây giờ không có nữa, thì bầu không khí dường như có vẻ yên ắng lạ thường.

Nguyên đêm, không một tiếng đạn pháo nào dội xuống. Nhiều lính tráng mệt mỏi vật mình ngủ vùi ngay giao thông hào. Người Việt rã rời như hồi những ngày đầu ở thao trường, mắt anh cứ chực quíu xuống nhưng không tài nào ngủ được, chẳng phải những câu hỏi ập tới trong cái đầu vốn thường suy nghĩ miên man, chẳng hạn như tại sao cứ phải dùng tới súng đạn, tại sao giết chóc, tại sao thế này thế kia… Trạng thái của Việt lúc này là gì cũng khó thể biết, có thể là trạng thái lưng chừng, có thể gần như bất động nhưng bộ não chưa mất kiểm soát nên chưa thể là vô thức.

Y sĩ Thắm nằm cạnh bên rút gói thuốc lá lắc lắc cho lòi ra chừng một phần ba điếu đưa qua Việt, anh nói:

- Ám ảnh quá phải hông. Mình cũng đã từng bị ở những lần đầu. Bây giờ cũng vẫn còn nhưng đã đỡ hơn, mệt quá thì chìm được vào giấc ngủ.

Đúng rồi. Nỗi ám ảnh. Ám ảnh kinh hoàng, Việt ngước nhìn lên trời, bầu trời tối đen nhưng vẫn chờn vờn những dòng máu loang, những mảng thịt bầy nhầy, những đường cắt da thịt tới tận xương tủy xé bành ra, lòi những miếng mỡ trắng phếu.

Việt nhấc cánh tay nhức buốt rút một điếu thuốc, Thắm Quân y cũng rút một điếu và châm lửa, anh nói tiếp, có bông lơn để xua tan bớt không khí nặng nề:

- Rít thiệt sâu, sâu hết cỡ thợ mộc, rồi thở ra cũng hết cỡ… hết cỡ thợ gì ta? Thở ra hết cỡ thợ mộc còn rít sâu phải hết cỡ thợ đào giếng chứ hen. Như vậy có thể làm người đỡ hơn. Không hút thuốc cũng nên hít thở mạnh sẽ nhẹ nhõm người.

Nói thêm được vài câu thì thào nữa thì Thắm chìm vào giấc ngủ, điếu thuốc vẫn còn cháy dở giữa hai ngón tay. Việt thì vẫn không ngủ được cho dù sau đó anh hút gần nửa gói thuốc. Khoảng bốn giờ sáng, người bắt đầu lơ mơ, có lẽ những làn khói được rít mạnh bay lên tới tận óc, len lỏi vào và quần tụ trong đó, đâu có lối thoát nên làm mụ mị, Việt mới chợp mắt được.

Chợp mắt chưa được bao lâu, chừng một tiếng rưỡi đồng hồ thì Việt giựt mình bừng tỉnh ngay, cũng vào sáng sớm, giấc này như hôm qua, pháo lại ầm ầm dội xuống và tiếp nối các đợt tấn công vũ bão.

Ngày kế tiếp, sáng sớm không có động tĩnh gì. Ngỡ rằng là một ngày ngừng pháo kích để tính toán gì chăng thì khoảng bảy giờ sáng đạn pháo nổ tung tóe. Hơn một tiếng đồng hồ sau thì như hai ngày đầu, pháo ngưng thì bộ binh tiến lên khai hỏa.

Các phòng tuyết vẫn không bị phá vỡ. Các đợt tấn công đều bị đẩy lùi.

Việt và nhóm Hồng Thập Tự vẫn ngược xuôi với công việc của mình. Thương vong đã giảm nhiều, dân chúng còn bám trụ trong thị xã đa số có hầm kiên cố, và sơ tán khi không còn pháo kích. Gần như những người cố bám trụ cuối cùng cũng phải chịu dời đi. Thị xã vắng hoe, không một bóng thường dân, chỉ có hoang tàn, lửa khói đó đây âm ỉ chực chờ bùng lên, bùng lên trong chốc lát rồi trở lại âm ỉ bởi không còn mấy thứ trong đống đổ nát để lửa thiêu rụi nữa.

Chiến trận bước sang ngày thứ tư.

Tin vui được báo về, quân nhảy dù tiếp viện nhảy xuống đánh chiếm lại được Bảo Định, đẩy lui Cộng quân ra xa dần và tiếp tục cả ngày thứ năm.

Ngày thứ sáu, chiến trường yên ắng. Không có những trận tiến quân qui mô. Đó đây chỉ có những trận chiến lẻ tẻ.

Binh tướng bắt đầu tự tin kháo nhau Cộng quân sẽ không thể đánh chiếm được thị xã, và như vậy cửa ngõ sẽ được an toàn.

Nhưng, mọi chuyện không diễn ra như vậy. Cộng quân chuyển hướng tấn công vào Trảng Bom, Biên Hòa.

Trong ba ngày sau, nơi này im bặt tiếng đạn bom, dĩ nhiên đạn bắn lẻ tẻ lúc này đâu còn tính nữa, chỉ còn nghe tiếng rền vang vọng và thấy những ngọn khói bốc cao.

Đến ngày thứ tư thì một số quân được máy bay đón, đưa về lập phòng tuyến mới ở Trảng Bom, Biên Hòa.

Đơn vị của Việt vẫn đóng tại Tân Phong. Việt tham gia giúp dân ở trại sơ tán lên máy bay di tản. Công việc tất bật, anh cũng không rõ di tản đi đâu, có thể xuống Ô Cấp *(Vũng Tàu)* hoặc đi Sài Gòn.

Chuyến bay cuối cùng cất cánh thì trời đã vào chiều dịu mát. Lý ra Việt đã ở trên chuyến bay này, anh đã lừng khừng, nửa muốn bước lên nửa muốn ở lại, cuối cùng quyết định ở lại. Vẫn còn nhiều người dân chưa sơ tán, chưa đi tản. Hiện tại thì vẫn còn một đơn vị chốt lại cùng Địa phương quân và các toán lính dù chưa rút ra hết. Việt quay trở về tuyến phòng thủ.

Đang bon bon chạy với những miên man hỗn loạn trong đầu, những ý nghĩ không rõ ràng cứ chập chờn nhảy múa, chúng xáo trộn, đan xen, ngắt quãng lẫn nhau trong Việt, bỗng anh giựt mình vì tiếng người la ới ới. Việt cho xe chạy chầm chậm và ngoái đầu vào một con đường đất đỏ thông ra đường chánh gần đó, thì anh thấy một người đàng ông hớt hải vừa chạy ra vừa ngoắc tay:

- Chú lính ơi, chú lính ơi…

Việt ngừng xe, bước xuống đứng đợi. Người đàn ông chạy tới thì muốn đổ gục. Ông gập người thở hổn hển. Chờ cho người đàn ông tạm bớt cơn mệt, Việt hỏi:

- Dạ, có gì hông chú?

- Dạ… dạ... chú lính… chú lính làm ơn giúp với...

- Chú cứ nói, giúp được gì trong khả năng, con sẽ cố hết sức.

- Dạ, tôi… vợ chồng tôi và con cái đi di tản, nhưng ở xa quá, bây giờ mới tới được đây, chú cho hỏi tập trung ở đâu vậy?

- Dạ, tập trung ở cách đây chừng hai cây số. Nhưng…

- Nhưng sao hả chú?

- Dạ… nhưng… nhưng chuyến bay cuối cùng đã cất cánh.

Vừa nghe xong thì người đàn ông ngồi thụp xuống. Cũng vừa lúc ấy vợ ông cùng bốn đứa con nheo nhóc chạy tới, thấy ông rũ rượi, bà hốt hoảng:

- Có chuyện gì hả mình? Có chuyện gì?

Ông ôm đầu, một chập sau mới lên tiếng:

- Hết đường đi rồi, biết làm sao đây?

Bà hỏi liền:

- Dạ, hết đường rồi hả chú lính?

Việt bối rối trả lời:

- Dạ, máy bay cất cánh chuyến cuối rồi.

- Hông còn xe cộ gì hết hả chú?

- Dạ, dạ… xe cộ cũng thấy vắng hoe, cũng chạy hết trơn.

Bà cũng ngồi thụp xuống, và còn khóc "hu hu":

- Trời ơi Trời! Sao khổ dữ vậy Trời! Giặc giã miết, chạy giặc miết, rồi cũng hết đường chạy. Các con ôi! Biết làm sao đây?

Những đứa trẻ đứng nhìn ngơ ngác, có chút biểu hiện hoang mang. Chợt Việt nảy ra ý:

- Dạ, hay như vầy, chú thím cứ lấy xe con mà đi, ráng chen chúc chở các cháu mà đi, cứ chạy về hướng Ô Cấp. Có lẽ dưới đó chưa bị tấn công.

Bà sáng mắt lên. Nhưng ông thì xua tay:

- Dạ, đâu được, chúng tôi đâu dám. Thôi, cứ đi bộ, tới đâu hay tới đó.

Bà tiu nghỉu, nhưng bà cũng đồng tình:

- Dạ, chú còn làm nhiệm vụ.

Việt bước lại tháo cái ba lô và vài vật dụng cần thiết:

- Dạ, nhiệm vụ sắp tới cũng không còn cần kíp xe lắm nữa. Chú thím cứ lấy đưa gia đình đi cho an toàn.

Đôi vợ chồng còn tần ngần. Việt lấy tư trang của họ cột vào xe. Anh làm rất dứt khoát, nên đôi vợ chồng khó cản. Nhưng ông vẫn nói:

- Dạ, làm vậy… coi sao được… làm…

Việt ngắt lời:

- Dạ, không sao hết. Bảo vệ dân, cứu dân cũng là trách nhiệm của tụi con. Chú thím đi từ từ, cẩn thận. Chúc chú thím và các cháu bằng an.

Ông chồng bắt tay Việt, nói lời cảm ơn trong nấc nghẹn, còn bà vợ thì xá liên hồi mấy xá.

Việt quay đầu bước đi nhanh, bước đi như chạy, một phần anh muốn nhanh về đơn vị, một phần anh không muốn những câu hỏi về đủ thứ lởn vởn trong đầu.

***

Việt trở lại chiến hào khoảng 7 giờ tối, chỉ còn hai đại đội đóng quân, đang chờ các tiểu đoàn dù với thông tin chừng hai hoặc ba tiếng đồng hồ nữa sẽ hợp tại đây rồi cùng rút theo đường bộ về Phước Tuy *(Bà Rịa - Vũng Tàu ngày nay)*. Đây là toán rút quân cuối cùng, là lực lượng tập hậu. Vẫn còn dân chúng các xóm Đạo, Bảo Định, Bảo Hòa và Bảo Toàn chờ cùng đi với Địa phương quân.

Trước đó, vào chập tối, một lượng lớn quân đã âm thầm di chuyển. Dân chúng nghe được tin quân sẽ rút, nên cũng chuẩn bị gói ghém hành trang để theo chưn di tản.

Việt ngả lưng, tựa vào những bao cát chất cao làm lô cốt phòng thủ. Người bắt đầu thấm mệt, bắt đầu thấy rệu rã, đôi mắt cứ muốn cụp xuống, Việt cố gắng giữ ở trạng thái lim dim.

Y sĩ Thắm đem tới cho anh một cà mèn cơm, và nói:

- Ăn đi anh bạn. Ăn xong nhắm mắt được một chút thì tốt, để chuẩn bị sức đi trong đêm.

Việt cảm ơn. Anh mở hộp cơm ra, vừa định xúc ăn thì chợt trào nghẹn, rồi rùng mình và muốn ói. Trong hộp, Việt vừa thấy những hột cơm trắng muốt, thì vụt đã chuyển sang màu đỏ, những dòng máu đỏ phun xối xả, chảy ào ào trộn lẫn vào cơm, những miếng thịt là những mảng da bầy nhầy văng bay tung tóe cũng văng vào đây, và cả những khúc xương nứt gãy còn dính những miếng mỡ trắng phếu, chỗ đầu xương bị gãy có những hình như những mũi giáo răng cưa nhọn hoắc lớn nhỏ xen kẻ nhau lỉa chỉa, bên trong ống xương dòng tủy phụt bắn ra ngoài, mùi cơm vừa hít hửi được thơm tho thì cũng chuyển sang mùi tanh tưởi, tanh tưởi kinh người.

Việt không tài nào xúc được muỗng cơm đưa lên miệng. Anh đóng nắp cà mèn, ngồi thở dốc. Chờ một lát sau thì anh cố mở lại. Nhưng lần này cũng không khác gì, vẫn những hình ảnh như vậy chình ình trước mắt. Và tệ hại hơn nữa, anh không kìm được cơn buồn mữa, không kịp chạy đi ra bên ngoài, anh ói ngay tại chỗ, lộn ruột ói ra tới mấy bận. Qua những cơn ói, người Việt run bắn lên, anh cảm thấy lạnh run và thở hổn hển trong khi bên ngoài thì mồ hôi túa ra.

Quân y Thắm thấy vậy, chạy lại đỡ Việt, anh ngoắc thêm một chiến hữu nữa và nói:

- Ông bạn này chắc bị gió má gì rồi, mau đưa vô chỗ kín gió một chút.

Khiêng Việt xuống giao thông hào, cơ thể Việt càng run bắn, nhưng sờ bên ngoài thì nóng hầm hập, Thắm nói với chiến hữu:

- Chắc bị sốt, lên cơn sốt. Trước mắt anh chạy lấy dùm cái khăn nhúng nước lạnh, đắp lên trán để hạ nhiệt, còn tôi chạy vào kiếm vài viên thuốc.

Đắp khăn một hồi thì Việt đỡ lại. Y sĩ Thắm nói tiếp:

- Ráng ăn một chút rồi uống viên thuốc.

Việt không còn cách nào khác, anh phải mở nắp cà mèn nhưng không dám nhìn vào nó, cứ mò mẫm mà xúc cơm rồi ngấu nghiến. Việt cũng khổng hiểu vì sao những hình ảnh này lại ám vào cà mèn cơm. Anh nghĩ, có lẽ bữa cơm rất nhạy cảm với mùi và hình ảnh ghê rợn. Việt cũng không dám hé môi kể với chiến hữu của mình. Một phần anh sợ tâm lý này sẽ lây lan, một phần cũng vì xấu hổ cho tâm lý dễ bị ám ảnh, không vững của mình.

Uống thuốc một hồi thì Việt thiếp đi hồi nào hông hay. Lúc anh sực tỉnh thì khá ngơ ngác, không hiểu chuyện gì xảy ra khi thấy sự chộn rộn xung quanh, anh còn không nhận biết được đang ở nơi nào. Quân y Thắm chạy lại, hỏi:

- Thức rồi hả? Còn mệt lắm hông? Có khỏe tí nào hông?

Việt vẫn ngơ ngác:

- Mình đang ở đâu? Mấy giờ rồi?

- Gần 9h rồi. Ông bạn đang ở chiến hào, hổng nhớ gì sao?

Việt vuốt mặt, vuốt mày thì trí nhớ dần trở lại. Anh hỏi:

- À, chuẩn bị rút quân phải hông?

- Ừ, lính dù đã ra tới, bà con cô bác cũng đã tập hợp hết rồi, chuẩn bị đi đó, đi nổi hông hay chắc phải lên xe rồi. Để tôi dìu ông bạn tới xe, chắc sắp có lịnh xuất phát.

Y sĩ Thắm vừa dứt lời thì một tiếng uỳnh thiệt lớn nổ ra cách chừng một trăm thước mà chấn động cảm nhận rõ tại nơi này. Trong ánh sáng mờ mờ, Việt lại thấy mọi thứ bay tứ tung, nghe tiếng la hét thất thanh, tiếng khóc thét vang lên, những bước chân chạy loạn xạ, và những tiếng hô hoán, "Đạn cối, đạn cối, núp đi, tìm chỗ núp đi…" nối tiếp nhau. Mọi người chưa định thần thì kế tiếp liền là một tiếng uỳnh nữa, nhưng không cách xa mấy mà ngay chỗ Việt, anh choáng váng bởi đất trời như rung chuyển bần bật trước mặt, dưới chưn mình. Thắm kéo anh cùng một số người nữa nhảy vào cái hố lớn mà tiếng uỳnh vừa tạo ra. Việt cắm đầu xuống đất, nghe theo lời của các chiến hữu như một cái máy. Mấy tiếng uỳnh uỳnh nữa liên tục dội xuống, Việt nghe văng vẳng trước khi vật ngã nằm ngang bất tỉnh, do người còn thấm mệt mà chấn động lại quá dày đặc, "Pháo kích, chúng pháo kích ngay vào dân thường, chúng giết dân thường không gớm tay, dân chết nhiều quá, quá sức man rợ!"

* * *

Việt không thấy thân mình nặng chịch, uể oải như mấy ngày nay, anh thấy mình nhẹ hẫng bay bay trong không trung. Anh rất thích thú, cảm giác như những sợi mây trắng lững thững trôi, lững thững mơ màng, không màng gì tới điều gì khác. Trong không trung rất êm dịu như thế này thì còn gì bằng nữa mà không cảm thích. Lâu lâu chỉ có một chút mùi khen khét làm khó chịu mà thôi.

Nhưng rồi, một bóng dáng chợt bay vụt qua, hai ba bóng dáng nữa bay vụt vụt, mỗi lần như vậy là mỗi lần Việt giựt thót người, không hiểu được chuyện gì đang xảy ra. Chưa kịp tìm hiểu, chưa kịp hiểu thì một bóng dáng bay ngay tới ngừng ngay trước mặt, và hỏi:

- Thân mình tôi đâu, anh có biết hông?

Việt nhìn kỹ, thì ra bóng dáng chỉ có mỗi cái đầu, cái đầu mang bộ tóc rũ rượi, cùng đôi mắt mở trừng trừng, dòm thấy hầu như là tròng trắng. Việt ớn lạnh. Dĩ nhiên anh không biết, anh đáp:

- Dạ, hông, hông biết.

Bóng cái đầu buồn rầu bay đi. Việt cũng buồn rầu không kém, nhìn theo bóng dáng chưa khuất thì bóng một cánh tay xoay xoay như chong chóng trước mặt, cùng với câu hỏi đó, có khác là hỏi thêm cái đầu. Việt chưa biết trả lời thế nào để vơi bớt sự thất vọng cho bóng dáng thì liên tục những câu hỏi tương tự xoay quanh anh cùng những bóng dáng thiếu hụt thể xác. Bóng dáng một căng chưn xoay tròn như cánh tay, bóng dáng một nửa thân mình phía trên, một nửa thân mình phía dưới, một nửa thân mình theo trục dọc, bóng dáng một cái đầu bị tuốt mất phần da còn như cái đầu lâu, bóng dáng một bộ xương cũng bị tróc gần hết bộ da... và nhiều bóng dáng khác, cùng với những lời sầu bi không thể nào thê thảm hơn nữa, "Trời ơi! Ruột gan của tui, ruột gan của tui sao đổ hết ra ngoài thế này?", "Con mắt của tui đâu, có ai lượm được con mắt của tui hông?", "Tui khó thở quá, tui ngột thở rồi, cho tui chút hơi thở đi, Trời ơi!", "Cứu với, cứu với. Trời ơi! Cứu tui..."... - Cùng với lời kêu than là hành động của các bóng dáng, hốt ruột gan nhét lại vào trong bụng, cố hả họng để tìm chút ô xy, chút khí trời...

Việt càng ớn lạnh, nãy giờ đã run lẩy bẩy thì càng run bần bật hơn nữa. Anh trả lời lớn, như thể một câu chung:

- Dạ, hông biết, chẳng biết gì cả.

Việt nhìn kỹ lại mình, anh không bị là sao cả. Anh không hiểu chuyện gì xảy ra hết cả. Anh chẳng suy nghĩ được gì để tìm hiểu tại sao. Trong anh bây giờ chỉ có nỗi sợ hãi, hãi hùng trùm hết người mình.

Nỗi sợ càng lúc càng lớn dần, anh sợ sẽ còn nhiều bóng dáng bay tới nữa, Việt muốn bay trốn, muốn trốn thiệt nhanh. Anh tìm những đám mây lớn để ẩn mình vào trong đó, những đám mây đen càng tốt. Nhưng quẩn quanh không có một đám mây nào. Chỉ có bóng đen tăm tối bao phủ. Không có một nơi nào trốn tránh được. Anh cứ xà quần xà quần mãi. Các tiếng thở than, các câu hỏi dần dần vơi bớt. Việt không vui mừng, anh chỉ cầu mong không phải nghe thêm mà thôi.

Cầu mong của Việt không được toại nguyện. Anh không còn nghe tiếng kêu than, nghe những câu hỏi nữa, nhưng thay vào đó là tiếng rên rỉ, rên rỉ hừ hừ từng tràng kéo dài, rên rỉ buốt tới tận óc. Khó chịu đựng quá đỗi, Việt bức bối và nổi nóng bất tử, một cử chỉ hiếm có trong anh, Việt la lớn:

- Thôi đi… im đi… im ngay đi…

Tiếng rên im đi. Kế tiếp thì có giọng khàn khàn nhưng nghe như tiếng rên:

- Dậy đi ông bạn. Dậy đi, đừng mê man nữa, ráng dậy đi, đừng mê man mà đi luôn, bỏ tui một mình bơ vơ nơi này.

Nói xong, lại có tiếng rên hừ hừ. Việt cảm giác như có ai đang vịn vào người, lay người mình. Và đúng như vậy, Việt bất tỉnh, gần như chết rồi, anh bay bay là hồn anh đang bay đó thôi. Bay bay, anh gặp những hồn đã lìa khỏi xác bị thương tật kinh hoànhg. Kề bên anh bây giờ là một chiến hữu bị thương lết được lại đây nằm cạnh và rên rỉ đã lay lay người anh. Việt tỉnh được, tỉnh khỏi cơn mê man. Chiến hữu mừng rỡ:

- Ồ! Ông bạn tỉnh được rồi.

Việt đã bớt mơ hồ, anh dần dần nhớ lại. Lâu lâu có mùi khét, đó là mùi thuốc súng, mùi cháy khét của chiến trường đã tan dần đó thôi, anh đã biết mình đang ở chiến hào. Anh bật ngồi dậy:

- Anh bị thương ở đâu, để tui băng bó cho anh. Anh đợi một chút nhé.

Việt chạy vào các dãy lán trại, lục tìm được hộp cứu thương. Anh quay lại băng bó nhiều vết thương khắp mình mấy chiến hữu, nặng nhứt là ở chưn, bị gãy ngang đoạn xương ống quyển. Việt hỏi:

- Tui hình như bất tỉnh ở đây, chẳng biết mô tê gì, chúng ta bị pháo kích thì phải?

Chiến hữu đáp trong nghẹn ngào:

- Đúng vậy. Hơn cả chục quả đạn cối dội ầm ầm xuống, không chỉ lính trận mà bà con theo di tản bị chết nhiều lắm, chết đau thương, xác không còn nguyên vẹn, như bị phanh thây. Kinh khủng tận cùng của sự dã man, man rợ.

Việt lắc đầu mệt mỏi:

- Anh nằm đây chút nhé, tui đi xem, coi có ai còn sống không.

Đi một vòng, Việt trở lại:

- Không thấy một dấu hiệu nào của sự sống, kể cả cây cỏ, một bãi tha ma, toàn một mùi chết chóc. Có lẽ mọi người nghĩ hai ta cũng đã chết, nên đã nhanh chóng rút đi rồi - Việt rưng rưng: Trời ơi! Quân y Thắm cũng đã đi rồi, anh chết mà vẫn ôm chặc hợp cứu thương. Mới đây anh còn dìu tui… Trời ơi!...

- Một bãi tha ma. Trời ơi!...

Chiến hữu đã đỡ đau hơn đôi chút nhờ những viên thuốc giảm đau. Việt nói:

- Ta rời khỏi đây thôi. Để tui dìu anh đi. Anh tên gì, đêm tối quá tui không nhìn được tên anh, còn tui là Việt.

- À, tui tên Thống.

Việt loay hoay dìu chiến hữu Thống, nhưng không tài lên nổi cái hố sâu hoắm, chiến hữu cố lắm cũng không nhích chưn lên được, Việt xoay qua cõng cũng không thể. Anh đặt chiến hữu nằm ngửa, và nói:

- Xin lỗi anh bạn, không còn cách nào khác, tui phải kéo anh lên, ráng chịu đau một chút.

Việt kéo từng chút, nhích từng chút, cuối cùng cũng lên được khỏi hố, anh và chiến hữu Thống vật ngửa người nằm thở dốc. Thống còn một chưn nguyên vẹn cũng ráng chòi đạp xuống đất nên mệt phờ, nhưng cũng quên bớt cơn đau từ những vết thương tứa máu.

Nghỉ ngơi khỏe lại, Việt đỡ chiến hữu Thống lên, dìu anh đi từng bước chầm chậm. Đi được chừng hai cây số, lúc này Việt thấy khỏe lại, anh xoay qua cõng, ráng cõng chừng nửa cây số thì cùng ngồi nghỉ, sau đó cùng dìu nhau đi tiếp, khỏe chút thì cõng, cứ như vậy ráng lê lết dần dần trên con đường Tỉnh lộ 2 (*Quốc lộ 56 ngày nay*).

Đã trải qua khoảng ba tiếng đồng hồ, đã qua chừng mười cây số, Việt vừa dìu Thống đi vừa trò chuyện, hỏi han gia cảnh của nhau để vơi bớt nỗi đau. Đường đi vắng vẻ, con đường dường như rất ít được sử dụng nên nhìn rất hoang phế dù đường không đến nỗi xấu, đó đây có những hố bom hố đạn, và rừng cây rậm rạp, nhiều cành cây, cỏ dại phủ ra hai bên đường. Lâu lâu tiếng súng lại rộ lên, vang vọng tới. Rồi từng tràng tiếng súng nghe rất rõ ở phía trước. Ngừng lại nghe ngóng, Thống nói:

- Phía trước không xa lắm là đồn Long Giao. Có lẽ có chạm trán ở nơi đó.

Việt tần ngần:

- Bây giờ làm sao đây? hông biết có còn con đường nào nữa hông?

Anh vừa dứt lời thì có hai chiến hữu ôm súng ở phía ngược hướng hớt hải chạy tới.

Việt hỏi:

- Giao tranh phía trước hả anh Trí, anh Lượng?

Chiến hữu Trí đáp:

- Bị phục kích, đoàn rút quân tụi tui bị phục kích. Đồn Long giao cũng đã bị thất thủ.

Thống chiến hữu nói:

- Khắp nơi đã bị bao vây, bao vây tứ phía rồi quá.

Việt đồng tình, rồi hỏi:

- Có lẽ vậy. Nhưng hai anh đang định chạy đi đâu?

Lượng trả lời:

- Bị bất ngờ, bị bắn rát quá, một số thương vong, quân tan đàn xẻ nghé, chạy tán loạn hết, hai tui cắm đầu chạy đại chứ chưa rõ đi đâu. Bây giờ mới định thần, chạy hướng này cũng đâu có được, phía đó ta vừa đi mà, chắc phải băng rừng mà đi, không đi ngời ngời ngoài đường như thế này được.

Cả bốn đồng tình, chuyển vào rừng và nhắm hướng đi. Họ di chuyển rất chậm, chậm chạp đến độ dễ sốt ruột nếu trong hoàn cảnh bình thường. Bởi vừa dìu người bị thương vừa khe khẽ vạch đường vạch lối, luồn cuối trong rừng rậm, tìm đường trong rừng nguyên sinh đầy gai góc, đầy nhánh cây tua tủa đan xen và cả những bụi cỏ cao ngất bon chen. Họ không dám gây tiếng động lớn, thậm chí là sợ đánh động những đàn chim, những con thú rừng.

Đã ba ngày trôi qua, trước mặt họ vẫn rừng là rừng. Họ không biết đã đi được bao xa. Đêm không dám đốt lửa, tìm những hốc đá hoặc hốc cây lớn mà trú ngụ. May còn những túi ngủ nên chống chọi được với muỗi mồng dày đặc. Ba người lành lặn thay nhau gác đêm. Thực sự thì cũng chỉ là cẩn thận không thừa, chứ trước mặt chỉ là một màn đen tối như mực. Trong cái tối này và giữa rừng, tưởng chừng như một ánh lửa nhỏ sẽ không tồn tại được, đã bị màn đêm nuốt trọn. Không ai dại gì rọi đèn để soi tìm, đó là cách tự tố giác vị trí của mình mà thôi, hoặc có dùng ánh đèn để đánh lạc hướng cũng không mấy hiệu quả.

Việt ngủ rất lơ mơ, chập chờn, nhưng anh không nghĩ ngợi gì, kể cả lúc thức, nỗi ám ảnh bị phục kích cứ thường trực trong đầu. Và họ rất dè sẻn, dè sẻn từng chút thức ăn, phải tìm lá, tìm trái cây ăn dặm thêm. Phía trước là một bức màn mịt mùng, họ đâu biết hành trình bao giờ kết thúc, bao giờ được thoát ra. Thú rừng nhiều vô kể nhưng họ không dám săn bắt, có bắt được thú một cách không gây náo loạn đi chăng nữa cũng không thể ăn thịt sống. Họ chưa tới mức độ này.

Đi tới gặp một dòng suối nhỏ. Dòng nước mát lạnh xăm xắp ngang mắt cá chưn trong vắt chảy qua những hòn đá cuội, chảy qua những lớp sỏi nằm bên dưới, có những đụn cát rải rác đó đây cũng giống như bên lở bên bồi ở các dòng sông. Đá cuội và sỏi được mài nhẵn, sáng bóng. Những hòn đá lớn nằm cạnh bờ mới có chỗ bị rong rêu bám vào.

Bốn người lính bê bết, tả tơi vốc nước thỏa thuê lên mặt, lên cổ. Họ có được phút giây sảng khoái. Tình cờ, lúc ngước mặt lên để tận hưởng hết sự sảng khoái, Việt thấy được rất nhiều những chùm bông tím trên những cành cây có xen lẫn những lá đã chuyển màu cam cam, vàng vàng. À, anh nhớ ra, đó là những bông bằng lăng đúng mùa nở rộ. Những lá cam cam, vàng vàng làm cho nơi đây giống mùa thu của các xứ lạnh, mùa thu thay lá. Bất chợt, Việt ước cuộc đời phải chi được như ở dòng suối này. Nó tuyệt đẹp, nó trong sáng, nó thanh bình, nó gột rửa và nó được gột rửa. Dòng nước gột rửa, những viên đá cuội, những hòn sỏi được gột rửa. Gột rửa, Việt thấy thêm được một hình thái khai sáng, như anh đã thấy ánh sáng chiếu vào vùng u tối. Ừ, nơi đây có cả những tia sáng chiếu xuyên qua rừng cây tán lá, đúng hơn là những luồng sáng chứ không chỉ là tia, những luồng sáng tới đây thiệt dịu, thiệt nhẹ nhàng. Anh nghĩ, nếu thoát ra được nơi này, rồi sẽ có một ngày anh trở lại khi nơi đây không còn là chiến trường. Ừ, mà phải là tất cả các nơi đều không còn chiến trường.

Việt thấy một người định vốc nước uống. Tiềm thức trong anh thức tỉnh, anh vội ngăn lại:

- Ui, khoan, khoan đã, khoan vội uống.

Cả ba chiến hữu ngạc nhiên:

- Sao vậy?

- À, trong nước có thể có ký sinh trùng, uống vào có thể gây một số bịnh.

- Vậy phải làm sao đây? Nước mát quá và chắc là rất ngọt.

Việt làm cử chỉ trấn an. Anh lấy ra con dao găm, tìm một đụn cát ẩm, rồi đào một cái hố nhỏ. Một lúc sau thì những mạch nước nhỉ ra, nước cũng trong veo và mát lạnh. Anh nói:

- Nước đã được cát lọc bớt, uống an toàn hơn.

Bốn người họ vốc nước uống ngon lành. Trí nói:

- Đúng là Biệt động quân có khác.

Việt cười gượng gạo:

- Biệt động quân thiếu chuẩn, Biệt động quân thiếu beret.

Lấy nước đầy các bi đông, chuẩn bị tiếp tục hành trình, thì… nơi ngọt ngào trở thành đắng chát. Ừ, phải. Người ta thường nói nơi nguy hiểm nhứt là nơi an toàn nhứt đó thôi. Việt chợt nhớ, những người đi săn thường phục ở những nơi như thế này để rình rập, để chờ đợi những con thú ra uống nước hoặc tìm thức ăn.

Những loạt đạn bay tới cùng những tiếng hô lớn:

- Buông súng, bước lên đầu hàng đi, chúng bây đã bị bao vây.

- Bao vây chúng, tiểu đội chúng ở hết dưới suối.

Việt chưa kịp phản ứng gì, anh nhảy lại núp sau một tảng đá để quan sát, một chiến hữu Trí theo bên anh, còn Lượng thì tách ra cách một đoạn, nhưng sực nhớ tới chiến hữu Thống bị thương, Việt nói:

- Anh bắn trả đi, để tui lui đỡ anh bạn.

Việt bước lồm cồm lại kéo Thống tới chỗ núp trong khi Trí bên tảng đá lia một loạt đạn dài, Lượng cũng bắn tới tấp. Việt nghe hai loạt đạn đáp trả. Khi về lại chỗ, anh nhận định:

- Có lẽ họ có hai người hoặc ba thôi. Họ nghĩ ta đông, cả tiểu đội. Chúng ta bắn rát một loạt nữa xem sao.

Trí đồng tình. Việt chẳng thể hiểu nổi tại sao mình bỗng dưng như kẻ dày dạn trận mạc. Có lẽ rằng, không chỉ chiến trường mới biến con người ta trở thành như vậy. Bị dồn vào những thảm cảnh đau thương, những gai góc của cuộc đời nó cũng biến con người ta mau chóng thu nạp kinh nghiệm và nhạy bén nữa.

Cả hai cùng xiết cò, và ra dấu nên chiến hữu Lượng phía bên kia xiết cò theo. Tiếp tục có hai loạt đạn đáp trả. Tạm nghỉ để coi thế nào và nạp thêm đạn, song, Việt ra dấu bắn tiếp. Không nghe tiếng đạn bắn trả mà chỉ nghe một tiếng đạn lẻ, và cũng không nghe Lượng bắn tiếp, Việt quay qua thì... Hỡi ơi! Lượng đã đổ gục, nằm bật ngửa dưới dòng suối, máu loang đỏ rồi hòa vào dòng nước nhỏ, nhạt dần trôi đi. Việt lồm cồm chạy lại, trong khi Trí tiếp tục bắn xối xả, anh rờ mạch rồi ôm đầu, rồi bưng mặt, rồi lắc đầu...

Việt quay lại chỗ núp, không còn nghe tiếng súng khá lâu, anh nói:

- Ảnh đi rồi. Và chắc họ ít người thiệt, nên cũng đã rút. Ta tranh thủ đi nhanh thôi.

Trí hỏi:

- Bỏ ảnh nằm đây sao?

Việt thở ra rất mạnh:

- Trong tình thế này thì không thể khác rồi.

Trí cũng thở dài, tiếng thở dài chầm chậm chạy theo dòng nước nhẹ còn loang máu màu hồng, bịn rịn một tí rồi anh đành gật đầu.

Việt cố tỏ ra cứng rắn, không cứng rắn thì nơi đây không chỉ có một cái xác từ từ mục ruỗng mà sẽ có tới bốn cái xác chứ không đùa được. Anh cố nén cảm xúc vừa chực chờ, đành để chiến hữu nằm cô độc ở đây mà không có nổi một nấm mồ dù lạnh giá. Hy vọng, nếu may mắn hơn thì anh có được nơi an nghỉ tươm tất.

Chiến hữu Trí nói:

- Xin lỗi anh bạn, tụi tui đành đi thôi. Đi nhanh thôi.

Việt vừa xốc Thống chuẩn bị đưa lên vai thì nghe có tiếng kêu cứu:

- Cứu tôi với, cứu với…

Việt và chiến hữu Trí khá tần ngần một lúc, sau đó Việt đặt chiến hữu bị thương Thống xuống và nói:

- Có lẽ họ cũng bị thương.

Trí nói:

- Coi chừng là cái bẫy.

Việt gục gật, nhưng rồi anh không can tâm:

- Lỡ họ bị thiệt thì sao? Ta đâu thể bỏ mặc được, họ cũng là con người - Trí im lặng trong giây lát, Việt nói tiếp: Anh ở đây canh chừng, tui dò xét xem sao.

Việt luồn đi nhanh và rất nhẹ nhàng, đây là sở trường của anh được huấn luyện. Cánh rừng vắng lặng, vắng đến rợn người sau những loạt đạn kinh động. Rồi Việt nghe tiếng rên rỉ. Bằng trực giác và quan sát thêm, Việt chắc rằng kẻ đối đầu vừa rồi đã bị thương. Anh lần tới, quả đúng như vậy, và đó có lẽ là Du kích quân hay người ta gọi là gì, cũng có thể là Địa phương quân, Việt không rõ lắm, anh ta bận bộ bà ba đen. Thấy Việt, anh ta có vẻ hốt hoảng, anh ta thều thào:

- Đừng bắn, đừng bắn tôi.

Việt đưa tay lên môi suỵt suỵt:

- Tui không bắn anh, nhưng anh đã bị thương vẫn còn bẫy tôi sao?

Anh ta nhúc nhích nhẹ đầu, ý muốn lắc đầu:

- Không. Tôi không bẫy anh đâu. Chúng tôi chỉ có hai người thôi, chúng tôi chỉ là trinh sát, đang ở xa căn cứ nhưng ham lập công, khi tôi bị thương, người đồng chí đã bắn phát đạn ân huệ và tưởng rằng tôi đã chết, đã chạy chắc rất xa rồi.

Việt khá sững sờ. Anh hỏi lại:

- Thiệt chứ?

- Người sắp chết không thể nói dối.

Việt bồng anh ta lên, đưa xuống suối, và nói:

- Anh sẽ không chết. Tụi tui sẽ cứu anh.

Đến suối, Việt thuật nhanh lại câu chuyện, rồi anh nói người Trí:

- Anh lục lấy dùm hộp cứu cấp.

Việt tiêm cho anh ta một mũi thuốc. Người chiến hữu lấy bông băng. Bỗng anh ta thều thào cản lại:

- Đừng, đừng… đừng băng bó những… thứ đó cho tôi…

- Chúng tôi bằng bó cho anh rồi đưa anh ra khỏi đây.

- Không… không, làm ơn… đừng… tôi sẽ không sống được lâu nữa…

- Anh sẽ sống…

- Không… tôi biết sức mình… biết được cái chết đang đến, xin… các anh… có gì ăn thì… cho tôi ăn, tôi không muốn làm… ma đói…

Chiến hữu gật đầu ngay:

- Được, được.

Anh nhanh tay lục lấy hộp cơm sấy trút ra cà mèn, đổ nước từ bi đông vào, cơm nở thì anh nhẹ nhàng bón từng muỗng cho anh ta. Ăn một hồi thì anh ta nói với gương mặt đượm buồn:

- Cảm ơn các anh… Tôi chết không… thành… ma đói nhờ kẻ thù của mình… nhờ cơm của đế quốc Mỹ.

Việt đáp lại:

- Tất cả là do hoàn cảnh. Chúng ta bị bắt buộc như vậy mà thôi, bây giờ ở đây tụi tui và anh là những con người.

Anh ta nhích cười có chút mỉa mai:

- Xin các anh một điều nữa, các anh hãy… xé áo của tôi mà băng cho tôi, đừng… lấy bông băng Mỹ - Ngụy, các đồng chí… của tôi tìm được xác thì nguy, tôi trở thành kẻ tội đồ, hèn nhát… đầu hàng giặc…

Việt và người các chiến hữu ngỡ ngàng, không thể hiểu nổi. Trí thở dài:

- Trời ơi! Tới nước này mà còn như thế, ngay chính người của mình hạ sát không thương tiếc mình mà còn đồng chí. Họ bị nhồi cái triết lý quái quỷ gì thế này.

Anh ta ưa ứa nước mắt, nói tiếp:

- Các anh đi đi…

Việt cản lại:

- Tụi tui sẽ đưa anh cùng đi.

- Không… tôi chỉ còn vài giây phút nữa thôi - Anh ta cố đưa tay lên chỉ: Các… anh nên đi hướng này, hướng… khá an toàn.

Việt móc gói thuốc lá:

- Anh làm một điếu được chứ? Đây cũng là thuốc lá Mỹ đó.

Mắt anh ta sáng lên, anh ta mấp môi, cử chỉ không chỉ đồng ý mà còn mừng rỡ. Việt đốt điếu thuốc đưa lên môi cho anh ta, anh ta rít sảng khoái:

- Cảm ơn… cảm ơn…

Trí hỏi:

- Bao lâu nữa thì đồng đội anh trở lại?

Anh ta đáp:

- Sẽ không trở lại.

- Chắc chứ?

- Căn cứ… ở xa lắm, đây… đây… cũng không phải điểm trọng yếu… tôi xin thề… Cảm… cảm… - Nói chưa hết được lời cảm ơn thì anh ta quẹo đầu sang bên.

Bần thần trong giây phút, rồi Việt nhận định:

- Người chết, dù gì đi nữa cũng không nói dối, họ sẽ không trở lại. Ta phải chôn cất đàng hoàng hai thi thể này thôi.

Tìm được chỗ, Việt và chiến hữu đào huyệt, rồi đắp mồ. Họ lấy những tảng đá lớn đặt ở đầu mộ thay cho tấm bia. Chiến hữu Trí nói:

- Trước đây chừng tiếng đồng hồ, họ là kẻ thù của nhau, cố giết nhau, bây giờ lại nằm cạnh bên nhau. Mong cho họ có được sự bằng an ở thế giới bên kia, và là bạn bè, không còn chỉa súng vào nhau.

Việt và chiến hữu Thống gật đầu. Cả ba chào theo điều lịnh quân đội. Rồi Việt xốc Thống lên vai:

- Đi thôi. Theo hướng anh ta chỉ thôi.

***

Chiến hữu Trí nhảy lên bờ qua dòng suối, phạt và đạp cành cây rào rào, rừng chỗ này thưa hơn một chút, nên có thể chạy chậm được, Việt vác Thống băng theo sau mà anh thấy nhẹ tênh, không hề nặng nhọc lắm.

Ý chí con người quả là có sức mạnh hơn sức mạnh thể xác khi cần kíp.

Chạy phải hai cây số thì họ mới ngừng nghỉ, cũng bởi vừa thấy được một hốc đá khá kín kẽ.

Bấy giờ họ mới ngồi thở dốc. Chiến hữu Thống thì rũ

rượi, máu tươi rướm ra khắp các vết thương, ngồi tựa vào tảng đá mà đầu cúi gục, gần như bất động. Việt lay lay vai anh:

- Ráng lên anh bạn, rồi sẽ tìm được đường ra.

Thống cố ngước đầu lên nói thều thào:

- Hai anh đi đi.

Trí đáp liền:

- Hông được. Đi cùng đi, ở cùng ở.

Việt đồng tình. Thống nói tiếp:

- Hai anh nên đi. Ở lại chỉ có chết chung.

- Ừ, thì chết cùng chết, sống cùng sống.

- Tại sao phải phí cuộc sống như vậy? Tại sao phải đánh đổi hai mạng sống vì một mạng sắp chết. Hai anh đi vẫn còn hy vọng. Vả lại như lúc chúng ta tâm sự ở dọc đường, anh đã biết rồi đó, tui là đứa trẻ mồ côi, không còn gì để mất, hai anh còn quá nhiều thứ để mất mát. Tấm thịnh tình của các anh xin ghi tạc, xin cảm ơn các anh đã không rời bỏ đồng đội, dù chúng ta không cùng đơn vị. Xin hai anh, hai anh đi để kẻ này nằm lại được nhắm mắt yên lòng.

Việt và Trí vẫn nhứt quyết không rời đi. Và chuẩn bị để tiếp tục thì Thống nói:

- Hai anh cho xin vài phút riêng tư, chỉ vài phút, vài phút suy nghĩ nhé.

Việt và Trí bước ra bên ngoài, cũng là để dò xét tình hình. Rồi một… tiếng đùng chát chúa vang lên bên tai. Tiếng đùng dội vào vách đá vang vọng, cả hai đã giựt thót, điếng người thì càng rợn người hơn nữa bởi tiếng vọng kéo dài nhiều tiếng, tiếng vọng như thể tìm đường đi về một nơi nào đó hun hút chứ không muốn dội ngược, tìm đi tới một nơi thăm thẳm.

Họ lại chứng kiến cảnh máu loang. Máu đã loang muôn nơi. Máu loang trên đất, máu loang trên cát, máu loang trên đường, máu loang trên thềm, máu loang trên nước, máu loang trên cỏ cây hoa lá, và bây giờ máu của Thống loang trên đá. Thống, thống khổ, phải chăng cũng là định mệnh? Có lẽ cũng có chứ không phải là ngẫu nhiên.

Họ quỳ phục bên thi thể, bên dòng máu loang của người bạn. Họ gần như bất động. Họ muốn thét lên, nhưng cũng chỉ phát ra được tiếng "Trời ơi!" nho nhỏ chẳng khác gì tiếng rên. Cả lồng ngực họ đã ngập nỗi ức nghẹn. Mắt họ đỏ hoe và những dòng lệ tự động tuôn chảy, không kìm nén được.

Việt cũng muốn bắn vào họng của mình. Anh muốn kết thúc như Thống, kết thúc nỗi thống khổ, giải thoát khỏi nỗi thống khổ, anh muốn đi theo tiếng vọng xa thăm thẳm chứ không còn muốn nghe nó nữa, không còn muốn thấy dòng máu loang nữa. Anh kinh sợ dòng máu loang lắm rồi, anh sợ nó không bao giờ kết thúc.

Chiến hữu Trí vội gạt ngang khẩu súng, ôm chầm lấy anh. Hai con người có lúc mạnh mẽ tưởng chừng như cơn bão, tưởng chừng như không có gì có thể quật ngã họ được rung lên bần bật, nước mắt tuôn ra chảy dài…

Họ cứ mặc kệ, cứ để nước mắt chảy dài, họ không nói gì, lặng lẽ đưa xác chiến hữu Thống đi chôn. Họ ngã người nằm ngửa, đầu gối lên nấm mộ với gương mặt như đứa trẻ nít khóc lớn, nước mắt nước mũi chảy tèm lem, lem luốt bởi cánh tay, bàn tay quệt ngang. Họ không buồn lau sạch và chẳng nói một lời, không còn lời để thốt ra nữa!

Rồi họ đứng dậy, bá vai dìu nhau đi. Hai thân thể thất thểu bước đi như hai bóng dáng vô hồn.

***

Hai cái xác vô hồn lẩn quẩn trong rừng thêm bốn ngày. Rồi cũng ra được khỏi rừng mà không bị phục kích lần nào nữa. Ra đến được Quốc lộ 15 (*Quốc lộ 51 ngày nay*) ở đoạn phía dưới, qua cả xã Phước Lễ (*Tỉnh lỵ Phước Tuy - thành phố*

Bà Rịa ngày nay) mà họ cũng không thể biết vì sao ra được đến đó.

Việt và Trí đang lừng khừng, chưa định được nên đi tiếp về hướng Ô Cấp hay đi ngược lại Phước Lễ, thì một chiếc GMC chở một toán lính chừng một tiểu đội chạy tới, xe rề rề lại, những người lính ngoắc và đưa tay kéo họ lên.

Xe tiến thẳng về cửa biển Vũng Tàu. Tại đây có những chiếc tàu nhỏ đưa quân nhân ra Dương Vận Hạm đang neo ngoài khơi. Rất nhiều tàu đánh cá chở dân chúng cũng chạy ra theo xin di tản. Hạm trưởng đã nhận được lịnh được di tản tự do.

Việt và người Trí chiến hữu được ăn một bữa no nê. Anh lên bon tàu, kiếm một chỗ khá vắng thả người nằm dài. Bây giờ anh mới cảm nhận được cơn mệt mỏi chất chứa, nhưng không ngủ được. Anh nhìn biển cả mênh mông, nhìn nước biển trong xanh với cặp mắt không hiểu sao vẫn cứ trơ trơ, không cảm nhận được điều gì. Có lẽ đầu óc trống rỗng, không có chút suy nghĩ nào hiện diện, thay vào đó đã bị trạng thái vô thức lấp đầy được gây ra từ sự mệt mỏi, nên đầu óc không còn điều khiển được điều gì cả. Những hành động lúc này thuộc về bản năng sinh tồn. Anh còn không biết chiếc hạm đang đón thêm dày đặc người ùn ùn kéo tới, còn không biết có cả những chiếc trực thăng chở đầy người đáp xuống, mà tiếng nổ máy của trực thăng đâu phải là nhỏ, cánh quạt của nó xoay khùng khục tạo ra gió rần rật cả một khoảng không gian rộng chứ đâu vừa.

Nếu trong hoàn cảnh bình thường, thì người ta dễ cho rằng đây là một trạng thái vô cảm, một trạng thái trơ trơ gỗ đá của trái tim trong con người này. Ừm, nhưng trạng thái vô thức của Việt cũng không hẳn hết do sự mệt mỏi gây nên, nó còn từ những chấn động tinh thần, chấn động liên tục, liên tục, liên tục đến nỗi tinh thần bị dồn ép thành một khối cứng đờ, tưởng tượng được rằng, giả sử nó nổ tung thì nổ không thua gì tiếng đạn cối và nó vang vọng trong không trung không thua gì tiếng súng vang trong vách đá. Nhưng nó không thể nổ, nó đã kết tinh như vật thể kết tinh nằm sâu trong lòng đất, ngay khi được người ta đào đưa ra khỏi nơi kìm nén từ rất lâu nó cũng không thể nổ.

Từ gần trưa, Việt ngồi gần như bất động cho đến tối. Khi ánh đèn được bật lên, Việt nhìn chằm chằm vào những tia sáng, không phải anh thấy nó giống những tia sáng hừng đông, những tia sáng khai sáng, mà bởi nó có một sức hút kỳ lạ, như những tia sáng thôi miên. Ánh đèn thôi miên Việt không lâu thì anh vô thức hoàn toàn, giấc ngủ kéo tới phủ kín người anh.

Và anh ngủ một mạch cho tới khi Dương Vận Hạm khởi hành mới thức giấc. Anh nghe người ta kháo nhau, chiếc hạm xuất phát đi Phú Quốc.

Tắm táp sạch sẽ, Việt lấy lại được phần nào sự tươi tỉnh. Dương Vận Hạm lúc này khá đông người. Việt len ra phía sau đuôi tàu. Anh tựa lan can dòm dòng nước trắng xóa mà chiếc hạm rẽ làm đôi như hai luồng nước nổi chạy ngược và thấy lớn dần chứ không nhỏ bởi càng lúc càng xa. Ngoài hai luồng nước, chiếc hạm thiệt lớn cho nên sóng biển trở thành những con sóng lăn tăn. Rồi Việt thấy một đợt sóng lớn hơn cuộn cuộn kéo tới hướng cắt ngang chiếc hạm. Đợt sóng này so với chiếc hạm cũng không là gì nhưng tự dưng trong lòng Việt lại cuộn lên như sóng, làm anh thấy sóng cuồn cuộn tiến lại càng lúc càng lớn, rất lớn. Anh lại thấy mờ mờ, ảo ảnh nhiều thứ phía trước con sóng, thấy những dãy nhà, thấy những làng quê, thấy những cánh đồng rau, thấy những cánh đồng đầy bông hoa, thấy những con người nhộn nhịp đi lại, làm lụng, thấy những ngôi trường với những tà áo trắng, nhứt là những tà áo dài tung bay, và rồi anh vừa thấy tà áo tím thì đợt sóng lao tới cuốn phăng đi tất cả…

Tìm thức lại tỉnh ngủ. Anh chưa nghĩ về quê nhà, về gia đình, về Nàng Nụ Tím Gia Long, về trường lớp… bởi anh chưa biết Dương Vận Hạm sẽ đưa về đâu, sẽ làm gì, nhưng bây giờ anh biết, mỗi phút chiếc hạm rẽ nước lao đi là mỗi phút anh nhòa dần những hình ảnh mà tiềm thức khơi dậy, anh sẽ mất chúng.

Chiếc hạm neo lại, đã ở gần Đảo Ngọc *(Phú Quốc)* và đó thêm một số người nữa từ các ghe đánh cá vừa cập mạn. Vừa lúc này thì có chộn rộn, bất chợt có người nói lớn:

- Thưa Hạm trưởng, cho tôi xuống tàu cá, tôi xin trở về đất liền, tôi không đi nữa, tàu cá lúc này đã bỏ không.

Hạm trưởng lại gần, hỏi lại:

- Anh vừa nói gì vậy?

Anh ta nhắc lại và nói thêm với ánh mắt đỏ hoe:

- Tôi không thể rời xa quê hương. Xin cho tôi trở lại. Xin lỗi Hạm trưởng.

- Anh chắc chứ?

- Dạ thưa, chắc. Tôi cũng không thể rời bỏ vợ con ở quê nhà.

Một số người cũng xin trở về. Người Hạm trưởng cương nghị, nhưng ông cũng đã chớp chớp đôi mắt, ông chớp thêm mấy cái nữa, cố tình che lấp sự xúc động. Ông hội ý với vài sĩ quan, song, ông nói:

- Thôi được, ai muốn rời tàu trở về thì tập hợp lại. Tôi sẽ cho lo liệu nguyên liệu và thức ăn nước uống đủ để trở về.

Dòng người khoảng bốn, năm mươi người, từng người bước tới cảm ơn Hạm trưởng, cảm ơn các sĩ quan và thủy thủ đoàn, và được đưa xuống ghe cá. Việt cũng hòa vào dòng người này, tự lúc nào không biết, anh đã đưa ngón tay thứ ba lên quyết định - "Trở về."

***

Việt bước tới phía đuôi ghe đánh cá hướng về Dương Vận Hạm. Một người đàn ông bước lại hỏi:

- Thưa sĩ quan, sĩ quan còn phân vân?

Việt lắc đầu:

- Dạ thưa, hông phải vậy. Em chỉ dò tìm coi có thấy người chiến hữu không mà thôi, bởi lúc nãy quên chào từ biệt.

Thực ra thì anh không có thời gian để nhớ, không có thời gian để tìm chiến hữu Trí. Lên trên chiếc hạm Việt cố tình tạm xa lánh để không phải bị ẩn hiện những cảnh vừa trải qua. Lúc này chúng lại xuất hiện. Dòng rẽ nước của ghe cá Việt không thấy màu trắng lại thấy đỏ ối...

- Sĩ quan có lo lắng? Trở về sẽ bị trừng phạt?

- À, dạ không. Trong tâm trí, gia đình, làng quê đã choáng hết chỗ cùng với những ám ảnh của những ngày qua. Khi bước xuống ghe như có một động lực nào đó dẫn lối. Và nghe có chánh sách khoang hồng, hòa hợp hòa giải nên chắc hông có gì ghê gớm xảy ra đâu.

- Sĩ quan thuộc binh chủng nào vậy?

- Dạ thưa, em không phải là sĩ quan, chưa kịp xong khóa huấn luyện nữa chứ, chỉ buộc phải chiến đấu, sự tàn khốc của cuộc chiến biến thành như những kẻ dày dạn trận mạc vậy. Em thuộc Biệt động quân, và không biết gì về ghe tàu, biển cả, em xin ở dưới khoang chứ không phụ giúp được gì.

- Biện động quân thì… đặc biệt nhứt rồi. Thôi, anh nghỉ ngơi dưới khoang nhé.

Việt thay bộ bồ savin. Anh vứt bộ đồ lính và những gì liên quan xuống biển, anh nghĩ khãy để lòng biển sâu chôn vùi nó cũng như những hình ảnh ám ảm rợn người. Rồi nhốt mình dưới khoang cho tới lúc ghe cập đất liền.

Trong khoảng không nhỏ bé. có phần mờ tối, Việt để tâm hết vào những hình ảnh gia đìmh, làng quê, ngôi trường, cả quang cảnh xung quanh ngôi trường Văn Khoa, ngôi trường chắc chắn anh sẽ trở lại trong niên khóa tới, và dĩ nhiên đậm nhứt là hình ảnh nàng Nụ Tím Gia Long.

Có những người dễ đắm mình vào các trạng thái, trạng thái tư lự, ánh mắt nhìn xa xăm, nhìn vô định, hoặc lim dim hay nhắm mắt nhưng không ngủ… thường những người này thuộc tuýp người sống nội tâm, họ suy nghĩ nhiều, họ tập trung suy tưởng để tìm một con đường giải quyết một vấn đề nan giải nào đó, hoặc tìm con đường đi cho mình, tìm con đường đi tốt đẹp cho những ai thấy nó là tốt, họ cũng thường thuộc tuýp người sống vì cộng đồng, vì xã hội.

Nhắm mắt mà tìm con đường ư?

Ừ, phải. Con đường đó là con đường hư ảo, chứ không phải là con đường để người ta bước đi hiện hữu. Nó giống con đường mơ ước, con đường ánh sáng của Việt.

Con đường ánh sáng của Việt mãi mãi sẽ là con đường mơ ước. Anh nghĩ sẽ trở lại với nó nhưng không bao giờ được. Con đường ánh sáng của Việt đã bị lọt, bị cuốn vào một lỗ đen như lỗ đen vũ trụ, một lỗ đen mênh mông, thăm thẳm do chính con người tạo nên, những con người có cái gọi là người Cộng Sản.

Người Cộng sản với sự khát máu cuồng điên, bằng mọi giá, bằng mọi thủ đoạn đã tràn vào thôn tính miền Nam. Họ bắt đầu thiết lập nên một xã hội có cái gọi là xã hội mới.

Tiếp theo ngay sau đó, lỗ đen được hình thành từ những cái đầu đen tối của họ. Nó là một nấm mồ tập thể chôn tinh thần xã hội họ vừa thôn tính. Với họ đây là một xã hội mang toàn những định kiến sai lầm, một xã hội Mỹ - Ngụy độc ác, tàn bạo, xấu xa, dối trá… đó là điều dĩ nhiên được áp đặt. Họ muốn chôn sống nó tức thì, chôn không để lại một dấu vết, không để lại một tàn dư.

Sự độc ác, độc tài càng lớn thì đi kèm song song là nỗi sợ hãi cũng lớn như vậy. Nỗi sợ vô hình, nhìn đâu cũng thấy kẻ thù, nơm nớp lo sợ bị trả thù, nỗi sợ thường trực mọi lúc mọi nơi, cho nên không thể để lại một mần mống nào cho sự sanh trưởng. Phải vùi lấp nó, phải thui cháy nó thành tro tàn, chôn cả tro tàn. Họ đã hành động để có được như vậy.

Hành động chôn không khác mấy ở bầu không khí chiến trường, cũng những người lính lăm le súng ống, hơn thế nữa còn có sự tham gia của du kích, của dân quân địa phương, cũng những gương mặt đằng đằng sát khí, cũng sặc mùi oi bức, sặc mùi nghẹt thở…

Những nhát búa báng bổ vào những bức tượng, vào những đền đài mang hình di chuyển của con lắc ngược hướng, con lắc hướng lên chứ không bị trọng lực kéo xuống, khi đường đi xé gió hướng tới chạm vào tượng, vào đền đài nó phát ra tiếng chát chúa, tiếng của tinh thần hăng say ầm ầm đập phá bằng bàn tay cần lao, khi đi ngược trở lại nó kéo theo tiếng dội vào quá khứ, thinh không vang vọng không ngớt tiếng kêu gào đau xót của lịch sử.

Người Cộng Sản không cần lịch sử. Họ tự tiện chặn đứng bánh xe lịch sử đang quay, dùng bất cứ thứ gì có thể được để nghiền nát bánh xe lịch sử, chôn vùi luôn lịch sử. Nhưng không thể được, vì lịch sử còn khắc ghi trên bia miệng dân gian chứ không chỉ trên bia đá, dấu tích không thể phai mờ. Không thể nghiền nát thì bóp méo hết sức có thể, báng bổ lịch sử chân thực hết sức có thể, họ viết lại lịch sử cho riêng mình.

Cũng như thế, không thể chôn xác, thể xác sống của con người trong xã hội Mỹ - Ngụy, chứ nếu có thể thì họ cũng đã thi hành.

Điều này có quá đáng chăng? Suy nghĩ của kẻ không có lòng vị tha, của kẻ đầy hận thù, áp đặt chăng?

Việt cũng đã từng nghĩ như vậy. Anh đã từng nghe kể lại khá nhiều, nhưng chưa bao giờ tin hoàn toàn.

Chuyện những người già kể từ thời Việt Minh, ở những vùng thôn quê, nhứt là những vùng xa xôi, người Quốc Gia không quản lý hết, người Việt Minh dễ dàng trà trộn vào đây. Những vùng này còn gọi là vùng "xôi đậu" theo nghĩa bóng là vùng lẫn lộn, vùng ban ngày của Quốc Gia còn ban đêm thuộc về Việt Minh, về sau là Cộng Sản. Việt Minh tuyên truyền phủ dụ ráo riết ở những nơi này.

Những người không theo Việt Minh mặc dù không theo ai cả, họ chỉ lặng lẽ theo cuộc sanh tồn, sẽ có một kết cục không thể nào tệ hơn. Họ bị bắt và sau đó được tìm thấy thi thể có thể là bị một nhát cuốc vào đầu, có thể là một cây gậy vạt nhọn đâm xuyên người, có thể là những vòng kẽm gai trói quật tay rồi thả trôi sông, có khi hai ba thi thể trôi sông dính chùm bởi những sợi kẽm gai đâm xuyên lòng bàn tay tiếp nối, có khi nhìn thấy những cái bao bố lình bình trôi sông, mở ra coi thì thấy bên trong một xác người còn tươi máu, vừa mới bị bóp chẹn cho nghẹt thở hoặc một cái xác đã thúi rữa…

Những người có chức sắc, ở vùng quê thì dĩ nhiên là các chức sắc nhỏ bé, chức sắc làng trở thành những kẻ ác ôn, những kẻ nợ máu với nhân dân. Những người khá giả thôi đã bị quy thành địa chủ cường hào, thì những người giàu có, có người ăn kẻ ở, có tá điền mà thường được gọi là bạn, ở làng ruộng rẫy là bạn đồng, ở các làng chài là bạn thuyền… Việt Minh không chấp nhận cách gọi này, họ cho rằng đó là những người nô bộc bị bóc lột tận xương tủy, thì không thể náo khác hơn, còn bị áp đặt những ngôn từ nguyền rủa kinh tận, những kẻ địa chủ cường hào ác bá, tham lam, phong kiến, trịnh thượng… Sự thanh trừng họ nói ra rợn tóc gáy, lạnh sống lưng, kể lại mà muốn lộn mửa, họ bị chặt đầu, cắm đầu trên cọc nhọn đem bêu giữa chợ, giữa đình…

Thời gian sau đó là lời kể của những người di cư khi đất nước bị chia cắt thành hai miền. "Lưỡi gươm" cắt ngang là vĩ tuyến 17.

Gần một triệu người đã di cư vào Nam. Họ mang theo gần cả triệu câu chuyện của riêng mình. Và những câu chuyện gần giống nhau, coi như đó là câu chuyện chung. Chuyện về cải cách ruộng đất của chánh phủ Việt Nam Dân chủ Cộng hòa.

Việt Minh là đứa con của Việt Cộng. Sau những lần diễn những tấn tuồng thành lập và giải tán… thì bây giờ nó mang một cái danh khác, đảng Lao động Việt Nam. Dù có mang tên nào nó vẫn là đảng Cộng Sản.

Cải tổ ruộng đất phải là duy ý chí của Việt Cộng, nó đồng nghĩa với một ý chí duy nhứt cần phải kiên định theo đuổi, cần phải tiến hành triệt để, tiến hành đồng loạt, cần phải bảo vệ tới cùng. Nó là điều đúng đắn tuyệt đối, nó tuyệt đối không thể sai, cho dù nó chưa qua một trải nghiệm nào. Cải cách ruộng đất mang hình hài bằng câu từ mỹ miều, cải cách đất đai, lấy của người giàu chia cho dân nghèo. Nó cũng đồng nghĩa bất cứ nhà giàu nào đều là xấu xa, là độc ác, là địa chủ như thời Việt Minh ở vùng "xôi đậu". Nó không cần biết người người ta giàu bằng cách nào. Người ta giàu bằng mồ hôi nước mắt, bằng sự cần cù, người ta giàu bằng tiết kiệm, bằng chắt mót, người ta giàu bằng khối óc có suy tính… cũng mặc kệ. Mặc kệ sự ai oán, mặc kệ tất cả.

Chủ nghĩa Cộng Sản không có khái niệm ai oán. Chủ nghĩa Cộng Sản phải là chủ nghĩa tự tôn, tự hào. Chủ nghĩa mang lại cho những người theo nó luôn luôn vỗ ngực tinh tướng. Tinh tướng trong sự… hãnh tiến(!)

Sự trừng phạt những kẻ duy ý chí làm giàu, làm địa chủ trong mắt những con người tinh tướng làm sao tránh khỏi, và để chặt đứt sự ai oán, triệt tiêu ai oán. Hơn thế nữa, nó không còn núp bóng trong vùng tối, nó được thực thi ở ngoài áng sáng, giữa ban ngày.

Địa chủ bị lôi xoành xoạch ra giữa chợ, giữa đình, giữa bất cứ đâu có chỗ trống để có thể tập hợp được những kẻ cần lao, có chỗ căng những biểu ngữ với ngôn ngữ hận thù, lên án, mạt sát thậm tệ, có thể kê một vài cái bàn để dựng nên một phiên xét xử. Thực chất đây là phiên đấu tố với tội trạng đã rõ, đã được ghi sẵn để đọc mà thôi, những bản tội trạng được đúc ra từ một cái khuôn duy nhứt. Thậm chí không cần phiên xét xử, cứ lôi địa chủ ra giữa đàng mà đấu tố.

Tại đây, những kẻ cần lao tự do đấu tố, phải nói là được tuyên truyền, bị nhồi nhét vào đầu sự tự do đấu tố. Đấu tố càng hùng hồn, càng dữ tợn, càng đông đảo càng được vinh danh. Những kẻ cần lao nổi máu xỉ vả, nhiếc mắng không thương tiếc, được quyền tát tai, đá đít, quất roi thoải mái mà chẳng ngại gì. Không nhìn thấy tội tình gì xưa nay thì phải tìm kiếm cho được một tội mà áp đặt. Tội tình cho một số người không muốn làm những chuyện này, lương tri còn tồn tại trong họ, nhưng không thể, họ có thể bị đấu tố vì đi ngược hướng duy ý chí cách mạng, dám bao che cho "tội ác" hay sao, dám kích động nổi loạn hay sao, dám bày tỏ, dám rũ lòng thương kẻ "tội đồ" hay sao(?!)

Đấu tố xong, mọi chuyện tưởng rằng xong. Không, không có chuyện đó, đâu có dễ dàng với "tội lỗi" như vậy. Địa chủ phải chết, phải không được tồn tại trong bầu không khí của cần lao, bầu không khí của cách mạng Vô Sản ban cho. Họ cần phải chết theo một cách khốn khổ khốn nạn nhứt, chứ không thể có cái chết với chỉ một phát đạn, một nhát chém, chết như vậy không "xứng". Nó không đủ răn đe, không đủ diệt đi mần móng đi ngược duy ý chí Vô Sản. Họ phải bị chết phanh thay, bị tùng xẻo, bị trừng trị theo phương cách từ thời cổ đại. Có những người bị chôn sống, nhưng chưa phải bị chôn sống cho chết ngay tức thì, bị chôn hết thân mình, chừa phần đầu giữa nắng cháy, giữa mưa sa, giữa những bêu rếu, nhục mạ hết sức có thể của những kẻ cần lao cùng với sự hô hào của cán bộ, sau đó họ mới giả từ trần gian trong đói, trong khát, trong nắng cháy, trong bùn lầy. Có thể nói họ đã thấy được địa ngục trần gian. Nhưng chưa phải là hết, còn tận cùng của địa ngục, cái đầu ló lên khỏi mặt đất của họ còn bị những nhát cày lấp mớ đất cho ngạt thở từ từ đi qua, bị những nhát bừa, những bàn chưn của trâu bò kéo cày kéo bừa bương qua làm tuôn máu…

Khốn khổ khốn nạn tận cùng của sự đấu tố, đấu tố lẫn nhau của những người thân trong cùng một gia đình, trong cùng một dòng họ, chứ không hẳn chỉ là người dưng. Con cái hỗn hào với cha mẹ, dám đánh đập cha mẹ là điều Trời không dung đất không tha, nhưng nó vẫn xảy ra ở chốn đấu tố này. Đừng nhắc tới mối liên hệ gia phả xa hơn, anh em, ông bà cháu chắt, chú bác cô dì… có nghĩa là gì nữa đâu(!)

Trong khối óc của những con người này, bây giờ nó chỉ chất chứa một thứ duy nhứt, chất chứa duy ý chí Vô Sản. Nó không còn biết có cội nguồn, nó không còn biết có mối liên hệ máu mủ, ruột thịt. Nó tự cho mình có thể tử lỗ nẻ nứt lên. Nhưng có chui ra từ vết nứt của lòng đất, của những tảng đá… nó cũng chẳng cần mang ơn đất đá. Nó cho rằng hiển nhiên mình phải có mặt trên đời, hiển nhiên mình phải thực thi những nhiệm vụ hiển nhiên. Không hiển nhiên sanh ra từ lỗ nẻ thì hiển nhiên tiến hóa từ loài khỉ, loài khỉ tiến hóa thành nhiều giống loài người, nhưng nó là loại bậc cao, được quyền thao túng hành động. Người ta chưa thấy loài khỉ "đấu tố", người ta thấy tình mẫu tử của loài này rất mạnh mẽ.

Không còn cảnh nào rùng rợn hơn nữa. Không có tận cùng địa ngục nào khốn khổ khốn nạn hơn nữa. Nó lại ở ngay trần gian.

Việt không thể tin như vậy, không thể tin cho dù anh cũng không thể không tin lời của những người kể lại. Họ dối trá để làm gì? Anh thấy sự chân thành, sự thành thực hết mức ở họ. Họ kể trong nấc nghẹn, trong đau đớn dằn vặt. Họ kể lại chỉ một lần trong đời để cho biết vì sao phải rời bỏ quê hương, tại sao phải trốn chạy, họ không muốn nhắc lại lần thứ hai cảnh địa ngục trần gian, không muốn ai biên chép lại, không muốn gây thêm hận thù, không muốn trả thù, họ sẵn sàng tha thứ cho những tội ác kinh hoàng. Họ chỉ muốn có một cuộc sống bình yên.

Có một điều làm minh chứng, những cảnh địa ngục trần gian này được ghi lại từ những ống kính. Nhưng lạ thay, nó cũng chưa đủ thuyết phục để Việt tin vào. Khi cầm những tấm hình trên, Việt luôn săm soi, coi hoài coi mãi và tự hỏi, chúng có thiệt hay không? Chúng có thiệt như thế này hay sao?

Mười mấy năm sau, sau ngày những người dân bên kia vĩ tuyến di cư mang theo câu chuyện kinh hoàng vào miền Nam, thì chính một số nơi ở miền Nam gặp những cảnh người bị chôn sống, bị đập đầu, bị chôn tập thể trong những cái hố sâu hoắm…

Đó là vào năm 1968, nhằm vào Tết Mậu Thân. Những cảnh này chàng thiếu niên Việt thấy nhiều trên báo chí. Tang hoang những vùng đất rộng lớn, những xác người, những bộ xương, những đầu sọ lăn lóc… đầy trên đây như những bãi tha ma là lúc khai quật những hố chôn khổng lồ ở Cố Đô. Những vành khăn tang trắng xóa trên đầu của người dân thành phố Huế mộng mơ ken đặc. Có thể ví như những điểm trắng của những con cò trong đàn cò đông nghịt trên cánh đồng bao la, màu trắng lấn át cả màu xanh của cánh đồng.

Ở Sài gòn không có cảnh này, nhưng xác chết thì không thiếu. Ba của Việt kể lại, phần lớn là xác của bộ đội mặt mũi còn non choẹt, và số ít hơn là của những người lính Việt Nam Cộng hòa, cùng dân thường. Anh không được bước ra khỏi nhà, bị dúi đầu vào trong căn căn hầm ở nhà cho đến khi bên ngoài yên tĩnh và dọn dẹp sạch sẽ, nên không thể chứng kiến. Nhưng tiếng pháo kích vào sân bay thì nghe khá rõ ngay vào lúc giao thừa, kéo dài vài ngày sau, tức những ngày Tết. Tính theo đường chim bay thì làng của Việt khá gần với sân bay Tân Sơn Nhứt, nơi bị tập trung pháo kích nhiều nhứt. Ba anh cũng nói rằng, pháo kích là của Cộng quân từ hai miền Nam và Bắc. Miền Nam họ không công khai lấy tên Việt Cộng nhưng hai thực thể cũng chính là một, cùng một đầu não lãnh đạo. Họ nhân danh giải phóng, giải phóng… vùng tự do thì đó chỉ là sự lừa mị trong nhân danh. Họ nhân danh nhân dân để tấn công… đồng bào trong thời khắc thiêng liêng, thời khắc đón chào năm mới, đón Tết Nguyên Đán của dân tộc Việt. Mặc dù trước đó chính họ đưa ra thông điệp ngừng bắn trong dịp Tết. Thiệt là những hành động tráo trở.

Ở ngay nơi mình đang sống thì Việt tin, nhưng các nơi khác anh vẫn mơ hồ khả nghi. Anh hầu như không dám đọc hết các bài báo, những câu chuyện, đôi khi sự hồ nghi bảo rằng sự việc đã bị thổi phồng quá lên và người ta cũng có thể ngụy tạo thêm lắm chứ.

Nhưng rồi cuối cùng Việt cũng phải công nhận tất cả là sự thực. Những hình ảnh gần như trên đập vào chính đôi mắt anh.

Anh đi tìm nàng Nụ Tím Gia Long, anh không gặp được nàng, nhà nàng đã khóa cửa im ỉm. Đây cũng là lần duy nhứt anh đi tìm. Bởi từ đây cuộc đời Việt đã rẽ một hướng khác, hướng chịu đựng ở trong lỗ đen.

Tìm không gặp, anh lang thang qua ngôi trường tìm chút kỷ niệm. Ngôi trường bị một bức màn đen bao phủ, u ám xám xịt, màu tường vôi vàng như chìm hút, như ghi lên hai chữ đã là quá khứ. Người ta đã xóa đi cái bảng tên trường, không thể có… "Thằng Gia Long cõng rắn cắn gà nhà" được tồn tại. Áo dài mang màu tím bị cuốn ngược theo hai chữ quá khứ.

Tà áo dài may mắn bị cuốn thôi chứ không bị cấu xé, cắt cho te tua như những loại áo quần theo mốt.

Những chàng trai cô gái ăn vận mốt bị chặn ngay giữa đường, người ta xỉ vả hết lời về thói lai căng, thói học đòi theo văn hóa của "Thằng Tây, thằng Mỹ" mũi lõ mắt xanh, một thứ văn hóa ngoại lai làm sao chấp nhận được trong xã hội mới, một xã hội cấp tiến nhứt của loài người tiến hóa từ khỉ đột chỉ cần phủ bộ lông che thân thể.

Sau màn đấu tố là màn hành động, người ta xé áo xé quần được thì xé bởi thiếu kéo để xẻ, có kẻ tận thu những cây dao của người bán hàng bên đường để cắt. Tận thu cho cách mạng, phải biết hy sinh vật chất cho cách mạng, phải biết đó là niềm vinh dự lớn lao.

Một anh chàng bị một đường xẻ từ dưới lai ót một phát lên tận lưng quần, cái quần ống loe, tòe loe bay phất phới, lộ ra bên trong cái quần lót. Mấy người cán bộ, bộ đội, du kích ngạc nhiên hết sức, họ nhíu mày suy nghĩ. Cuối cùng có một người phát hiện ra điều lạ lùng, anh ta nói lớn lên như thể vừa có phát minh:

- Ối giời ơi! Tớ phát hiện ra rồi nhá, biết rồi nhá. Cái ấy, đấy, đấy là thứ mà từ mấy hôm nay chúng ta thấy, ấy là những cái đít của những cô cậu ấy, chúng tạo ra đít có… gân ấy. Chẳng có những cái mông đít thanh niên miền Nam tự dưng có hiện tượng tự tạo ra gân gì cả đâu ấy.

Mấy chú nhóc cười ha ha, có đứa cười lăn lộn giữa lộ, chúng bu xung quanh những cảnh này là thường tình. Những cảnh khác, chúng im lặng đứng nhìn hoặc xầm xì to nhỏ, các các bộ oai phong càng thấy mình như thần thánh. Cảnh này thì không xong rồi, cán bộ quát tháo ngay, "Im lặng nhá, im lặng cho chúng tôi thi hành công việc nhá. Công việc này là công việc quan trọng bậc nhất, công việc loại văn hóa lai căng, văn hóa đồi trụy, văn hóa phản động ra khỏi chế độ ta…”

Ngoài văn hóa lai căn của thằng Tây thằng Mỹ, còn có văn hóa của thằng Diệm, thằng Thiệu bẩn thỉu. Ông Ngô Đình Diệm và ông Nguyễn Văn Thiệu là tổng thống hai đời của Việt Nam Cộng hòa, còn gọi là Đệ nhứt và Đệ nhị Cộng hòa. Bất cứ ai của chế độ bị gọi là tay sai đều bị gọi bằng thằng, bằng mày và xưng ông xưng tao, xưng chúng tao, chúng ta…

Cái kéo là đồ nghề dễ xọc vào áo quần để xẻ cho rách nhứt, nay nó mang thêm một công năng nên không còn đủ sử dụng. Nó vào tay cán bộ văn hóa biến cán bộ thành thợ hớt tóc. Cũng như bài trừ ăn bận mốt, nó diễn ra bất cứ nơi đâu, bất cứ nơi nào có người để đầu tóc mốt, ở giữa đường, giữa phố, giữa chợ hay ở nhà họ cũng xọc vào mà, “Để bọn tao xử lý nhá”. Những mái tóc xù lông nhím của các cô gái là, “Ôi, gì mà giống như bọn Mỹ da đen nhớp nhúa quá nhẩy”, thế thì phải bị xởn đầu tiên. Rồi tới những mái tóc của các anh chàng để thiệt dài theo phong trào Híp py *(Happy)*…

Đi ngang gặp một cảnh như vậy, bất giác Việt đưa tay lên sờ mái tóc mình, anh không theo phong trào nào cả, chỉ vì ngày còn là sinh viên, Việt cũng để mái tóc dài lãng tử. May cho anh, ừ, từ ngày vào quân trường, anh đã nhẵn nhụi mày râu.

Lang thang, thang thang vô định, bởi những câu hỏi mà Việt chưa tài nào lý giải nổi, tại sao lại có những cảnh kỳ lạ như vậy? Cần nhiều suy nghĩ để giải đáp, nó dường như là phương hướng chỉ đường, cứ bước đi, bước đi tới đi tới, rồi tới một hướng sẽ có đích, sẽ có giải đáp.

Những lời đồn đoán cách đây không bao lâu hiện về. Người ta sẽ xài văn hóa rừng rú, văn hóa khỉ khọt, ai để móng tay dài, ai sơn móng tay sẽ bị rút móng đó chứ đừng có giỡn chơi… Những lời đồn đoán, Việt cũng như một số người cho rằng đó là tuyên truyền, là quấy phá, là bôi nhọ, cũng như chế độ Việt Nam Cộng hòa cũng tuyên truyền rằng Việt Cộng là những con người ốm đói, đi còn không nổi, bảy kẻ Việt Cộng đu tàu lá chuối, tàu lá chuối còn nguyên đó thôi. Những lời đồn đoán khó tin. Nhưng bây giờ Việt đã tin. Lời đồn đoán là sẽ gây nên thương tích, gây nên đau thương thì đâu ai dám để, nên nó không xảy ra. Nếu có chắc nó cũng như vậy chứ không đùa bỡn được. Xởn tóc xởn quần áo không gây thương tích thân thể nhưng nó gây thương tích tâm hồn, một vết thương tâm hồn khắc sâu vào người từ những đường kéo, đường dao…

Việt lại lang thang, lang thang vô định.

Một đám đông ồn ào đánh thức lối đi vô định trong đầu Việt. Những vụ xởn vừa xảy ra có kéo theo hiếu kỳ, có đùa giỡn, có bình phẩm… nhưng chưa bằng đám đông này. Và những đám đông kia anh cũng đã khá quen thuộc, tụ đám đông xong rồi tan, đám đông này di chuyển khắp phố phường, con nít chạy theo reo hò, hô la vô thức.

Một anh chàng thanh niên chưa biết chuyện gì xảy ra giống như Việt, anh ta hỏi:

- Dạ, chuyện gì vậy?

Một số người biết nhưng không muốn, có lẽ là không dám trả lời. Có người nói:

- Lên trên mà coi thử chuyện gì.

Anh chàng chạy lên, chen chưn vào coi. Anh chàng là kẻ tiếu táo. Gặp chuyện nực cười anh ta càng tiếu táo, anh ta quay trở lại vừa lắc đầu vừa cười khì khì và luôn miệng kêu, "Nô xì ta que, nô xì ta que…", mà thường người ta dùng tiếng bồi, tiếng lóng này để biểu thị "Không sao đâu, không có gì", đó là do anh ta dùng nó để mượn từ nô:

- Nô xì ta que, nô xì ta que… nô hiểu, nô hiểu… người ta bắt anh chàng mê nhảy đầm đi diễn phố bêu rếu.

- Sao biết được? Cán bộ nói hả?

- Cần gì nói, anh ta bị tròng cái bảng treo tòng tèng trước ngực kìa, đeo bảng mê nhảy đầm có kèm tên tuổi hẳn hoi kìa.

Nhiều người lẩm bẩm theo, "Nô xì ta que…"

Mọi chuyện không qua mắt được cán bộ đứng gần đó. Một kết cục cho sự tiếu táo được biến thành tuyên truyền sai lệch với chủ trương đúng đắn của xã hội mới, anh ta… được diễn hành chung với anh chàng mê thiệt sự. Cái bảng anh ta có khác, "Kẻ tuyên truyền lệch lạc, tiếp tay văn hóa đồi trụy, phản động". Các tiếng, "Nô xì ta que…" dĩ nhiên im bặt, xầm xì của người lớn cũng im bặt, chỉ còn tiếng con nít nháo nhào…

Việt cũng lẩm bẩm, nhưng để nó trong đầu chứ không cho thoát ra khỏi miệng, "Nô xì ta que, nô xì ta que…" - "Nô xì ta que" bây giờ cũng đã trở thành không hiểu nổi trong anh, và dẫn anh tiếp tục trên những con đường vô định.

Đi rất lâu, như thể Việt không còn khái niệm thời gian. Rồi anh tưởng chừng như đêm đã buông xuống vì ánh sáng sáng lên, ánh đèn điện cùng lúc được bật chiếu sáng cho sanh hoạt thường nhựt chứ bây giờ trong đầu Việt không còn chỗ cho ý niệm luồng ánh sáng khai sáng, nhưng không phải, đó là ánh sáng của một ngọn lửa lớn, ngọn lửa bùng lên dữ dội trước một cổng trường.

Người ta tưởng đâu là cháy ở cổng trường, nháo nhào cùng chạy lại tìm cách chữa cháy. Không, không phải tai nạn bốc hỏa mà ngọn lửa từ tay con người châm nên. Những bàn tay gồng lên hết sức dù chỉ là bật lửa, châm lửa. Phải thôi, người ta còn cắn chặc môi, trừng mắt vào đống văn hóa phẩm đồi trụy nằm chình ình như thể là cái gai trong mắt. Đống văn hóa phẩm chất cao muốn lút đầu người là món mồi ngon cho ngọn lửa.

Ngọn lửa bừng bừng bốc cao, tỏa sức nóng làm Việt hoa mắt, mắt Việt chỉ còn thấy một làn ảo ảnh dợn dợn bay trước mặt. Anh thấy ngọn lửa cười khoái trá, đúng hơn là những gương mặt của những người đốt đống lửa in trong làn ảo ảnh này cười khoái trá, khoái trá một cách nham nhở, ngược lại thì những gương mặt thất thần, những gương mặt méo mó, sầu thảm và kìm chế hết mức chứ không dám biểu lộ của một số người đứng chứng kiến. Rồi Việt thấy những dòng chữ đang bò ra kêu cứu, những dòng 'Tâm Hồn Cao Thượng', 'Học Làm Người', 'Quẳng Gánh Lo Đi Mà Vui Sống', hay đơn giản hơn là 'Việt Văn', 'Sử - Địa', 'Sinh Ngữ', "Hình Học', 'Đại Số', 'Hàm Số', 'Vạn Vật', 'Vật Lý', 'Hóa Học', 'Công Dân Giáo Dục', 'Âm Nhạc', 'Hội Họa'… Các dòng chữ vừa kêu cứu vừa kêu gào đau đớn mỗi khi ngọn lửa thiêu bừng mạnh hơn. Thực sự thì đó là lúc những bàn tay gồng hết sức có thể để khươi cái đống mà họ coi là đống rác rưởi tanh tưởi cho cháy thiệt nhanh.

Việt không dám nhìn nữa, anh sợ mình không thể kìm được, sẽ nhảy vào cứu chúng. Và chắc chắn anh cũng sẽ bị thiêu rụi thành đống tro tàn. Việt còn ý thức được đôi chút, anh chúi mũi bỏ đi tiếp.

Không có chỗ nào bình yên.

Việt lại gặp cảnh người ta xúm xít, túm tụm lại coi một sự vụ đang diễn ra.

Lần này, đám đông có cách xa chỗ xảy ra sự vụ một chút. Bởi tiếng thình thình của những nhát búa và các mảnh vở bay tung tóe. Việt nhận ra những mảnh vỡ là từ bức tượng ông Võ Tánh trắng toát được nhà chức trách và dân chúng dựng nên tôn thờ.

Ông Võ Tánh, cùng với hai ông Đỗ Thanh Nhơn và Châu Văn Tiếp hiệp nên Gia Định tam hùng thuở xưa.

"Tam hùng à? Ối giời ơi, tam với chả tứ, thằng Tánh chỉ là thằng theo phò thằng Gia Long nhá, là thằng bợ đít thằng Nguyễn Ánh nhá, sao ngu thế nhỉ, sao chả chịu theo phò người anh hùng áo vải Nguyễn Huệ nhỉ? Còn hai thằng này… ư…

ư… thằng Gia Long là thằng vua ta biết nhá, thằng Nguyễn Ánh là thằng nào nhể?”

Không có ai trả lời, làm gì có ai dám trả lời.

Uỳnh, uỳnh, uỳnh… những nhát búa tiếp tục.

“Ối giời ơi, mặc xác chúng nó, biết làm đéo gì, thằng nào láo thằng nào lếu, chúng ông cũng bổ cho tan xác chúng mày.”

Rồi một kẻ dừng búa, nói như nạt nộ:

- Ơ… ơ… này anh kia, cái tên to tướng kia, to tướng khỏe mạnh thế mà không lao động là phí lắm chứ lị. Nào, vào đây phụ bổ với chúng ông cái nào… nào…

Việt dòm quanh, đích thị là chỉ mình rồi chứ không ai khác nữa. Anh lần lữa một chút, phân vân một chút, rồi nỗi lo sợ trỗi dậy nên định nhấc đôi chưn đi vào, nhưng ngay lúc đó Việt trấn tỉnh lại được, dù có như thế nào anh cũng không thể để đôi tay mình làm cái việc xấu xa đó, anh quay đầu, cắm cổ chạy, cắm cổ phóng, anh phóng qua có lẽ là hai pha bức tường gì đó, vài chướng ngại gì đó mà anh không nhìn rõ lắm, cắm cổ bỏ lại phía sau tiếng “réo rắc”, “Ơ… ơ… cái thằng, cái thằng chó má, cái thằng phản động, ông bắn cho bỏ bu bây chừ, đồ láo toét…”

Chạy lâu lắm, lâu lắm, có lẽ cả tiếng đồng hồ. Anh chạy có lẽ phải mười mấy cây số. Mệt nhoài, Việt tìm được một chỗ khá kín đáo và vắng vẻ để ngả lưng một tí. Rồi anh lại trở lại trạng thái vô định dẫn dắt đi.

Trạng thái này tiếp tục bị đánh thức bằng mấy tiếng đoàng, đoàng, đoàng… Mấy tiếng nổ phát ra chát chúa, ký ức về tiếng súng không thể xóa nhòa trong Việt, nghe, anh biết ngay nó là tiếng súng. Phản xạ tự nhiên, anh nhảy vào gốc cây ven đường ẩn núp, và nghĩ đâu đó có một trận đánh. Chờ khá lâu, không có tiếng súng nào nữa, anh lồm cồm bò ra khỏi, con đường trước mặt vắng tanh, không một biểu hiện gì là có đánh trận. Dáo dát dòm quanh, Việt thấy người ta tụ tập khá đông ở cuối con đường, nơi có một ngã ba, cuối con đường cũng là một bức tường chắn chạy dọc theo con đường cắt ngang.

Bước tới nơi này, trên bức tường người ta giăng mấy biểu ngữ, "Phiên tòa nhân dân", "Kiên quyết trừng trị bọn phản động", "Cương quyết trừng trị bọn gây tội ác với cách mạng, với nhân dân" - Và phía trước những tấm biểu ngữ là xác một người đổ gục, máu loang ra dĩ nhiên còn tươi.

Việt ớn lạnh, nhưng anh cũng ráng dừng lại, hòa vào đám đông để dò xét thực hư. Những người tụ tập bàn tán to nhỏ, "Phiên tòa nhân dân sao đâu thấy nhân dân nào?", "Phiên tòa Cộng Sản chứ phiên tòa nhân dân cái gì", "Có thấy xét xử gì đâu? Có thấy cho nói gì đâu, có thấy ai bào chữa cho gì đâu ? Bịt mắt cột tay, lôi cổ ra, đọc vài câu phán tội là bắn đùng đùng ngay, vậy cũng gọi là phiên tòa được sao?", "Ở đây còn có biểu ngữ để người ta biết, hôm qua tui chứng kiến ở cầu Ba Cẳng, chẳng có gì ráo, chỉ có cái chẳng ba từ ba cây tre cắm cho đứng được ngay chưn cầu, rồi họ trói người vào đó và hô bắn luôn".... - Thiệt là kinh hoàng, rùng rợn cho dù ai đó có một lá gan sắt đá đi nữa.

Không bao lâu sau đó, một người nữa bị lôi ra. Một người đứng ra đọc mấy dòng từ một tờ giấy, gồm tên tuổi và tội trạng y như trên tấm biểu ngữ, và phán tội xử bắn. Mấy người đang chống súng dưới đất nâng lên và bước đối diện với "kẻ tội đồ"…

Việt không thể chứng kiến, anh quay đầu và bước gấp gáp. Rồi anh phóng chạy, kiếm những con đường vắng mà chạy. Văng vẳng sau lưng là tiếng đoàng, đoàng, đoàng…

Bây giờ thì Việt tê liệt suy nghĩ thiệt sự, cứ vô thức chạy sâm sấp, và như ngựa quen đường cũ, đôi chưn anh đưa anh về nhà.

Việt vật nằm trong xó nhà, trong chỗ u tối nhứt. Anh

muốn nhờ màn đen tăm tối che khuất những gương mặt anh vừa thấy. Nhưng màn đêm không thể theo ý của Việt được. Chức năng của nó đâu phải như vậy. Nó đâu che được suy tư của con người, đâu xóa được ám ảnh dùm cho con người.

Những gương mặt được gọi là cán bộ, những bộ đội, những du kích, và cả những dân quân tự dưng Việt không thấy ghê sợ bằng những gương mặt cơ hội. Dù gì đi nữa, dù họ có hăng máu như thế nào đi nữa Việt cũng có thể thông cảm cho họ, cũng bởi họ bị nhồi nhét quá sâu, nhồi nhét từ trong trứng nước, và họ hầu hết còn khá trẻ, những sợi lông măng lún phún trên gương mặt non choẹt còn chưa sậm màu.

Những gương mặt cơ hội nham nhở nhảy múa trước mắt Việt. Đó là những gương mặt ở trường anh, ở một số trường khác mà anh biết, có cả sinh viên và có cả những ông thầy giáo, những gương mặt nghe tới câu *"Tổ quốc - Danh dự - Trách nhiệm"* là mặt xanh như tàu lá chuối, những gương mặt tìm mọi cách để trốn quân dịch hoặc nghe kêu gọi đi biểu tình của những người đấu tranh cách mạng công khai thì trốn chui trốn nhủi.

Những gương mặt cơ hội được ủ mầm trong xã hội tự do để rồi tiếp tay giết tự do kể cả cho mình và người khác. Trong xã hội tự do ở mức tối thiểu, người ta vẫn bị bắt bớ, tù đày, bị tra tấn đánh đập bởi đi ngược quy tắc của chánh thể đó là một chánh thể không Cộng Sản, bởi nổi loạn bằng bạo lực, bằng khủng bố… nhưng con người trong xã hội đó vẫn được bày tỏ chính kiến, vẫn được tự do biểu tình ôn hòa, báo chí vẫn không bị rọ mõm, bịt miệng…

Những gương mặt cơ hội kinh tởm trở nên mạnh mẽ do đã tìm được nới ăn bám, bỗng dưng hùng hùng hổ hổ, mạnh miệng hô hào đến khản cổ cần tiêu diệt những kẻ phản động, phản đối, phá rối, chỉ có một con đường tiến lên là con đường Cộng Sản.

Việt nằm ình ra đó, và xã hội mới của người Cộng Sản lại ình ra trước mặt anh. Xã hội chỉ có một con đường, tất cả phải đi trên con đường này với tinh thần hăng say, tinh thần kiên cường, anh dũng, bất khuất, kể cả tinh thần đạp trên máu mà đi…

Nội tâm hay không nội tâm ư? Hồn nhiên hay không hồn nhiên ư? Mộng mơ hay còn gọi là lãng mạn, có hay không ư? Ung dung tự tại hay không ư? Mạnh mẽ sôi nổi hay không ư?... Tất cả bây giờ không còn là câu hỏi nữa, không tìm kiếm cho dù riêng tư nữa, chúng phải bị vùi chôn trong lỗ đen, như một nấm mồ vĩnh viễn.

Trớ trêu thay, tinh thần của xã hội bị chôn vùi nhưng vật chất của xã hội được gọi là ghê tởm đó thì được âm thầm chiếm lấy sử dụng. Cũng đúng thôi, đó chân lý của con đường, chân lý lấy vật chất quyết định ý thức, vật chất quyết định tất cả chứ không còn chỗ cho trái tim.

***

Nằm mãi trong xó tối, người Việt muốn tê liệt.

Một buổi sớm, anh định bước ra ban công để dòm ánh sáng nơi chưn trời, trong đầu anh lúc này không còn nghĩ tới con đường ánh sáng, ý định rằng xem nó bị sụp đổ, bị phủ đen như thế nào mà thôi, nhưng chưa kịp thì nghe tiếng réo giựt ngược, tiếng gọi đanh thép như người ta thường nói rằng cần phải hùng hồn, cần phải mạnh mẽ, buộc Việt phải ra nhận thông báo được mang đến từ người hàng xóm cách vài căn nhà.

Cầm thông báo trên tay Việt khá ngỡ ngàng, anh không hiểu điều gì. Thông báo gọn trong mấy dòng, phải ra trình diện của Ủy ban Quân quản Sài Gòn - Gia Định để đi học tập cải tạo, học tập tư tưởng xã hội mới. Địa điểm trình diện là một trường học.

Hai hôm sau, khi anh đến đây, cả một sân trường đã gần như chật cứng người. Việt được đưa vào một phòng học cũng chật người. Kiếm một chỗ để yên vị, và nghe loáng qua các trao đổi thì Việt nằm trong số phải mang theo thức ăn hoặc tiền bạc, cùng với giấy bút, và tư trang sử dụng trong một tháng. Đó là dành cho những bậc sĩ quan, hoặc các vị công chức hành chánh có chức tước.

Những người bên ngoài sân thì chỉ đem theo với số lượng 10 ngày. Đó là những người lính hoặc những nhân viên hành chánh, những người có dính liếu tới các cơ quan, công sở nhà nước, ngay như những người làm lao công ở những nơi này cũng phải ra học tập. Họ học tập tại chỗ, ngay tại sân trường. Và thực tế thì họ phải học tập từ mười ngày tới một tháng rồi được về nhà.

Việt quá sức ngỡ ngàng. Anh không hiểu vì sao một kẻ chưa được đội cái beret nâu lại nằm trong số sĩ quan. Điều này thì anh không bao giờ được biết, có lẽ có lẫn lộn gì đó, hoặc một lý do nào đó ngoài tầm hiểu biết của anh.

Đêm, Việt bị đẩy lên chiếc Motolova. Những chiếc xe bị nhồi nhét đầy người ì ạch lăn bánh, nặng nề nghiêng qua ngả lại y như những cái đầu nặng chịnh chất chứa bao nhiêu điều của những người trên xe. Không biết xe đi về đâu.

***

Nhưng cũng không lâu lắm, Việt được ngắm bầu trời, ngắm sao đêm trong rạng thái lắc lư khoảng hai tiếng đồng hồ thì đoàn xe đi vào một cánh cổng rồi đổ xịch. Mọi người bị lôi cổ xuống, bị chia ra và đẩy vào các căn nhà lờ mờ ánh đèn. Cả trăm người bị dồn vào trong căn phòng dành cho khoảng mười người. Thay kệ, nhiều người mệt mỏi ngã phịch rồi ngáy khò liền ngay. Những người còn thức thì "tận hưởng" bầu không khí dày đặc bởi khói thuốc lá hòa quyện với những tiếng thở dài thườn thượt, tưởng chừng như chúng cứ lảng vảng trước mặt, chúng uốn éo khiêu khích chứ không muốn bay đi, thực sự thì chúng nặng chịch và bị bịt bùng nên khó có lối thoát. Vài người muốn nói hoặc hỏi chuyện phải xầm xì nho nhỏ, đôi lúc nghe như tiếng rên rỉ…

Buổi sáng, thông tin truyền miệng, mọi người mới biết rằng nơi đây là Suối Máu. Một con suối ngập máu, ngập xác người trong một cuộc chiến đã quá nổi tiếng để trở thành địa danh ở vùng Biên Hòa này. Nhưng, kể từ bây giờ, không một ai được nhắc tới cái tên đó, lời của cán bộ quản giáo đã răn đe như vậy, phải gọi là Trại tập trung cải tạo Tân Hiệp, Biên Hòa. Địa danh cũ bị cấm tiệt nhắc tới đủ hiểu rằng máu và xác của ai. Trong thâm tâm Việt và những người bị tập trung ở đây cũng chẳng lấy làm vinh hạnh gì từ điều rùng rợn, kinh khiếp này, nên hầu như ai cũng coi sự cấm kỵ là điều nên. Việt chỉ nhắc tới nó khi cần nhắc và với những ai không biết đến Tân Hiệp. Tân Hiệp vốn cũng là một trại tù.

***

Việc đầu tiên, các học viên hoặc các cải tạo viên hay trại viên, phải, đi học tập cải tạo thì phải gọi là như vậy, các trại viên tập trung tất cả lại để nghe cán bộ giáo huấn. Buổi giáo huấn với cái ô bặc lưa* (*loa kẽm) phát ra tiếng the thé, xung quanh có những có bộ đội vẫn với mặt mũi non choẹt mang súng đi đi lại lại canh gác, đôi khi mỏi chưn thì các chú ngồi chồm hổm xuống, chống súng tựa trên bả vai, bên ngoài cổng hoặc xa xa có các tháp canh với những khẩu súng máy đặt trên đó.

Cán bộ bắt đầu thao bất tuyệt.

Trước hết nhấn mạnh lại một lần nữa đây không phải là nhà tù, khẳng định mạnh mẽ chế độ mới tức chế độ thực thi chủ nghĩa Cộng Sản không có nhà tù. Nhưng đây không phải là lần cuối, về sau vẫn thường nhắc đi nhắc lại như vậy. Cũng như một số điều minh định như chủ nghĩa Mác, Mác xít Lênin nít là chủ nghĩa bách chiến bách thắng, chủ nghĩa tuyệt đối, đỉnh cao trí tuệ của loài người tiến hóa từ loàn vượn dựa theo học thuyết của Đác - uyn *(Charles Robert Darwin, 12/2/1809 - 19/4/1882).*

Chế độ mới không có nhà tù cho nên, một là xây dựng hai là cải tạo những nhà tù thành những trại tập trung. Nói chung, trại tập trung để cách mạng cải tạo những kẻ lầm đường lạc lối, những kẻ mất phương hướng, những kẻ suy nghĩ lệch lạc, những kẻ đi dưới con đường hầm tối tăm, con đường khốn khổ.

Từ đó, khi đã nhận ra lỗi lầm, hấp thu được lý tưởng mới thì phải biết tự rèn luyện bản thân, phấn đấu hết mình, tự nguyện trở về với đảng, với Tổ Quốc, với giai cấp nông dân, giai cấp công nhân, nói chung là trở về với chính nghĩa nhân dân, trở thành một công dân lương thiện.

Cách mạng cải tạo một cách bài bản, đúng đường lối đề ra, có lý thuyết có thực hành, đi từ cơ bản đến nâng cao, cán bộ có trình độ, năng lực. Nói chung là không khác gì một trường đại học.

Học đi đôi với hành, cho nên có mấy vấn đề.

Một là vấn đề học.

Đã học thì phải có thu hoạch. Kết quả thu hoạch như thế nào, có đạt hay không trong mỗi kỳ là do ở các cải tạo viên chăm chỉ hay không, tự thân phấn đấu hay không? Do đó, nếu không đạt thì bắt buộc phải tự nguyện đăng ký học lại, thu hoạch đạt kết quả bằng thôi. Vì vậy, khi nói học tập một tháng đó là tư duy của cách mạng đề ra ban đầu, nhưng nếu cải tạo viên không thu hoạch đạt thì không còn một tháng nữa, có thể là sáu tháng, một năm, hai năm… đó là tùy ở học viên.

Cách mạng tạo điều kiện hết mình. Cho nên, các cải tạo viên yên tâm học tập như chúng tôi đã từng yên tâm công tác. Tuyệt đối tin tưởng vào lý tưởng, vào chính sách của đảng, của cách mạng là trước sau như một, không có gì thay đổi cả. Phải nhắc nhở, giúp đỡ lẫn nhau cùng tiến bộ, cùng gương mẫu để hoàn thành tốt khóa học, mau chóng về đoàn tụ với gia đình.

Thế thì, để đạt được những điều này cần chăm chỉ rèn luyện, tránh nôn nóng mà làm hỏng việc cải tạo. Và tuyệt đối không được tuyên truyền sai lệch chính sách đề ra rất đúng đắn của đảng, của cách mạng. Các học viên phải tự nhận thấy biết ơn, có nghĩa vụ đền đáp công ơn của đảng, của cách mạng. Ngược lại, nếu các học viên ngoan cố không cải tạo, không theo đường lối, chống đối lại sẽ nhận sự trừng trị thích đáng, sẽ không có ngày trở về với gia đình.

Các anh nên nhớ nằm lòng, các anh đã một lần lầm lỗi, lầm lỗi không thể tha thứ.

Hai là vấn đề hành. Trước tiên, chúng ta phải nhận biết rõ lao động là vinh quang, lao động là cần thiết, chúng ta lao động để phục vụ chúng ta, chế độ ta không có sự mưa móc ban ơn nào ngoài sự ban ơn của đảng. Vì vậy chúng ta phải bắt tay ngay vào lao động xây dựng thêm nơi ăn chốn ở, xây dựng hội trường để có nơi học tập rộng rãi, thông thoáng… Kế tiếp các anh lao động để xây dựng cuộc sống. Đồng chí Tố Hữu đã dạy rất hay: *"Bàn tay ta làm nên tất cả. Có sức người sỏi đá cũng thành cơm"*. Cho nên chúng ta nhất quyết xây dựng thành công, xây dựng trại cải tạo thành một xã hội chủ nghĩa thu nhỏ. Nhất quyết bằng mọi giá.

Kể từ nay, mọi sinh hoạt học tập cải tạo, ăn ở và lao động đều đi vào nề nếp, đó là nề nếp tập thể. Chế độ ta là chế độ đề cao tính tập thể, làm chủ bằng tập thể, không có cá nhân làm chủ, không tồn tại chủ nghĩa cá nhân ở chế độ ta.

Chúng ta xây dựng bếp ăn tập thể, cũng ăn tập thể với tiêu chuẩn mà nhà nước đã đề ra, tiêu chuẩn công bằng cho tất cả các anh. Không được có chế độ bếp mẹ bếp con.

Cũng từ nay các anh sinh hoạt theo tiếng kẻng quy định.

Đấy là sơ bộ của buổi nói chuyện hôm nay. Ngay sau đây chúng ta bắt tay thi hành ngay. Thi hành phân chia tổ, tiểu đội… và bắt tay lao động xây dựng…

Cán bộ giáo huấn nói chuyện thể hiện bản chất của chế độ, bản chất hùng hồn, mạnh mẽ, bản chất luôn nhứt quán,

quán triệt. Thái độ mạnh mẽ, hùng hồn trở nên vênh váo, đầu niêng niểng một bên, nhìn lên bầu trời là chính yếu, và luôn huơ tay, đúng hơn là vung tay mạnh vào không khí, xé không khí dù chỉ là một câu nói bình thường.

Cán bộ cũng nhiều phen chứng tỏ ta đây, ta đây rất tâm đắc với… con đường khốn khổ, anh ta tự ví mình như một Victor Hugo, tự cho mình là đỉnh cao trí tuệ trong tập thể đỉnh cao trí tuệ chói lọi.

Việt nhận thấy như vậy cùng nghe những lời bàn tán nho nhỏ xung quanh, có cả chửi tục chửi thề của những người nóng nảy, nóng tánh.

"Đỉnh cao trí tuệ thiệt. Những đỉnh cao trí tuệ thường phiên âm và đọc phiên âm hết sức buồn cười."

"Đỉnh cao của rừng rú. Chói lọi đi lên từ bưng biền."

"Bây giờ là nói chung thôi nhá, cứ lập đi lập lại nói chung cho tất cả là nhất nhá. Chế độ tập thể mà, bà mẹ riêng tư ở chốn cầu tiêu cũng không còn. Chỉ là một bài nói chuyện mà lặp đi lặp lại nói chung, đảng, và cách mạng… không biết bao nhiêu lần."

"Lao động là vinh quang, lang thang là chết đói."

"Cán bộ thuyết pháp tràng giang đại đại, chẳng may có hiểu gì chăng, có biết gì chăng?"

"Cứ kêu mẹ nó là thằng, những thằng khốn nạn, xưng tao mà lại hay. Cần gì phải tỏ ra đạo đức giả, ban đầu học viên cải tạo rồi xuống giọng, các anh các anh, chúng ta chúng ta."

"Đụ má, như vậy là đi tù mút mùa Lệ Thủy rồi, mọt gông rồi chứ ở đó mà ba chục ngày cải tạo."

"Lại lừa phỉnh nữa rồi, phỉnh dụ, lừa mị là nghề của Cộng Sản. ông Thiệu nói 'Đừng nghe những gì Cộng sản nói. Hãy nhìn những gì Cộng sản làm' quả chẳng sai."

"Đụ mẹ, ông Thiệu cũng chẳng ra gì, cũng hèn nhát thấy mẹ, để cả đám bây giờ phải hèn phải nhục. Quắc mẹ nó một trận bán sống bán chết, ra sao thì ra, chết cho nó có khí khái, ngang nhiên mà chết."

"Mả mẹ, chuẩn bị tinh thần lao động đày ải để nuôi thân, nuôi cán bộ đi, để xây dựng chủ nghĩa xã hội đi tới thắng lợi to lớn đi."

Những lời bà tán, xầm xì chỉ chấm dứt khi có người nói "tai vách mạch rừng", " điệp viên hai mang đông như kiến ở các phủ kìa" chứ không có đùa đâu.

***

Đây là lao tù, Việt đang ở tù, là tù viên, đó là điều chắc chắn. Không thể khác, không thể có cách nói nào khác, anh loại ngay cụm từ Trại tập trung cải tạo ra ngay tức thì từ ban đầu. Đó cũng là xác lập của số đông những người được đưa vào đây. Một số người còn gọi cụm từ này thì hàm ý mỉa mai, mang nghĩa bóng là trại tập trung kiểu phát xít, xung quanh chốn này là bầu không khí trộn lẫn hơi ngạt mà người Cộng Sản bơm vào, bơm dần vào cho chết ngạt từ từ. Từ từ diệt dần những con người của chế độ cũ, triệt tiêu hẳn chế độ cũ. Nếu không thể triệt tiêu thể xác thì chí ít cũng triệt tiêu tư tưởng của chế độ cũ, quan trọng nhứt là tư tưởng tự do.

Là phần đông, có nghĩa vẫn còn khác biệt. Có hai sự khác biệt. Hai sự khác biệt mang số ít, khá ít.

Thứ nhứt là một số người không phục, không khuất phục, họ sẽ trở thành thành phần nhân danh sự ngu dốt, sự cổ hủ, sự đê tiện… để làm điều sai trái, thành phần tội đồ chống đối đảng và cách mạng, chống đối lại chính quyền Vô Sản, chống lại nhân dân cần lao, là phản động khét tiếng, phải bị loại ra khỏi tập thể đang trên đường đi đến chuyên chính Vô Sản, phải biệt giam, bị đọa đày nơi biệt giam để cho thấy được sự trừng phạt, cho thấy sự cứng rắn của tổ chức, nơi đây thành ngục tù đối với họ.

Mang thể trạng của con cắc kè là số ít người thuộc hàng thứ nhì, tắc kè biến thiên, đổi màu để phù hợp với môi trường, phù hợp với triết lý sống gió chiều nào ngã theo chiều đó, họ sẽ sử dụng cụm từ trại tập trung cải tạo đúng nghĩa đen.

Việt không còn quan tâm gì mấy nữa, anh thu mình nhốt trong vỏ ốc, anh im lặng, không nói điều gì nữa. Không phải anh nhu nhược, hèn nhát để bị khuất phục. Việt đã phải dầm mình trong chốn địa ngục trần gian không ít thời gian, anh đâu còn sợ nữa dù ghê tởm đến phát ói mửa, nếu buộc phải đối diện với chốn ngục tù thì Việt sẽ sẵn sàng. Thực sự thì anh không đủ trình độ, không đủ am tường để có những lập luận sắc bén phản bác lại, để chống lại. Rõ ràng học hành anh chưa qua phần căn bản, chủ nghĩa Cộng Sản anh mới lướt sơ, chưa thể hiểu rõ bản chất của nó. Nếu làm vậy chẳng khác nào anh hại tất cả. Anh sẽ lập tức bị bêu ra làm trò cười không chỉ bản thân mình, mà trò cười cho toàn thể bạn tù, toàn thể chế độ mà anh thể phụng sự. Một chế độ dốt nát mới sử dụng toàn những kẻ ngu si. Anh làm vậy sẽ là một miếng mồi ngon, miếng mồi làm sao tránh được kẻ cơ hội đang ngày đêm rình rập, những cán bộ là những cái loa rêu rao bất tận, đang tỏ ra khinh bỉ bất tận tất cả mọi triết lý, sẽ sẵn sàng áp đặt, sẵn sàng dập tơi bời cho sự lỡ lời, cho sự chưa chín chắn.

Việt cố đưa mình vào trạng thái vô thức, một cỗ máy lập trình theo bản năng sanh tồn. Anh chẳng con thiết tha với điều gì.

Tuy vậy, những hình ảnh, những sự vụ cứ lặp đi lặp lại đập vào trí óc Việt, chúng chồng từng lớp từng lớp rồi nán lại và in vào đây. Chúng như mưa nắng, gió sương khắc họa lên những tảng đá qua năm tháng dài. Đầu óc anh dù không muốn vẫn phải tự động lưu trữ chúng. Rồi sẽ tự động bật ra lúc cần đến.

***

Đó là tiếng kẻng báo hiệu giờ giấc sanh hoạt hàng ngày.

Ban đầu nó được đánh không rõ thành tiếng keng keng

lắm. Tiếng nó đục đục làm sao, ngẹt nghẹt làm sao, đôi khi tiếng được tiếng mất. Bởi nó đánh bằng cái mâm bánh xe hơi gỉ sét. Có lúc đánh vào, từng miếng gỉ sét bong ra rớt lộp độp, rồi gỉ sét tiếp tục sanh ra tiếp ngay sau đó. Chúng giống những miếng da của làn da bị vảy nến, hoặc của làn da ít khi ra nắng nay bị phơi nắng đỏ au phồng rộp lên, khi xẹp xuống thì sạm đen, sạm màu mốc xì, sau đó nức nẻ và bong tróc.

Những làn da kiểu này dĩ nhiên có nhiều trong trại tù, chúng bắt đầu lần lượt xuất hiện chừng năm ba bữa kể từ khi "nhập môn học tập", đối với người mẫn cảm với lớp bì mỏng manh, lâu hơn đối với những người mang trên mình lớp"da trâu". Hiếm hoi có người đề kháng được như Việt. Những lớp da khi bong tróc nhìn thiệt gớm giết. Những đường nức nẻ vô tội vạ tạo những tấm bản đồ da người kỳ dị. Nhưng đôi khi nó đem lại thú vui "tao nhã", đem lại thú giết thời gian, chỉ cần lần gở từng miếng nhỏ, tỷ mẩn khều nhè nhẹ cho chúng rơi ra hoặc chà sát nhẹ nhàng cho chúng bay đi.

Sự "tao nhã", thú giết thời gian được nâng lên từng cấp bậc theo thời gian, giống như cấp bậc thâm niên. Bấy giờ không là miếng da trần trụi về với cát bụi mà là những cái… mày ghẻ. Mày ruồi, mày to mày nhỏ như những bông hoa, những chùm bông hoa nở rộ cả bốn mùa. Có chúng thì có muỗi mồng, có bọ chét, có rận rệp, có vắt đỉa, có gai quào, cào xướt, đâm thọt… Muối ăn đã trở thành món xa xỉ, chúng không thể đủ để biến thành thuốc sát trùng cho những vết thương dù nhẹ lở loét vơi đi.

Không lâu sau đó thì cái mâm bị thay thế. Không phải vì chúng xấu xí, mà bởi chúng yếu ớt phát âm thanh. Chúng là tội đồ để cải tạo viên vin vào đó mà giả điếc. Âm thanh bây giờ vang xa, tiếng rất thanh, có thể len lỏi vào tận cùng ngõ ngách. Chúng cũng phát ra từ khối hợp kim sắt thép, nhưng được tôi luyện nhiều thời gian hơn, ít tạp chất hơn, thậm chí chúng rất khó gỉ sét. Đó là những thanh tà vẹt của đường rày xe lửa.

Chúng được gõ có chỗ lên nước, sáng bóng ánh kim, đủ biết được gõ nhiều như thế nào.

Chúng được gõ vào sáng sớm, gõ báo thức. Đồng loạt cải tạo viên phải thức dậy vệ sinh cá nhân.

Chúng được gõ kế tiếp, gõ báo buổi thể dục bắt đầu.

Chúng được gõ báo hiệu tập trung cơm nước buổi sáng.

Chúng được gõ báo hiệu bắt đầu buổi lao động buổi sáng.

Chúng được gõ báo hiệu đến giờ nghỉ buổi lao động buổi sáng.

Chúng được gõ báo hiệu tập hợp với buổi cơm trưa.

Chúng được gõ báo hiệu buổi lao động buổi chiều.

Chúng được gõ báo hiệu đến giờ nghỉ buổi lao động chiều.

Chúng được gõ báo hiệu tập hợp ăn tối.

Chúng được gõ báo hiệu lên… "giảng đường".

Chúng được gõ, được gõ, được gõ… mỗi ngày, 30 ngày mỗi tháng, 12 tháng mỗi năm… theo một lịch trình không thay đổi trừ khi gõ báo hiệu tập trung đột xuất.

Tập trung đột xuất để ra nhìn một xác chết vừa bị bắn nát thây vì trốn trại, hoặc nghe thông báo sẽ tử hình một tù viên trốn trại bị bắt, sẽ bị bắn nhanh thôi, một hai ngày sau đó. Tập trung đột xuất để nghe thông báo có đoàn cán bộ cấp cao ghé thăm trại, đọc tên một vài cải tạo viên "xuất sắc" sẽ báo cáo kết quả học tập trong tinh thần hồ hởi phấn khởi…

Những ngày còn là học sinh - sinh viên, Việt rất thích thức dậy vào sáng sớm. Anh cũng được báo thức bằng âm thanh.

Ban đầu, ở tuổi ăn tuổi ngủ việc tự động thức dậy không phải dễ cho dù có âm thanh lớn như thế nào réo gọi bên tai. Trước khi dự định để dành tiền mua một cái đồng hồ có báo thức, mua cái đồng hồ có tiếng chim cúc cu, cúc cu dễ thương hoặc phát ra tiếng nhạc chẳng hạn, thì anh nhờ tiếng gọi êm ái cùng bàn tay dịu dàng của mẹ mình lay nhẹ: "Dậy nè con, dậy đi quý tử của Má". Việt dần lớn lên, mẹ anh tự khắc sẽ già đi, đó là điều không thể tránh khỏi, đó là quy luật của tạo hóa. Nhưng anh muốn mua đồng hồ không phải chê tiếng gọi ngày càng khàn, bàn tay ngày càng chai cứng hơn, kỳ lạ thay, tiếng của cha mẹ ta, bàn tay của cha mẹ ta cho dù có khản đặc như thế nào, cho dù có run rẩy, cứng như gỗ ta vẫn cảm nhận rất mềm mại, vẫn thanh tao, anh muốn mua bởi không muốn phiền nhiễu và cũng tự răng mình phải tự giác mà thôi.

Rồi anh xài tiền để dành cho việc khác, việc mà đôi khi nhớ lại mang cho anh mấy cảm giác, trước là vui vui với những buổi tâm tình cùng nàng nụ Tím Gia Long, anh dùng tiền đưa nàng tới tiệm chè mà, sau đó là nhớ nhung, sầu thảm và cuối cùng là ray rứt. Anh không cần tới tiền nữa bởi, trùng với lúc thức giấc là lúc tiếng chuông giáo đường ngân vang, vang vọng tới. Tiếng chuông nó vang thanh làm sao, nó thức tỉnh làm sao. Từ đó amh yêu mến nó vô cùng. Tiếng chuông mang lại cho anh một tinh thần sảng khoái trước khi bước vào ngày mới.

Cũng là hai tiếng âm thanh báo hiệu, nhưng một tiếng mang lại cho anh sự thư thái tâm hồn, mặc cho anh không có đạo, gia đình không là Công giáo, còn một tiếng làm tê buốt tâm hồn Việt.

Ở đây, chỉ nói vậy thôi chứ không so sánh, so sánh là một điều khập khiễng vô cùng.

Theo thời gian, tiếng kẻng báo hiệu ở nhà tù gây cho Việt thêm một căn bịnh, đó là... đau bụng kinh niên.

Có kỳ quái quá không khi chẩn đoán bịnh tình như vậy? Phải chăng thứ âm thanh này mạnh đến nỗi gây ra tia sét đánh vào bụng Việt? Phải chăng thứ âm thanh này mạnh đến nỗi đẩy đi một làn gió để Việt hấp thụ làm cho bụng căng cứng, hay trương sình lên? Không, hoàn toàn không, bụng Việt không trương sình hay căng cứng. Thứ âm thanh cứ đi xuyên qua lại đầu Việt làm cho đầu óc anh tê buốt, nhức nhối, gây cho anh trầm cảm, đó cũng là lý do gây nên căn bịnh đau bao tử nằm trong bụng của anh.

Một số người hài hước cho qua bớt cơn bĩ cực thường nói giỡn rằng, nếu đủ chỗ, chắc có lẽ tiếng kẻng cũng báo hiệu để cùng một lượt đi giải quyết nhu cầu đòi xả thải của cái bụng. Nói trắng ra là nhu cầu đái ỉa. Nhu cầu này trở thành duy nhứt được riêng tư, ỉa đái không lệ thuộc vào tập thể, không sinh hoạt ỉa đái tập thể, tập thể không lãnh đạo, chỉ đạo được điều này.

***

Chốn để đái thì không có gì để nói cho lắm. Bởi, có thể bạ đâu đái đó cũng được, một gốc cây, bên hè của dãy nhà tù, hoặc xa hơn một chút là cặp bên hàng rào dây kẽm gai chẳng hạn… Nơi đây đâu khác gì ở giữa rừng hoang dã. Nước đái ít để lại mùi khai bởi dễ bốc hơi ở không gian rộng, và bởi mưa bởi gió cuốn trôi cuốn bay…

Chốn ỉa thì khó hơn. Ở đâu cũng vậy, giữa rừng hoang vắng cũng vậy, đâu thể cứ cần thì trật quần kéo xuống, cũng cần phải ngó trước dòm sau, cần có một lùm bụi. Kẻ nào dù cho không còn chút ngại ngần cũng bị ngăn cản bởi bản năng. Cho nên những ngày đầu, trong những tấm bông sô quây tạm, nó trở thành những bãi bầy nhầy kinh tởm, mùi thúi bốc lên thì khỏi phải bàn, bên cạnh đó còn có lẽ là hàng triệu con giòi bọ nhúc nhích, hàng triệu con ruồi con nhặn bu đầy, những con ruồi xanh to tổ bố. Rồi chúng tản bay vào nhà bếp, những hũa cơm. Chúng không chỉ "góp sức" để có… mày ghẻ để gỡ, chúng còn gieo rắc những căn bịnh truyền nhiễm cho lục phủ ngũ tạng, nội thương cho cơ thể.

Sự kinh tởm "dâng lên cao trào", đây cũng là cách nói của người cách mạng để miêu tả kịch tính, hoặc cao trào cảm xúc chẳng hạn, chúng "dâng lên" cho những ai tới ca trực, xúc những bãi nhầy này gồng gánh ra bờ suối tẩy bớt ô uế.

Cũng rất may, nó diễn ra không phải suốt những ngày tháng Việt bị chôn mình nơi này, khoảng vài tháng đầu cho tới khi họ đào đủ những cái hầm cùng với có tro tàn đổ xuống như một phương pháp trị mùi xú uế và đào đủ những cái giếng có đủ nước làm sạch bớt ô uế. Nhưng chừng đó cũng đủ ám ảnh Việt một thời gian dài, cũng đủ để lưu mãi mãi trong bộ nhớ.

***

Để giảm được những hình ảnh ghê tởm, đó là nhờ lao động.

Lúc này đây, các cải tạo viên, ư không, là các tù viên chứ, các tù viên mới "thấm thía" lao động là vinh quang như thế nào. Không muốn vinh quang à? Thì cứ việc để cặp mắt mang màu xú uế, để muốn lộn mửa khi bước vào chốn này.

Rồi "vinh quang" đi xa hơn, không kể làm gì đốn cây đốn củi, cắt tranh dọn cỏ, đó là việc hiển nhiên, như cán bộ đã nói ngay từ đầu, phục vụ nhu cầu ăn ở cho tươm tất mà thôi, "vinh quanh" bây giờ đi tới sân bay nhé.

Nếu nghe qua như vậy, chắc chắn sẽ có thắc mắc, rằng có nghe lộn không? Lao động gì ở sân bay? Các tù viên được phép tới nơi có công nghệ tân tiến hay sao?

Tới sân bay là đúng chứ không sai chút nào. Lao động ở đây cũng đúng chứ không có gì sai trái. Nhưng có điều, sân bay đã không còn hoạt động, đó là sân bay quân sự Biên Hòa. Đồng nghĩa không còn hiện điện của sự tân tiến. Các tù viên mang những cái cuốc, cái xà beng, cái cúp, những vật dụng thô sơ, thậm chí là tay không để đào đường băng, gỡ lấy những tấm gi sắt, những tấm sắt có những lỗ tròn tròn, bề ngang chừng 80cm, dài khoảng 2m mà khiêng vác về trại. Những tấm sắt nặng chịch người ta còn dùng để kê, để lót ở các con đường sình lầy, làm mặt sàn cầu dã chiến bắt qua sống qua suối... Sân bay không hoạt động thì cần tới chúng để làm gì nữa.

Để lôi được những tấm sắt lên, thì phải bổ cúp chát chúa, sấn xà beng đùng đùng, cái sân bay, cái đường bay vẫn trơ lỳ, tróc lên từng mảng nhỏ như kiểu tróc mày ghẻ trêu ngươi. Tiếng chát chúa, tiếng đùng đùng phải tiếp tục liên hồi, chúng vọng có lẽ xuống tầng cuối cùng của địa ngục. Thế rồi, kèm theo những tiếng này là tiếng chửi thề: "Đụ má, mấy thằng Mỹ khốn nạn, làm chi cho tốt, cho chắc dữ, báo hại cái khổ cho chúng ông, báo chúng ông như một lũ chó chết." - Anh chàng bộ đội mặt non choẹt vác súng tò tò đi theo quắt mắt, ý sao lại chửi thề, chửi bậy? Nhưng nhanh chóng quay mặt đi và mỉm cười, chúng chửi thằng Mỹ, thằng Thiệu ngu si đấy thôi. Cái sân bay, cái đường băng cũng toét ra một chút… "mỉm cười".

Thấy anh bộ đội quản giáo cười, anh tù viên Lân hỏi:

- Ôi! Nhưng đào cái sân bay này, cái đường băng này lên làm cái đếch gì thế đồng chí cán bộ? Sao không lao động trồng trọt, khai hoang phải hay hơn không nhể?"

Anh ta trả lời với giọng địa phương miền Bắc chen lẫn ngọng ngịu, chữ đầu của từ là chữ l biến thành n và ngược lại:

- Các anh chẳng có tư duy gì cả, các đồng chí nãnh đạo chúng tôi tư duy nà đúng đắn nhá. Đào sân bay nên nà tư duy tính toán kỹ nưỡng rồi nhá, có ý đồ hết rồi nhá. Mà ối giời ơi! Thật các anh, các anh học tập đến bây giờ mà chưa nĩnh hội được gì sất. Đây nà một phần để các anh rèn nuyện nao động, rèn nuyện ý chí, xóa tan bản chất nười biếng của các anh. Và hơn thế nữa, bây giờ đã giải phóng, đã thống nhất đất nước, thì cần đếch gí đến chúng. Hầy, còn vấn đề lày nữa chứ, đấy nà góp phần xóa bỏ tư duy tiểu tư sản, tư sản chủ nghĩa trong các anh, xóa bỏ thói xa xỉ, học đòi theo phương Tây ấy. Tôi kể các anh nghe nhá, hôm chủ nhật vừa dồi *(rồi)*, tôi được nghỉ trực, thế nà tôi vèo nên thành phố mang tên Bác, tôi thăm thủ trưởng cũ của tôi, thủ trưởng được cấp nhà mới, ối giời ơi nần đầu tiên tôi thấy được căn nhà giộng *(rộng)* thế, lào nà có chuồng ngựa, lào nà có hồ bơi, lào nà có cái sân gì ấy nhỉ, cái sân gì mà chỉ để cho hai người cầm vợt đánh qua đánh nại ấy nhỉ? Tất cả các thừ ấy đúng là thói xa xỉ. Thế nà tôi và thủ trưởng hì hục đào chúng nên hết tất, chứ để thói ấy nàm gì phí đất thế. Đúng không các anh nhở?"

Tù viên Khương nhái giọng đáp lời và hỏi:

- Đúng, đúng. Đấy nà cái sân tennis ấy, thể thao nà phải toàn dân chứ nị, sao nại chỉ vài người nhờ. Đào nên nà phải nắm, đào nên để tăng gia sản xuất thôi, thế thủ trưởng anh định nàm gì nhở?

- Thiếu gì cách nàm. Trồng rau trồng củ, nói chung nà trồng hoa màu, mà cũng có thể trồng núa. Thủ trưởng tôi chỉ để nại một mảnh sàn xi măng của chuồng ngựa, thủ trưởng sẽ nuôi heo. Nuôi trồng nà kế hoạch tốt nhất nuôi sống chúng ta đấy.

Tù viên Hoàng gật gật liên tục:

- Phải, phải, nuôi trồng, nuôi trồng. Tốt nhất nà trồng rau muống. Nghe nói sếp nớn, sếp gộc của các anh nói giằng *(rằng)* một ký nô dau *(rau)* muống cũng có chất đinh dưỡng ngang với một ký nô thịt bò mà nị.

Lúc này thì bộ đội quản giáo đanh mặt lại:

- Sao nại gọi sếp? Cấm các anh gọi thế nhá. Sếp nà gì, nà cách gọi chó của những thằng nính Tây, cấm các anh gọi nhé, phải gọi nà các đồng chí nãnh đạo cấp cao. Còn về chuyện dau, tôi chả nghe chuyện này, nhưng nếu tư duy các đồng nãnh đạo cấp cao nà thế thì cũng đúng thôi. Thôi, thôi, các anh tiếp tục nàm việc đi nào, không nói chuyện huyên thuyên lữa.

Anh ta nảng đi ra xa, ngồi hút thuốc, để lại những tiếng chửi rủa nho nhỏ, "Mụ nội nó, đúng là lũ khỉ ở Trường Sơn tiến cả đàn về giải phóng Hòn Ngọc Viễn Đông.", "Tiến lên xã hội mới, tiến lên thời… ăn lông ở lỗ.", "Tổ cha tụi nó, cứ mở miệng là công bằng, lấy tập thể làm chủ, nhưng toàn là tôn sùng cá nhân, một thủ trưởng phải đúng, hai thủ trưởng không thể sai, nhứt nhứt lãnh đạo cấp cao phải tuyệt vời."…

Những tấm sắt ẩn dưới lớp bê tông cứng như thế nào rồi cũng phải trồi lên, được công kênh kiệu về. Từng tấm sắt nằm chồng lên nhau là những tờ lịch được xé xuống, xé rời nhưng không bị quăng vào sọt rác, người chủ cẩn thận xếp chúng nằm gọn lại, từng tấm được xé xuống từng ngày một cho tới khi trên bloc còn chỏng chơ cái cùi.

Những tấm sắt chồng càng cao, càng nhiều chồng thì các trại viên… càng rắn rỏi, rắn rỏi như lớp mặt đường băng. Rắn rỏi xuyên qua những cơn dầm mưa, những cơn dãi nắng. Rắn rỏi để khoe với nhau chăng, để khoe với rừng rú chăng? Không hề, rắn rỏi để chống lại cái chết, cái chết hiển hiện bằng bịnh tật trước mắt, nhứt là căn bịnh phù thủng từ những bữa cơm nấu bằng gạo mốc, mốc tới đen xì.

***

Con đường đi từ trại tù tới sân bay có sẵn khá xa và vòng vèo. Người ta nhắm hướng theo đường chim bay, tạo một con đường mới cho gần hơn. Nhắm hướng và đi tới, đi qua gai góc cỏ dại, đi băng qua có chỗ còn là rừng rú, đi, cứ đi thì khắc có con đường. Người xưa đã từng nói, làm gì có sẵn con đường, đi mãi sẽ thành đường đó thôi, câu nói có cả nghĩa đen lẫn nghĩa bóng.

Giống như vậy ở nghĩa bóng, người ta nói láo một lần, nói láo hai lần không bị làm sao, thì nói láo được lần thứ ba, nói láo dần dần sẽ tăng dần, nói được lần thứ n, n+1… Đôi khi nói láo trở thành sự thực, người ta nói láo mà ngỡ nói thiệt, người nghe khó mà phát giác.

Đó cũng là ngón nghề tuyên truyền của người Cộng Sản. Họ cứ tuyên truyền mãi những khẩu hiệu tưởng chừng như cũ mềm. Khẩu hiệu được giăng giăng khắp nơi, đập vô thẳng mặt khắp nơi, những khẩu hiệu phần lớn cũng được kẻ vẽ từ tù viên. Có lúc, tù viên buộc miệng lẩm bẩm, tưởng rằng họ lẩm bẩm ca thán điều gì, không, họ lẩm bẩm một câu khẩu hiệu, khẩu hiệu trở thành thuộc lào đối với tù viên.

Đó là những câu: *"Đảng Lao Động Việt Nam quang vinh muôn năm!", "Đảng Lao Động Việt Nam - Người tổ chức và lãnh đạo thắng lợi vĩ đại cuộc kháng chiến chống Mỹ cứu nước!", "Chủ nghĩa Mác - Lênin bách chiến bách thắng!", "Chủ nghĩa Mác - Lênin - nền tảng tư tưởng, kim chỉ nam cho hành động", "Học, học nữa, học mãi", "Chủ tịch Hồ Chí minh vĩ đại sống mãi trong sự nghiệp của chúng ta", "Đoàn kết, đoàn kết, đại đoàn kết - Thành công, thành công, đại thành công!", "Lao động là vinh quang!", "Sống và làm việc theo hiến pháp và pháp luật", "Sống, chiến đấu, lao động và học tập theo gương Bác Hồ vĩ đại!", "Học tập và lao động là thước đo lòng yêu nước của mọi người!", "Các cải tạo viên phải phấn đấu học tập, lao động và rèn luyện, phải thương yêu nhau, giúp đỡ nhau cùng tiến bộ!"...*

Các tù viên lĩnh ngộ, họ "Học, học nữa, học mãi cho tới khi... hộc máu" mà thôi, và không biết bao giờ thì được sống đúng nghĩa để có thể làm việc theo pháp luật. Trước mắt họ chỉ một màu của rừng rú, phải chịu cảnh luật rừng được vận dụng tối đa.

"Các cải tạo viên phải biết yêu thương nhau, giúp đỡ nhau..." - Ôi! Nghe qua mới hay làm sao, nghĩa cử đẹp làm sao!

Tại sao lại nghe qua? Chẳng lẽ nghe qua rồi bỏ qua hay sao?

Không bỏ cũng phải bỏ thôi. Chúng cũng được "dạy" từ các cán bộ. Các cán bộ thu nạp những kẻ cơ hội, những kẻ xoay theo chiều gió. Kẻ được gọi là phản tỉnh này trà trộn để moi tin tức, là cây ăng ten sẵn sàng xoay các hướng để "thu sóng" mọi ngóc ngách. Và chúng luôn dấu mặt.

Vài người vô chốn biệt giam, vài người bị thuyên chuyển từ các "cây ăng ten" này mà ra.

Những gương mặt mang nhiều mặt nạ còn làm tốt hơn nữa, đúng ý của các cán bộ hơn nữa, chúng tạo ra sự nghi kỵ, nghi kỵ lẫn nhau của những người một thời từng là bạn hữu, từng là tri kỷ. Sự dò xét, xét nét đan xen, nhùng nhằng như những sợi tơ nhện.

***

Hai năm trong nhà tù trôi qua.

Hai năm là một khoảng thời gian dài hay ngắn? Khó có thể trả lời được câu hỏi này. Dài hay ngắn còn tùy thuộc vào sự cảm nhận.

Gần cuối đời người, khi nhìn lại thấy mái đầu xanh đã chuyển màu bạc trắng, dễ cảm nhận thời gian qua quá nhanh. Một đời người trôi qua trong phút chốc. Có nhiều dự định không thể thực hiện kịp trong cuộc đời. Những dự định mong mỏi hoàn thành thì thời gian trôi cứ vùn vụt, nói cách khác, càng gấp gáp với thời gian nó càng vùn vụt lướt đi…

Nhưng, trong một đời người cũng có nhiều khoảng thời gian dài lê thê, mong mỏi trôi qua thiệt nhanh thì càng thấy chậm chạp. Những Khoảng khắc chờ đợi, những khoảng khắc buồn đau, những khoảng khắc biệt ly…

Việt được ra tù. Cùng lúc với anh có một toán bị chuyển trại, chuyển đi đâu không rõ lắm, nghe loáng thoáng là tới trại Hàm Tân.

Hai năm đối với anh lúc này là gì anh cũng chẳng rõ. Anh cũng không rõ lý do được ra tù.

Những người bạn tù xoay sở có được hai can rượu loại 5 lít, vị chi là mười lít, cùng với vài con khô cá trích, mớ khô cá cơm. Một nửa số rượu có được từ hối lộ quản giáo, số tiền phải bỏ ra gấp năm lần số tiền thực mua. Tay quản giáo còn bô bô, "Nghĩ tình, tôi giúp cho đấy nhá, chả lấy đồng công nữa đấy nhá." - Sự đĩ miệng của họ thì bình phẩm là bằng thừa. Nửa số còn lại và cá được tặng từ hai người… quản giáo. Phải vậy chăng? Có nghe lầm chăng? Không. Sự thực là vậy. Hai người quản giáo đã lén lút đưa đến, họ lén đưa xong rồi quay lưng đi nhanh không cần nhận lời cảm ơn. Những người tù vẫn cảm nhận được con người họ, trong người họ còn chất chứa lương tâm, lương tâm thực sự của con người. Như vậy không có nghĩa một trăm phần trăm những con người cai quản ở đây đều như những con rô bốt, đều bị đồng hóa một lý tưởng, thực thi theo một dường lối, nhưng sự nghịch đường rất hiếm, xác xuất tính bằng một hoặc hai phần trăm mà thôi.

Bạn tù cùng ngồi lại lai rai đưa tiễn Việt và bạn hữu. Có thêm những món mồi tự kiếm được. Đó là một bịch con cào cào, châu chấu bắt được lúc đi lao động. Cào cào, châu chấu nướng khá thơm, ngon đâu thua gì món ngon khác, bấy giờ thì còn ngon hơn cao lương mỹ vị. Và hai món nữa nghe mà ghê rợn, nhưng vẫn ngon thiệt tình, món rít *(con rết)* nướng, cùng món cháo cóc. Những con rít dài hơn gang bàn tay, bự gần bằng ngón tay cái, chúng mang bộ giáp xác đen mun, có nhiều đốt được ví như những con tôm tích, chúng lẩn trốn nhiều trong đống "lịch sắt gi lỗ". Những con cóc thì lật các lu nước lên, chúng nằm trốn dưới này phần nhiều, dưới lớp da sần sùi khá kinh khiếp của cóc là lớp thịt trắng phau, nấu cháo ngọt còn hơn thịt ếch. Tất cả đều ăn được với người tù, họ ăn tất cả những con gì nhúc nhích hoặc con động đậy, chưa chết ương sình. Có lẽ chỉ trừ con bù lon, con tán bằng sắt ra mà thôi. Những người bạn tù tiếc rẻ không bắt được con rắn, con rùa để cho bữa "tiệc" thêm phần xôm tụ.

Lúc này anh mới lờ mờ về lý do, các bạn tù có được lý do từ những lần trò chuyện với "các cây ăng ten" và các cán bộ, lúc này đã cởi mở hơn đôi chút. Rằng, anh là một kẻ quái đảng, một kẻ lập dị, một kẻ cực kỳ khó hiểu, một kẻ sống đời sống thực vật, một kẻ không phát triển não… Sự lầm lỳ, không nói của Việt gợi cho họ biểu hiện của kẻ hiền như cục đất, cũng gợi cho họ đó là biểu hiện của kẻ chịu đựng, ấp ủ chờ thời cơ, một con người nham hiểm… Việt gây mâu thuẫn cho họ, gây tranh cãi cho họ, có kẻ cho rằng anh đáng thương, đáng được giúp đỡ, có kẻ cho rằng anh đáng tội, cực kỳ nguy hiểm… Từ sự mâu thuẫn này mà tên anh đã có trong danh sách có thể rời khỏi đây từ một năm trước, nhưng rồi bị giữ lại thêm một năm, nhưng cũng vừa mới đây mới chánh thức quyết định, chứ họ vẫn lần thần giữa cho ra hay lại thêm một năm nữa. Có lẽ họ lấy chỉ số quân bình, lấy một cộng ba rồi chia đôi. Cả hai phe mâu thuẫn coi như huề.

Việt chẳng buồn đính chánh chuyện gì. Anh cũng chẳng thiết buồn hay vui. Vài người chúc anh thoát nạn tù đày. Nhưng cũng có người lắc đầu bảo không, bây giờ những hạng người như họ thì ở đâu cũng là nhà tù, đi từ nhà tù nhỏ tới nhà tù lớn mà thôi. Giống như con chim non ở trong chiếc lồng nhỏ được chuyển qua chiếc lồng lớn khi đã trưởng thành. Lồng chim nào cũng là lồng, lồng lớn rộng rãi, đỡ chật chội hơn, nhưng cũng không có tự do. Con người khác con chim, ra chỗ rộng hơn chưa chắc là sung sướng hơn, tự do của con người không chỉ ở thể xác.

***

Bước ra tới lộ lớn, Việt tần ngần trong phút chốc, anh đứng giữa hai quyết định.

Thứ nhứt, ra bến xe đón xe lên khu kinh tế mới trên Cao Nguyên Trung phần, nơi gia đình anh đã bị đày ải lên nơi này. Bây giờ đã bị đổi tên như một số nơi đã đổi, đổi thành Tây Nguyên.

Những gia đình có người dính dáng tới chánh quyền cũ, những gia đình Công giáo và có gốc Hoa, tư sản đều thuộc diện bắt buộc phải đi đày. Cũng giống như ngày trước, ngày thời Việt Minh, thời cải cách ruộng đất ở miền Bắc, chỉ cần có của ăn của để một chút là bị gán ghép thành địa chủ, bây giờ ở thành thị là tiểu tư sản, là gian thương, tư sản là gia đình giàu có, buôn bán lớn. Những kẻ năm vùng, những kẻ cơ hội bu theo nổi đình nổi đám, trở thành những kẻ chỉ điểm lạnh lùng, vênh váo máu lạnh.

Và cũng như mọi lần, ngôn từ lừa mị lại được sử dụng, đi kinh tế mới là góp phần xây dựng đất nước, góp công với xã hội mới, là thể hiện lòng yêu nước...

Song song với lừa mị là chính sách thực thi đi ngược lại hoàn toàn những gì đã rêu rao tốt đẹp. Trong Tuyên ngôn Độc lập, ông Hồ Chí Minh lên án chủ nghĩa thực dân, thực dân Pháp thậm tệ: "... Chúng đặt ra hàng trăm thứ thuế vô lý, làm cho dân ta, nhất là dân cày và dân buôn trở nên bần cùng. Chúng không cho các nhà tư sản ta ngóc đầu lên..." - Bây giờ thì chưa cần đặt ra nhiều thứ thuế, bởi chỉ cần tịch thu hết thảy tài sản mà thôi.

Năm đầu ở trại tù, Việt nghe được tin tức, rằng gia đình mình đã bị đi đày. Ba má anh buộc phào đưa cà nhà đi, không thể trốn ở lại vì họ đã cắt sổ hộ khẩu, không có hộ khẩu thì coi như sống chui nhủi ngoài vòng pháp luật, sống kiếp đầu đường xó chợ bởi nhà sẽ bị tịch thu, tịch thu cả của cải, và không sổ gạo, các em không thể đến trường... Không thể có những điều này thì có nước đi móc bọc, lượm ve chai* (*lượm phế thải), đi ăn xin hoặc trở thành côn đồ, lưu manh, trộm cướp...

Anh không có cách nào khác, chỉ cầu mong ba mẹ lo được cho các em. Nhưng chưa phải là xong, anh lại nghe thêm tin tức, trước khi đi, cả nhà phải vừa chôn hai vợ chồng người bác ruột của anh. Bác trai tức nghẹn thổ huyết mà chết khi hay tin sẽ bị đuổi ra khỏi căn nhà của mình, không lâu sau, chỉ nửa tháng sau khi đưa bác trai ra nghĩa trang thì lại phải đưa bác gái tiếp theo, bà không chịu nổi, buồn rầu sanh bịnh rồi đi theo chồng.

Ôi! Việt Nam hòa bình. Hòa bình nghiệt ngã. Hòa bình sanh ra những cái chết oan nghiệt, chết mà đôi mắt không thể nhắm, chết không trăn trối được lời nào, chết đau đớn trăm lần thân xác làm lụng vất vả bao năm ròng để gầy dựng nên nhà cửa, gầy dựng của cải, gầy dựng nên cuộc sống sung túc cho chính gia đình mình.

Sáu người con của bác trong phút chốc mồ côi cả cha lẫn mẹ, chỉ còn chỗ bấu víu tinh thần là ba mẹ anh, gia đình Việt trở thành đại gia đình mười hai người con đi đến nơi rừng thiên nước độc đang chờ, cùng hàng đoàn người rồng rắn đi đến nơi mà không biết nơi này sẽ cưu mang hay cướp mạng.

Thứ nhì, anh cuốc bộ vài mươi cây số để trở về từ giã ngôi nhà yêu quý, ngôi làng làng thân thương, dù có thể phải đứng nhìn từ xa, và rộng hơn thì từ giã Gia Định - Sài Gòn. Bởi Việt nghĩ, biết đâu đây là lần cuối cùng trở về. Rồi Việt sực nhớ, đâu còn nữa Gia Định thành, Sài Gòn Thủ đô. "Sài Gòn ơi! ta mất người như người đã mất tên" *(Nhạc phẩm của Nguyễn Đình Toàn)*. Đô thành bây giờ đã có danh mới, thành phố mang tên ông chủ tịch Hồ Chí Minh, chính ông là người không phản đối đấu tố bà Nguyễn Thị Năm, rồi sau đó bà bị đem ra pháp trường xử bắn đầu tiên để làm gương và vùi mất xác trong cái gọi là "công cuộc Cải cách ruộng đất". Bà là người đóng góp cho cách mạng cả ngàn lượng vàng, chưa kể tới lúa gạo, vải vóc và nhà cửa cho các lãnh đạo cấp cao trú ngụ, hai ông đại tướng của cách mạng, ông Võ Nguyên Giáp và ông Nguyễn Chí Thanh đã từng ở nhà của bà.

Nghĩ tới đây thì Việt thôi phân vân. Anh không muốn từ giã thành phố đã mang tên mới của "xã hội mới".

***

Việt bước tới quầy vé, anh hỏi:

- Dạ, thưa cô, cô cho hỏi thăm…

Cô bán vé ngước lên rồi trợn mắt, cắt ngang bằng một tràng:

- Ối giời ơi! Thưa với gửi, lễ phép quá nhỉ, chỉ tổ mất thời gian chứ ích gì, đã thế còn dạ dạ, vâng vâng, làm như tôi già lắm ấy, hỏi gì thì hỏi ngay cho chóng.

Việt khá bối rối:

- … Dạ… cô cho hỏi thăm chuyến xe đi Cao Nguyên…

Có bán vé sẵn giọng:

- Tây Nguyên chứ cao cao cái giề. Đây làm gì có đi Cao Nguyên, đây không có đi Cao Nguyên nhá.

- … Dạ… cô có biết muốn đi lên đó đi bằng cách nào…

- Ối giời ơi! To đầu sao ngốc thế… đi ra Phan Thiết rồi đi tiếp, hỏi thế mà cũng mở miệng hỏi được.

- Vậy xin cô bán cho vé đi Phan Thiết.

- Đợi đấy, khi nào có thì gọi.

Việt hết đứng lại ngồi, hết ngồi thì đi đi lại lại, quẩn quanh quầy bán vé, chừng một tiếng sau thì cô ta cũng gọi:

- Này cái anh kia, lại mua vé.

Việt mừng rơn, anh ào lại:

- Dạ, cảm ơn cô.

- Ơn nghĩa cái gì, nhiệm vụ tôi là bán vé cho nhân dân, nhiệm vụ tôi là phục vụ quần chúng nhân dân.

Việt không dám hó hé điều gì nữa, anh biết rõ quá rồi, không có ơn nghĩa, không cần làm ơn và cảm ơn trong xã hội mới, cứ thực hiện đúng nghĩa vụ và quyền lợi của mình, cán bộ trại tù đã "dạy" phải thuộc nằm lòng như vậy.

Anh lấy tiền ra để trả. Cô ta nói tiếp:

- Cho xem giấy tờ cá nhân.

Việt đưa giấy tờ và giấy ra trại. Bỗng cô ta gằng giọng:

- Hết vé.

- Dạ, chừng nào có vé vậy…

- Không biết. Có sẽ thông báo.

Việt đợi từ sáng đến tối mà không có một thông báo nào. Vài người tới mua vẫn có vé. Anh không hiểu, cô ta thông báo hết vé thì lầm bẩm, "Ối giời, cái thứ tù tội Ngụy quân" mà Việt không nghe, và chưa biết phải làm gì khi trời đã nhá nhem, có lẽ phải kiếm một cái xó nào đó mà chợp mắt. Vừa lúc đó thì anh giựt thót, một bàn tay đặt lên vai anh, và nói:

- Lên xe tui chở đi, và đừng nói gì hết cho tới khi được nói.

Việt có thoáng sợ sệt, nhưng rồi anh nghĩ có còn gì để mất đâu, có còn gì để mà sợ nữa, anh ngồi lên ba ga xe, người đàn ông gò lưng đạp xe chở anh đi.

Chạy ngang nghĩa trang Biên Hòa, nghĩa trang quân đội ngày trước. Việt âm thầm ngả mũ cuối đầu chào. Anh không thấy bức tượng Thương Tiếc tuyệt đẹp nhưng rất, rất buồn được dựng phía trước nghĩa trang.

Bức tượng người lính ngồi sầu thảm thiệt sự nói lên nỗi buồn chiến tranh, nỗi đau không chỉ của những người lính phải ngã xuống mà còn để lại cho người còn sống. Bức tượng thể hiện rõ ràng người lính không hề thích cầm súng, không hề muốn ra trận, không hề muốn chiến tranh chút nào. Nhìn bức tượng người ta nhụt chí chiến đấu. Phải chăng tâm lý chiến của chế độ "Ngụy quyền" quá tệ so với tuyên huấn của Cộng Sản, góp phần làm sụp đổ chế độ? Không, với Việt thì không, họ không đủ ác, ngược lại so với sự thừa ác mà thôi.

Bức tượng có tên mới, đúng hơn là thêm tên vào để có tên mới. Được thêm vô một chữ không thành ra tượng không thương tiếc, họ giựt sập không thương tiếc bức tượng như số phận bao bức tượng bị "đội cho cái mũ phản quốc, có tội với nhân dân…". Người miền Bắc gọi nghề làm ve chai, phế liệu là đồng nát, bức tượng ngã nhào sẽ đến tay đồng nát, người ta quai búa đập nát lấy đồng cho vào lò nung đồ phế thải.

Qua nghĩa trang, chạy vòng vèo vào các con hẻm, song, qua tới đường làng, rồi ông dừng lại, mở cánh cổng và lên tiếng:

- Nhà tui đây, ở đây thì yên tâm rồi, hết tai vách mạch rừng rồi. Bữa nay tui cũng chỉ ở một mình, vợ con vừa về bên ngoại. Cậu bị tội gì?

Việt ngần ngại đáp:

- Dạ, đâu có tội gì?

- Không sao đâu, tui thấy cậu từ sáng tới giờ rồi đó, nhưng chẳng dám hỏi han, tui đang làm ở đó mà, làm trong đội bóc vác, đó là may cho tui còn có công việc sau khi mang tội đi dạy học, phải nghỉ dạy ngay tức khắc, không còn là ông thầy giáo Hùng giáo Hiếc gì ráo trọi, được đi làm cũng may có người bà con "bên phe kia" ân tình xin giúp. Người của chế độ cũ ít nhiều cũng phải mang một tội, cậu có lẽ có trọng tội trong mắt họ nên mới từ trong trại ra. Dòm người là tui biết rồi – Thầy giáo Hùng cười "hi hi": Để tui coi cơm nước ra sao. Cậu tắm rửa chút đi rồi "khai tội" cũng chưa muộn.

Cơm nước xong, "khai tội" xong, Việt và thầy giáo Hùng trò chuyện đến khá khuya với ấm trà le ngoe vài cọng cho có mùi có vị.

Sáng sớm thì thầy đưa anh ra lộ, chỉ dẫn đón xe đi Nha Trang, từ Nha Trang đón tiếp xe lên Buôn Ma Thuộc, từ đó dò đường đi tiếp.

Lần này thì Việt cảm ơn, cảm ơn thiệt tình. Ông cựu thầy giáo nhận lời cảm ơn theo cách không cần nhận. Nhận để người cảm ơn vui, không nhận bởi làm ơn là lẽ thường, làm ơn thiệt tâm đâu cần cầu đáp, làm ơn để thư thái tâm hồn, đó cũng là cách mang hàm ơn đến cho mình, hoặc mình giúp người sẽ có người giúp mình. Ông chúc anh lên đường bằng an, gặp may mắn. Lời chúc này cũng không tồn tại trong xã hội mới, không có chuyện may mắn, cầu xin may mắn, chỉ có trí tuệ và lao động làm nên tất cả(!)

***

'*Cái đứa, cái đồ đẻ ngược*', người đời hay sử dụng câu thành ngữ này để chỉ người chuyên làm chuyện trái ngược, làm những chuyện ngược đời một cách lỳ lợm, kỳ khôi, làm không đem lại kết quả tốt đẹp còn mang lại hậu quả tồi tệ. Cũng giống như dòng sông chảy ngược, một hiện tượng của tạo hóa hiếm thiệt là hiếm gặp.

Việt gặp được điều hiếm gặp lúc đứng đón xe bên đường.

Anh trố mắt khi nhìn thấy những cỗ xe ám khói chạy ngang.

Thường, lúc bấy giờ người ta hay gọi xe cộ là những chiếc xe đò, những chiếc xe xuất bến chở khách đi đây đó, xe chở khách nhưng chỉ có ba bánh là xe lam chạy các chuyến gần, xe hàng hay xe ba lua chở hàng hóa, hoặc xe hơi, là những chiếc xe nhỏ chở ít người, phần nhiều là bốn tới năm, bảy người, những chiếc xe hơi nhưng không chạy bằng hơi, chúng chạy bằng xăng bằng dầu, xe hơi dành cho gia đình hay các công sở, xe hơi chạy tắc xi kêu gọn là tắc xi…

Với Việt lúc này, xe đò là cỗ xe, có thể hiểu trại đi là những chiếc xe cổ lỗ sỉ. Chúng là những chiếc xe than, người ta gọi như vậy và chúng chạy bằng… hơi thiệt sự. Để có hơi thì xe cõng theo một cái bình sắt chứa than phía sau xe, đốt than cháy thành lửa đỏ rực nung nóng bình nước thành hơi. Chúng giống những con rùa mang cái mai nặng chịch trên lưng ì à ì ạch di chuyển… ngược thời gian.

Ngược thời gian ư? Phải, phải. Trong căn phòng khách của gia đình Việt ngày trước, có treo cái đồng hồ cổ có hình dáng cái vô lăng của chiếc tàu thủy, mỗi lần cây kim kêu xạch di chuyển thì khựng lại và nhích trở ngược, chỉ nhích nhẹ cũng đủ cho anh cảm giác như nó quay ngược, quay ngược thời gian. Những cỗ xe chạy bằng than cũng chẳng khác gì, nó cho Việt thấy những hình ảnh những chiếc tàu, những chiếc xe lửa động cơ hơi nước hù hụ chạy và phì nhả từng luồng khói đen đặc vào không gian, không gian của thế kỷ 18 hay 19. Luồng khói đôi khi bị gió ngược thổi úp vào thân xe làm xe ám khói mà người ta chẳng buồn rửa xe cho sạch như những chiếc tàu, xe lửa ngày xưa.

Đứng đợi khá lâu, đón rất khó khăn. Mấy chiếc xe không chịu ngừng, vài chiếc chạy chầm chậm, anh lơ nhảy xuống hỏi đi đâu, đi đâu, nghe Việt nói đi Nha Trang thì cho xe chạy tuốt mà chẳng giải thích gì. Họ làm gì có thời gian lý với giải.

Cuối cùng, tới trưa trừa trưa trật, Việt cũng lên được một "cỗ máy chạy ngược thời gian".

Không có chỗ ngồi, Việt đu phía sau xe, may còn chỗ đu phía bên này chứ nếu phía gần thùng than có lẽ sẽ bị nướng cháy. Việt tựa người vào cái thang để trèo lên mui, đầu quay ngược hướng xe chạy, đường chạy ngược hướng xe càng giống "cỗ máy" chạy ngược thời gian, rồi nó cho anh trở ngược thời gian thiệt chứ không còn là cảm giác khi xe chạy tới đèo Mẹ Bồng Con* (Đèo thuộc địa phận Long Khánh). Anh nhớ lời ông đại úy dặn cần cẩn thận qua nơi này, chỗ bị phục kích ráo riết của Cộng quân, khi anh bị chặn lại hỏi giấy tờ và chưa xin ở lại chiến đấu. Và những hình ảnh máu me loang lổ của thị xã Xuân Lộc khi bị tấn công bắt đầu xuất hiện làm Việt tự dưng chặc lưỡi.

Cỗ xe sau khi băng băng xuống dốc thì bò còn chậm hơn rùa lên dốc, tiếng rú ga của xe chẳng khác bò rống, Việt càng sốt ruột khi càng muốn thời gian này qua mau, những hình ảnh ghê rợn mau biến mất. Việt nhảy xuống phụ đẩy xe lên, anh lơ xe đang đi lững thững nãy giờ và vài anh thanh niên trên xe cũng nhảy xuống phụ đẩy, xe lên dốc mà không sợ bị… tuột trở lại.

Qua ba dốc của đèo, có lẽ được tiếp sức, hay bị "sỉ nhục" nên chiếc xe bắt đầu chạy bon bon, người cũng khá mệt nên Việt không thấy những hình ảnh gớm ghiết nữa.

***

Xe hai lần ngừng lại để tiếp nước, tiếp than và tiếp… sức người thì tới thị xã Phan Thiết *(Bây giờ là thành phố Phan Thiết)*. Vì mỗi lần ngừng lâu thì tắt máy và nó tắt tị luôn, muốn đề pa phải nhờ sức người đẩy rồi vô số, cũng phải đẩy gần nửa cây số, sau mấy hồi khực khực, khựng khựng, giựt giựt như chú ngựa chuẩn bị kéo xe dợm bước khởi hành mới nổ máy được.

Lúc ngừng, có người lấy ổ bánh mì ra, cạo cạo bớt một mảng lớp gỉ sét bám trên thùng than rồi đặt bánh vào hâm nóng, một kiểu sáng kiến nhạy bén nướng lại cho giòn. Bất giác Việt nhớ tiếng rao "Bánh mì nóng hổi đây, bánh mì nóng hổi vừa thổi vừa ăn đây, bánh mì nóng giòn đây…" của những người bán dạo đi khắp phố phường Sài Gòn, bánh mì nóng giòn ngon quá đỗi. Lúc lớn rồi, lâu lâu anh vẫn mua một ổ, cứ cầm ngay ổ bánh xé ăn nghe giòn rụm chứ chẳng cần thêm gì khác, lúc nhỏ thì khỏi phải nói, đôi khi cả đám nhóc chỉ còn đủ tiền mua một ổ, chia nhau mỗi đứa mỗi miếng nhỏ xíu mà ngấu nghiến ngon lành. Ổ bánh mì không, không chả không thịt không sữa… của Sài Gòn in hằn trong ký ức Việt dù anh ở bất cứ nơi nào.

Cỗ xe chạy tới Phan Thiết thì ngừng và quay đầu trở lại Sài Gòn. Nó không đủ sức cho hành hình gần sáu trăm cây số. Nhiều cỗ máy cũng như vậy mặc dù trên tấm kiếng xe vẫn giữ nguyên hai chữ 'chạy suốt', có nghĩa chạy xuyên suốt hành trình ấn định chứ không phải chạy hoài không nghỉ mà nhiều người lầm tưởng. Việt phải sang xe để đi tiếp.

Xe cập bến thì trời đã tối thui tối thủi, không còn chiếc nào xuất bến khi đã tám giờ tối, Việt phải chờ đến sáng hôm sau.

Trên quảng đường đi, Việt gây được cảm tình với chàng lơ xe Tiến và cả bác tài xế Khang đã khá lớn tuổi. Ông nói cùng ngủ trên xe rồi sáng sẽ tìm xe tốt, và người quen gởi gắm. Đón xe đã gần trưa, qua xế chiều anh mới mở gói cơm mà ông thầy giáo bốc vác cẩn thận nấu gói theo cho anh nên không đói lắm, anh cảm ơn bác tài rồi lên nằm thim thiếp trên băng ghế gỗ.

Nói tới Phan Thiết thì không khỏi nhắc tới mùi nước mắm. Đi vào trung tâm thị xã hít hửi được mùi thơm nồng lẫn mùi thum thủm. Bến xe ở ngoài rìa thị xã, qua dốc Lò Tỉn một chút là tới, những cái tỉn đất nung đựng nước mắm được chất cao vời vợi ngay chỗ khúc cua của con dốc này. Ở ngoài rìa cho nên mùi nước mắm chỉ thoang thoảng. Gió từ phía bên kia đường thổi qua, đó là phía bên động cát, xa hơn nữa, qua động cát là biển, gió biển kèm mùi thoang thoảng nước mắm đưa Việt vào giấc thiu thiu thiệt dễ chịu.

Bỗng, Việt giựt mình, anh bật dậy cùng với suy nghĩ thoáng qua, lại bị bắt vì lý do nào nữa chăng? Anh không còn sợ bị bắt, nhưng đó là bản năng, và dù có muốn xua đuổi thì nỗi ám ảnh vẫn tồn tại trong đầu. Lần này thì không, bác tài xế Khang lay anh hơi mạnh mà thôi. Bác tài nói:

- Ui, ui, cho chú xin lỗi!

Lâu lắm rồi mới nghe lại lời xin lỗi, Việt muốn bật khóc. Nhưng anh kìm lại được cơn xúc động:

- Dạ, dạ, hông có chi, tại con say giấc quá, chú thông cảm.

Bác tài cười, nói tiếp:

- Thôi, xuống rửa mặt cho tỉnh đi, rồi ăn cơm với tụi chú.

- Dạ, thôi…

- Hổng lôi thôi gì hết. Nãy giờ chú với thằng Tiến nấu nướng xong rồi. Mau mau xuống ăn thôi. Thấy con mệt với lại có gì nhiều nhặn đâu mà phụ.

Anh chàng lơ xe Tiến vừa bước lại, nghe vậy nên cười "hi hi" và sửa lại theo cách vui vui:

- Dạ, lên chứ, lên Nam Thạnh Lầu ăn cơm.

Bác tài Khang cười theo, bác leo thang lên mui xe, chỉ chỗ cho Việt:

- Đó, đó, cái vòi nước đó, rửa mặt rồi lên đây. Ờ, ở hén, lên Nam Thạnh Lầu ăn bữa đạm bạc cho mát mẻ.

Ngồi trên mui càng mát mẻ, tựa tựa ngồi trên lầu cao. Nhưng Việt không hiểu Nam Thạnh là gì, anh hỏi và được bác tài trả lời:

- À, đó là quán cơm nổi tiếng nhứt nằm ở ngay trung tâm thị xã, phía trước mặt quán là Vườn bông nhỏ, hết Vườn bông là cây cầu Quan, còn gọi là cầu Giữa, cầu Sắt, hay cầu Cũ bắt qua sông Cà Ty, bên kia cầu là Vườn bông lớn, trong đó có cái tháp nước xưa rất đẹp được coi là biểu tượng của thị xã. Nói sơ để con biết, vì mai xe hông có đi qua đây.

Việt tưởng tượng ra thấy cảnh thiệt là đẹp, một con sông chảy qua giữa lòng thị xã đổ ra biển cả mênh mông mà các bãi biển cát trắng với đồi đương vi vút gió cũng gần như ôm trọn lấy nó. Bữa cơm cũng thiệt là ngon, ngon quá chừng, ngon chẳng khác ở quán sang trọng Nam Thạnh Lầu. Bữa cơm với mấy con cá khô, canh chua lá me cũng với cá khô ở ngay xứ sở nổi tiếng cá mắm tươi, thì hãy cứ để anh tưởng tượng, chứ hai cái vườn bông có còn một bông nào, một cây lá tươi thôi, không cần nở hoa cũng chẳng thấy, Vườn bông nhỏ chỏng chơ cái bệ xi măng, Vườn bông lớn lộ ra toàn là những bãi cát khô cằn.

***

Nhờ lòng tốt của bác tài xế, Việt lên chiếc xe tốt hơn, "cỗ máy" không quá ì ạch chạy suốt từ Phan Thiết qua Phan Rang rồi tới thẳng Nha Trang mà không có trục trặc nào. Nhưng cũng phải mất một ngày trời, đi từ sáng sớm cho tới tối mịt mới tới nơi. Xe liên tục ngừng dọc đường cho khách lên xuống và lấy hàng hóa.

Cũng như "cỗ máy chạy ngược thời gian", trên con đường Việt trải qua, quan cảnh tựa tựa như vậy.

Đó đây bên vệ đường những chiếc máy cày cùng những giàn cày giàn bừa nằm chình ình phơi nắng phơi mưa, phơi gió phơi sương, có cảm giác chỉ cần đụng vào thì chúng sẽ rã ra vì đã rệu, đã mục ruỗng, những chiếc xe cố đứng để không trở thành đống sắt vụn, cố đứng để còn có hình hài một thuở oai vệ tung hoành khắp các cánh đồng. Những chiếc xe tân tiến, mạnh mẽ cỡ nào cũng không thể "giải phóng nổi sức lao động". Trên những cánh đồng, những nương rẫy bây giờ sức lao động của con người, của trâu bò đã trở lại chiếm lãnh. Từng đoàn người cuốc đất tung bụi mù, những con trâu con bò hì hục kéo để những cái cày đi theo sau xẻ từng rảnh đất… Sức lao động đang lầm lũi tiến về… miền hoang sơ.

Hiếm hoi Việt mới thấy chiếc xe hơi, chiếc xe Honda chạy qua lại. Người ta nói không còn xăng cho chúng. Xăng đã trở thành mặt hàng xa xỉ. Những chiếc này thì khó có thể chế lại thành "cỗ máy chạy ngược thời gian".

Chân giá trị của lao động, có chân giá trị này mới cảm nhận được hết giá trị thặng dư từ sản xuất chân chính nhé. Hãy học kỹ, học thuộc lòng như vậy để trân trọng nó nhé. Chợt Việt nghĩ, có lẽ một ngày không xa, phải trở lại sử dụng công cụ bằng đồ đá hoặc có thể là dùng bàn tay cào cấu, bươi móc đất cát, hái lượm để "thẩm thấu" được chân giá trị ở mức tận cùng.

Có một điều còn chút an ủi cho đôi mắt muốn mụ mị của Việt, thiên nhiên hùng vĩ, tươi đẹp vẫn còn chập chùng trùng điệp. Nhứt là đoạn xe đi qua vùng biển Cà Ná, một vòng cua Cà Ná tuyệt đẹp kéo dài không bóng dáng một mái nhà, không một bóng dáng con người, và vùng vịnh Cam Ranh phẳng lặng, nước biển xanh biếc, biếc như ngọc ở hai vùng biển này.

***

Việt tiếp tục có may mắn. Anh được gởi gắm thêm ở một bác tài xế tốt bụng nữa cho đoạn đường lên Buôn Ma Thuộc. Đoạn đường đèo, đường dốc nhiều hơn đường bằng thì không thể xài "cỗ máy hơi nước", thế giới tân tiến được áp dụng cho vùng riêng biệt. Nhưng phải mất hai ngày chờ đợi mới có chuyến đi, Việt chui rúc trong một xó xỉnh, kề cạnh một bãi rác ngập ngụa của bến xe với chiếc chiếu mướn, anh hết ngồi thu lu rồi năm vật đếm số… rác và phân loại rác cho đủ 48 giờ đồng hồ.

Cuộc đời là một chuỗi tập hợp những cảm xúc. Cảm xúc hạnh phúc, tươi đẹp, vui sướng, hồn nhiên, bất ngờ, sầu thảm, đau khổ, khốn khổ khốn nạn, oái oăm, ai oán, oan nghiệt, ng-hiệt ngã… Dĩ nhiên những cảm xúc buồn không ai muốn nó xuất hiện trong cuộc đời. Khi những cảm xúc buồn đau đã qua, người ta muốn nó biến mất vĩnh viễn, nhưng rất khó, vùng lưu trữ đôi khi không công bằng, lưu trữ cảm xúc buồn nhiều hơn, dễ gợi nhớ hơn.

Oan nghiệt tiếp tục "ghé thăm" Việt. Đi Buôn Ma Thuộc thì anh phải ngang trở lại "Lò luyện thép", ngang suối Đá, suối Nước Nóng, ngang đèo Phượng Hoàng…

Việt không muốn nhìn lại dù chỉ để "Xem dung nhan đó bây giờ ra sao" *(Lời trong bài hát Trộm Nhìn Nhau của nhạc sĩ Trầm Tử Thiêng)*. Anh nhắm mắt, chỉ nhắm được ở thể trạng lim dim, cố để không có một chút hồi ức nào trỗi dậy. Nhưng không thể, anh cố tập trung suy nghĩ vào một điều nào đó rồi suy nghĩ cũng trở thành mông lung, phân tán ra làm không nhớ được đầu đuôi, không nhớ vừa nghĩ điều gì. Ngược lại, hình ảnh lán trại, hình ảnh những ngày ở thao trường, kể cả những hình ảnh của những hàng quán bên ngoài Trung tâm huấn luyện thì hiện lên rõ mồm một, tiếp đó là hình ảnh những gốc sim già ra hoa tím ngắt, những cội mai cổ thụ vàng chóe bông những ngày giáp Tết, những bãi cỏ trên đồi dù không xanh mướt cũng đủ mượt mà, rồi tới tảng đá Việt ngả tựa lưng trên đèo, những đám mây mù lơ lửng, hai hình ảnh này chờn vờn lâu nhứt, không chịu bay mất đi cùng với những mộng mơ ngày nào, mộng mơ có căn nhà trên đồi cỏ, bên cạnh suối, bên cạnh những gốc sim già… và ô kìa, những gốc sim già muốn cỗi như thế đó, như thế đó mà còn… ghen tị với vẻ đẹp của nàng Nụ Tím Gia Long, ô kìa, những chú nhóc con chạy nhảy vui đùa với đàn cừu con thiệt dễ thương…

Những hình ảnh đeo bám Việt tới tận Buôn Ma, nó mới hết khi anh đặt chưn xuống một vùng đất xa lạ. Lần đầu tiên anh mới tới thành phố này. Nhưng anh không hẳn chú tâm, bởi theo chỉ dẫn của bác tài, đường còn rất xa và phải qua hai ba chặng nữa.

Chặn đầu tiên, chiếc xe lam, chạy vài cây số đưa anh ra khỏi thành phố, chạy vài cây số nữa ở vùng ngoại ô khá thưa thớt dân cư thì quẹo vào đường đất đỏ khá lớn. Bây giờ thì Việt mới thấy đất xung quanh anh hầu hết là đỏ au. Bóng dáng nhà cửa rất ít hoặc là bị khuất tầm mắt bởi vườn cây trái xum xuê. Việt ngồi ở cabin với bác tài xế Dũng nên thấy rõ phía trước, anh bậc ra tiếng khen:

- Đường đẹp quá và mát quá.

Bác tài cười:

- Ừ, nhưng với mùa này thôi chú ơi, mưa xuống là chạy rất khó khăn, đường đoạn này thì chưa sao, có rải sỏi và cán bằng xe hủ lô *(Xe lu)*, vô trong chút thì chưa nên dễ thành bãi lầy.

Việt đáp lại:

- Dạ, vậy hả.

Rồi anh thấy một đống gì đó giống như đống sắt phế liệu bên đường. Xe chạy qua anh còn ngoái đầu dòm nhưng vẫn chưa nhận ra. Đống sắt lẫn với cỏ mọc cao che lấp bớt. Anh nghĩ là chiếc xe tăng bị bắn cháy nằm đó chăng? Chưa kịp hỏi thì bác tài Dũng nói:

- Xác xe đò đó chú.

- Dạ, bị tai nạn, lật hay sao anh?

- Ồ không, bị đắp mô đó mà. Nghe nói vụ này không người nào sống sót. Và chỉ toàn dân thường.

Việt không biết nói gì, chỉ chặc lưỡi, lắc đầu xót xa:

- Dạ, vậy hả anh. Tội nghiệp quá!

- Ừ, dân ta bị nghiệp chướng gì sao á.

- Có lẽ vậy rồi.

Đắp mô, dân chúng gọi từ hành động gài mìn đặt bẫy của quân với danh nghĩa Mặt trận Giải phóng Miền Nam. Họ đất mô liên miên, xe cộ qua lại các vùng hẻo lánh bị liên miên. Không chỉ đắp mô để phục kích những đoàn xe quân đội, cả xe đò cũng bị nếu nghi ngờ trên xe có chở binh lính, dù chỉ có một người, xe này gặp nạn họ vẫn cho là đã lập được chiến công hiển hách. Việt đọc báo ngày trước thường bắt gặp, giống như những hình ảnh của các cuộc đấu tố, anh nửa tin nửa ngờ, tới bây giờ thì không còn nghi ngờ gì nữa.

Đường mỗi lúc càng thu hẹp dần. Xe chạy khoảng hai chục cây số nữa thì ngừng ở một thị trấn. Nói là thị trấn nhưng thực sự chỉ có một cái chợ như kiểu tạm bợ với những cái chòi tranh, những cái sạp được làm bằng những khúc cây cỡ bắp chưn, sang hơn một chút là những tấm ván bìa lóp làm mặt sạp, vài mươi người họp chợ mua bán một mớ cá, một mẹt rau héo hắt cũng như gương mặt khắc khổ của họ… Cách xa xa một chút có căn nhà xây đã úa màu nước vôi người ta nói đó là văn phòng ủy ban nhân dân xã.

Đây chưa phải là điểm dừng của Việt mà mới tới chưa được nửa chặng đường. Xe lam thì đã ngừng, xe không thể đi tiếp con đường phía trước. Muốn đi tiếp Việt phải lên lại "cỗ máy ngược thời gian".

"Cỗ máy ngược thời gian" không có động cơ hơi nước, không mang tên than nữa, nó có cái tên kêu hơn nhiều, chiếc xe cải tiến.

Cải tiến? Việt không hiểu họ cải tiến cái gì? Quái lạ thiệt? Anh ngẫm nghĩ khá lâu thì vỡ lẽ, à, có lẽ rằng cải tiến đi tới chứ không cho nó chạy lòng vòng làm công việc đã được hoạch định. Thiết kế của nó là những cỗ máy cắt cỏ, những cỗ máy xới đất. Những cỗ máy chỉ có hai bánh xe phía trước cũng là chỗ nâng đỡ động cơ, cạnh đó là những lưỡi dao hoặc những lưỡi xới đất, phía sau là tay lái để người đứng điều khiển máy di chuyển. Người ta kiếm đâu đó được cái rờ moọc có cặp bánh xe nhỏ như bánh xe lam kết nối vào máy, chế thêm chỗ ngồi cầm tay lái, vậy là chở mười mấy hai chục người xình xịch tiến lên.

Mười mấy con người ngồi lắc lư, nghiêng ngả bởi con đường đất không bằng phẳng. Nhưng điều đó không không ngăn được họ cười đùa trò chuyện, họ nói líu lo mà Việt không thể nghe rõ, đôi lúc họ phá lên cười nức nẻ. Thấy Việt im lặng, một người lên tiếng hỏi:

- Đồng chí, đồng chí cán bộ ơi, đồng chí về đội mấy thế?

Việt ậm ừ:

- … Dạ… dạ… tui không phải cán bộ, tui về khu kinh tế mới, khu số 5.

Mọi người trên xe ồ lên, rồi một số người khúc khích, một số cười mỉa mai, một người nói:

- Ơ, thế không phải cán bộ, thế mà nãy giờ tưởng cán bộ chứ lị.

Chiếc xe đang lên dốc khá cao bỗng ngừng lại, một người hỏi:

- Ơ, sao thế, đang lên dốc ngon ơ lại đỗ thế?

Cười cầm lái quát:

- Bảo hắn xuống, xuống ngay, xe này không dung túng lũ Ngụy, xe này chỉ chở đội viên đội sản xuất của nông trường. Bố khỉ, lúc nãy ông không để ý nhá, ông cứ ngỡ người mới của đội nào ấy, ông mà biết ông lôi cổ xuống cho một trận.

Một kẻ bĩu môi, khi việt đã nhảy khỏi xe:

- Ừ nhỉ, lũ Ngụy thì phải cho cuốc bộ thôi, đáng ra không cho đi đường của nông trường nữa cơ.

Chiếc xe tiếp tục xịch xịch chạy. Vẫn còn nhiều lời bàn tán với những giọng cay nghiệt, miệt thị, có cả bực tức ra mặt. Việt lờ đi, không thèm nghe là chuyện khá dễ đối với anh bấy giờ.

Việt đi bộ cũng chẳng có gì là khó khăn. Qua mấy nông trường, qua mấy cánh rừng, chừng ba chục cây số tính từ thị trấn thì tới nơi. Anh đã tới nơi mình sẽ góp công xây dựng kinh tế mới. Và anh đã cảm nhận rõ ràng hơn con đường tiến lên xã hội chủ nghĩa, tiến nhanh tiến mạnh, tiến vững chắc là con đường nào, đâu có gì khó tìm, đó là con đường cải tiến bằng ngôn từ, và cải… lùi tiến bộ khoa học kỹ thuật.

***

Khu kinh tế mới biệt lập giữa rừng, giữa đồi núi chập chùng. Họ thả xuống giữa rừng để mọi người tự đốn cây, cắt tranh làm nhà, tự phát rừng làm vườn tược, làm nương rẫy, tự trồng trọt, chăn nuôi mà sanh tồn. Một số khu được cấp sẵn nhà tranh vách đất. Những người chưa bao giờ cầm tới cây rựa, cây cuốc cũng buộc phải thích nghi để sống sót. Được một điều, đất đỏ bazan nơi này rất tốt, khí hậu dễ chịu nên cây trồng lên xanh tươi, cho trái cho củ dồi dào. Và thú rừng còn ngời ngời, cũng là một sản vật giúp vượt qua cơn bỉ cực. Rừng còn giúp thêm những sản vật nữa chứ, như măng, như nấm, các loại rau rừng, các loại cá suối… Không chết vì đói ở nơi này như suy nghĩ của hầu hết mọi người những ngày ban đầu ra đi, chỉ cần chịu thương chịu khó mà thôi.

Nhưng có những kiểu chết khác.

Khi Việt đặt chưn tới, một số gia đình đã phải đắp những ngôi mộ chôn người thân. Một số người buồn đau, hận "xã hội mới", một số người không thể thích nghi, sanh bịnh mà chết. Một số người bị tai nạn, bị cây mình đốn ngã quật đè, bị trượt ngã trên đồi dốc gập gềnh, bị rắn độc cắn, bị ngộ độc thức ăn, bị dẫm phải bom mìn rơi vãi mà chết, bị chết đuối bởi sông sâu suối lở… và nhiều hơn cả là bị sốt rét. Thuốc men đã trở thành món hàng xa xỉ nhứt vào lúc này.

Nhà Việt ở cạnh ngay một dòng suối nhỏ chảy róc rách, nước mát lạnh gần quanh năm, tới mùa đông thì lạnh cóng. Không khí nơi đây quá trong lành. Một nơi rất hợp với con người anh, lúc này thì không còn chỗ nào hữu tình hơn nữa. Việt muốn sống hết quãng đời còn lại trong sự lặng lẽ, bình an với vùng đất đỏ hiền hòa.

Ô! Đất ở đâu mà chẳng hiền hòa. Chẳng qua những nhân tố khác tác động quá lố làm người ta nghĩ khác đi, tội tình cho đất. Chẳng hạn mưa quá nhiều gây bùn sinh, lầy lội cho đất, ngược lại thì nắng cháy kéo dài làm đất khô khan, nứt nẻ, sỏi đá chen lấn, lấn át làm cho đất cằn cỗi... Đất không đủ khả năng chống chọi lại những nhân tố mạnh mẽ, dữ dội, hoặc lì lợm triền miên... Cũng như Việt, cũng như số phận của Nam phần lúc bấy giờ.

Việt nằm ngửa người bên bờ suối, anh xoa tay trên mặt đất mát rượi với một số cây cỏ thấp nhỏ lưa thưa mềm mại mọc rải rác trên đó, rồi anh xoay người nằm nghiêng, xoay người nằm úp, Việt hít thở cùng đất, anh đối thoại với đất, một điều nghe có vẻ khùng điên, kỳ quặc làm sao.

- Ta có thể ở lại đây với mi suốt đời chứ?

- Dĩ nhiên, ta vui mừng lắm lắm, ta muốn nhảy cẩng lên đây, rất là khó tả, thân thể của ngươi thật là ấm áp.

- Cảm ơn mi! Ta sẽ cố hết sức giúp mi tránh những kẻ phá rối. Ta sẽ đào những con mương để mi được thoát dòng nước lũ, ta sẽ gánh nước tưới cho mi mát mẻ mỗi khi mi nóng bức. Ta sẽ trồng thêm cây cối để che nắng cho mi.

- Vậy thì còn gì bằng nữa. Ta cũng cảm ơn ngươi đã hứa giữ hồn cho ta. Ta cũng biết chắc ngươi sẽ giữ lới hứa. Một con người trọng danh dự. Một lần nữa ta cảm ơn ngươi. À, như thế thì ta cũng phải có hành động gì đó để tạ ơn chứ... ta sẽ cố hết sức giúp mi sanh tồn.

Việt và đất như thế trở thành một đôi tình nhân. Còn

nhiều lần "đôi tình nhân" tâm tình bên nhau. Nhưng có điều không được cùng sống, không được cùng chết bên nhau như mong muốn.

***

Các khu kinh tế mới được chia thành các xã. Trong xã có các đội. Đội chia thành thôn thành khóm. Mỗi thôn khoảng bốn đến năm mươi hộ gia đình. Mỗi đội chừng năm, sáu thôn. Những xã lớn có khi có tới 10 đội, gần ba ngàn hộ gia đình.

"Món đặc sản" của "chế độ mới" không thể thiếu là hội họp. Với những ai đã đủ tuổi công dân, tức 18 tuổi trở lên cho tới già cả, kể cả phải chống gậy, cần hội họp mỗi tuần để biết chủ trương mới, mới liên tục của đảng, của nhà nước về xây dựng nếp sống mới, mới nhưng quẩn đi quẩn lại vẫn những đề tài cũ rích, ra rả tự hào, ca ngợi nếp sống được đặt ra thiệt kêu này, ra rả tụng ca những gương lãnh tụ, các lãnh tụ vĩ đại như Lê Nin, Stalin, Mao Trạch Đông, Hồ Chí Minh, Trường Chinh, Lê Duẩn… Và tầng lớp thanh niên thì sanh hoạt văn hóa, chủ yếu là được nghe kể chuyện, những mẩu chuyện các thanh thiếu niên anh dũng chống Mỹ chống Pháp, những câu chuyện được hư cấu hoặc phóng đại lên gấp vài mươi lần, rồi hát hò tập thể ca ngợi lãnh tụ, ca ngợi cuộc kháng chiến được gọi là thần thánh, những bài hát nhuộm màu bạo lực và màu máu…

Quá đông và quá xa để tới được ban quản lý khu, người ta đề xuất cất nhà văn hóa cho từng đội, hoặc một hai đội gộp lại. Rồi có người hỏi, tại sao không cất trường học cho con em có chỗ học dễ dàng? Một câu hỏi quả là hợp tình hợp lý. Buộc những kẻ quản lý khu phải đồng ý. Cất chung một nơi vừa làm chỗ học hành vừa làm chỗ sanh hoạt.

Bỏ qua chuyện sanh hoạt, cứ coi như đi cất trường, lo cho chuyện học hành, ai cũng hứng chí, mỗi gia đình đều cử một hai người tham gia. Việt hưng phấn với điều này, anh không bỏ sót ngày nào từ khi bắt đầu cho tới lúc hoàn thành.

Không bao lâu, trường được cất xong. Tuy chỉ là cột cây, mái tôn cũ nhưng vẫn không đủ, phải thêm mái tranh, vách ván lẫn vách tre nứa, nhưng cũng có thể xem là một ngôi trường. Có cả ba dãy được cất thành chữ U. Dãy chính ở giữa đối diện đường vô chia được năm lớp học. Dãy nhánh chữ U bên phải là hai phòng dự định một phòng dành cho thầy cô giáo và một phòng làm thư viện. Dãy nhánh chữ U bên trái là dãy không ngăn chia, dành cho… sanh hoạt chung. Việt bứng về một số cây dầu và bằng lăng con, anh trồng đó đây trong sân trường. Một số người thấy vậy cũng bắt chước làm theo. Rất tiếc, trong rừng không có cây phượng, cây điệp.

Trường cất xong, có một câu hỏi được đặt ra, "Ai dạy cho các con cháu, các em đây? Thầy cô ở đâu? Thầy cô giáo có chịu về vùng khỉ ho cò gáy này để dạy không?"

Một cuộc họp được tổ chức để giải quyết vấn đề này. Chú Năm Thìn đứng dậy xin nói:

- Tui thấy có gì khó đâu. Ở đây có rất nhiều người có học hành, rất nhiều trí thức, cứ mời họ ra dạy thôi - Chú nêu khá nhiều tên, trong đó Việt thuộc hàng đứng đầu sổ. Rồi chú nói tiếp: Tập sách cũng vậy, một số gia đình còn cất giữ được, mang theo đủ cả bộ, đủ các lớp hết lên đây, chắc chắn họ sẽ đồng tình ngay khi chúng ta ngỏ lời cần sử dụng.

Rất nhiều người đồng ý với chú Năm. Cuộc họp im lặng trong giây lát thì một người đàn ông đứng bậc dậy, ông ta trừng trừng mắt, mặt bừng đỏ lên, tay bắt đầu vung và từ đây vung liên tục, rồi nói với giọng nộ nạt, gần như quát mắng:

- Mọi người làm sao ấy nhể, mọi người điên hết rồi hay sao ấy nhể? Như thế mà cũng phát biểu được ấy nhể? Mồm miệng ăn cái gì ấy nhể? Mồm miệng ăn bơ thừa sữa cặn của đế quốc Mỹ chứ gì nữa, ăn các thứ độc hại này mới bị tiêm nhiễm, mới có thứ văn hóa Mỹ - Ngụy trong đầu. Các người không biết hay giả vờ không biết rằng văn hóa này là đồi trụy,

trụy lạc không thể tả hết nổi. Ối Giời ơi! Ấy thế mà dự định tiến hành để truyền cho thế hệ trẻ chúng ta là làm sao, muốn thế hệ trẻ bị tiêm nhiễm thứ quỷ quái này sao? Hay các người muốn làm loạn, muốn phản động? Các người không hiểu rằng nhiệm vụ chúng ta lên đây là gì à? Chúng ta lên đây là xây dựng nếp sống mới, xây dựng cuộc sống mới, xây dựng xã hội mới có nghe chửa. Đấy, rõ rồi đấy nhé, tôi đề nghị các đồng chí cán bộ cần tổ chức giáo dục nhiều hơn nữa cho các phần tử phản loạn, phần tử Ngụy quân Ngụy quyền không thể dung túng, không thể khoan hồng với các thể loại này, cần thiết giáo dục để chúng thấm nhuần tư tưởng của chế độ mới, thấm nhuần tư tưởng của Các - Mác *(Karl Marx)*, của Lê - nin *(Vladimir Ilyich Lenin)*, của chủ tịch Hồ Chí Minh vĩ đại.

Ông ta làm một mạch, làm mọi người ngẩn ngơ, rồi lắc đầu không ý kiến ý cò gì được nữa. Người cán bộ quản lý kết lại:

- Tôi sẽ báo cáo việc này với cấp trên. Báo lên phòng giáo dục huyện, xin giáo viên về đây dạy cho thế hệ trẻ.

Mọi người ra về, dĩ nhiên mang theo nỗi ngao ngán. Cũng như Việt, nhiều người không thể hiểu nổi, bao nhiêu câu hỏi cứ lơ lửng chập chờn, chập chờn hoài ngay trước mặt, không chịu bay đi.

Ôi! những tư tưởng cao siêu quá(!) Những đứa con nít thì tại sao lại cần ngay những "tư tưởng cao siêu"? Có ai muốn những đứa trẻ hồn nhiên bị tiêm nhiễm thứ gì đâu, chỉ một mực cho chúng biết chữ nghĩa, trước hết học biết làm một con người mà thôi mà.

Trong các sách giáo khoa dạy học ngoài những điều răn dạy đất nước này do Ông Cha gầy dựng mà có, cần phải giữ gìn; dạy yêu thương dân tộc mình; kính trọng, tôn trọng Cha Ông, Tổ Tiên; dạy yêu làng yêu quê, yêu đất đai, sông ngòi, yêu thiên nhiên; dạy yêu thương gia đình, cha mẹ, anh em, yêu thương bè bạn, đồng loại, yêu thương cả thú vật nuôi... có còn thấy gì nữa đâu? Chẳng thấy tư tưởng vĩ đại, những lãnh tụ thần thánh nào cả. Có chăng là những tấm gương của những bậc hiền triết, những bậc hiền tài, nhơn đức, những bậc vì dân vì nước, nhưng cũng là những tấm gương đời thường, tấm gương của một con người trong đời thực, chẳng có gì là cao siêu cả.

Có lẽ rằng, trong các sách này không có súng đạn, gươm đao, tầm vông vạt nhọn, chông sắt chông tre, không có sắc khí, sắc khí màu máu, kể cả máu đổ, sắc khí trở nên sát khí điên cuồng, luôn luôn hô lớn xung phong, tiến công như vũ bảo để giết giặc là ngay chính những người cùng giòng giống, dân tộc với mình; không có những câu chuyện hư cấu để thấm nhuần tư tưởng; không có bài học từ các nước anh em vĩ đại, những nước cần tôn thờ, những nước đã cho ta hệ tư tưởng "tiến bộ bậc nhứt của loài người", đó cũng là con đường phải đi, con đường chân lý chói lọi từ ánh sáng của đảng Cộng Sản, phải theo đuổi đến cùng tận,…

Và, từ đây, mọi người nhìn lại, khu kinh tế mới không chỉ có thành phần bị đi đày của chế độ "Mỹ - Ngụy". Ở đây còn có các gia đình từ miền Bắc di cư đến. Một số gia đình đi tìm vùng đất mới, họ nghe được vùng đất mới rất màu mỡ, khí hậu ôn hòa hơn. Một số gia đình là cái gai ở nơi ở hiện tại, là thành phần chống đối cần bị đày đi cho những cán bộ sở tại khỏi lao tâm, được đi đày là quá tốt, được thoát ra đến ở vùng đất mới có thể đỡ ràng buột hơn đối với những gia đình này, một cuộc chạy trốn phó thác cho may rủi. Một số gia đình không di cư được trong thời kỳ ký hiệp định Genève, họ bị mắc kẹt lại, nay thử thêm một lần khác. Một số gia đình là điển hình tiên tiến của chế độ, họ được cài cắm xen kẽ, trà trộn nghe ngóng, làm những "cây ăng ten"…

***

Việt đi lang thang bên bờ suối. Cỏ lau mọc xanh um hai bên bờ, nhưng chưa cao lớn, chỉ mới lên quá đầu gối. Cạnh bờ, đó đây vẫn còn những cây rừng nhỏ chưa bị đốn hạ, lâu lâu còn một cây lớn, người ta cố tình chừa lại để lấy bóng mát và rải rác có những bụi tre. Những bầy chim đậu khá nhiều trên cây và bụi tre, chúng hót líu lo, hót vang lừng. Bình thường, nghe những tiếng chim hót hồn nhiên như vầy chắc hẳn Việt vui lắm, có khi anh nhảy chưn sáo, nhảy cẫng lên như đứa con nít á chứ. Lúc này thì không thể có bình thường nên giống như Đại thi hào Nguyễn Du, "Cảnh nào cảnh chẳng đeo sầu/ Người buồn cảnh có vui đâu bao giờ", lòng việt nặng trĩu.

Anh cố tìm thanh thản, cố đưa dòng nước trong vắt đang chảy uốn lượn nhẹ nhàng qua những hòn đá cuội vào đầu, để chúng đẩy trôi đi những câu hỏi lởn vởn, nhưng không thể, nước không tài nào bay lên được, ngụp lặn dưới nó cũng không xong vì dòng nước quá cạn.

Việt tự hỏi, phải chăng anh đã sai? Phải chăng cố sức, vận động những người khác cùng cố sức như mình để cất trường đã sai? Bởi rồi đây, những đứa trẻ ở tuổi ăn chưa no lo chưa tới sẽ bị nhồi nhét vào đầu những điều đao to búa lớn, những giáo điều ở lứa tuổi chúng chưa thể hiểu. Chúng sẽ ra sao? Đặc tính của con người, hồn nhiên tuổi thơ có chống chọi được với sự nhồi sọ? Nhồi sọ với thứ văn hóa khát máu, văn hóa bạo lực, văn hóa căm thù… được khoát thêm những cái tên mỹ miều, anh hùng, anh dũng, kiên cường, bất khuất… Những thứ dễ làm cho con người tinh tướng, tưởng rằng ta là tất cả, ta là tâm của vũ trụ, ta sẽ đi đến thắng lợi rực rỡ, đi tới vinh quang… Ngay cả rực rỡ, vinh quang là gì chúng còn mơ hồ, chúng chỉ được biết theo cách dương dương tự đắc, ngẩn cao đầu đắc chí với tất cả kể cả vật vô tri, vô giác. Rồi đây sẽ ra đời một lứa hằng hà sa số kiêu binh? Ngay hiện tại đã có không ít thanh niên trẻ măng kiêu binh, mặc dù những thanh niên này mới chỉ là du kích, chúng cũng đã bị nhồi sọ từ thuở bé thơ, những ngày chúng bị dụ dỗ vào rừng tham gia vào lực lượng giao liên, chạy vặt, những đứa trẻ còn được gọi là lon ton. Và đã xuất hiện thêm những kiêu binh cơ hội chỉ điểm.

Nhưng nếu không thì chúng sẽ dốt, sẽ không biết chữ nghĩa. Trường học ở xa bất tận thì mấy đứa ráng sức theo đuổi đi đến nơi? Hơn nữa, không có trường chúng cũng bị dồn tới để sanh hoạt văn hóa mà thôi. Chúng có thể không biết đọc, không biết tính toán, nhưng chúng phải biết ca hát *"Như có bác Hồ trong ngày vui đại thắng...", "Tiến về Sài Gòn ta quét sạch giặc thù...", "Ai nhanh tay vót bằng tay em? Chim hót không hay bằng tiếng hát em. Mỗi mũi chông nhọn hoặc căm thù. Xiên thây quân cướp nào vô đây. Còn giặc Mỹ cọp beo, khi còn giặc Mỹ cọp beo... Chờ bọn bay diệt bọn bay", "... Hôm nay bác gọi cả non sống đáp lời. Gương lê xốc tới quyết tiến lên ta giành chiến thắng..", "Giải phóng miền Nam, chúng ta cùng quyết tiến bước. Diệt đế quốc Mỹ, phá tan bè lũ bán nước. Ôi xương tan máu rơi, lòng hận thù ngất trời", "... Quả pháo ơi sao mà yêu như đứa trẻ, suốt đêm ngày ta vác trên vai... Chị em ơi! Mỗi trái đạn đây mang tấm lòng ta cùng các anh góp lửa diệt thù... Sài Gòn đó, đang chờ ta tải đạn về..."*...

Trời đã bắt đầu vào buổi hoàng hôn. Việt bất ngờ thấy một nấm mồ mà trên đó có cắm cây thập giá. Cây thập giá bằng gỗ sơ sài đã chuyển màu xám mốc, đôi chỗ có màu đen xì. Trong lúc ánh sáng bóng tối nhập nhòa càng thấy cây thập giá siêu vẹo thê lương. Nét chữ viết tên người và ngày tháng sanh, ngày tháng mất gần như bay hết màu nhưng vẫn còn thấy những chỗ nhểu nhão, có lẽ chữ được kẻ bằng sơn rất loãng, hoặc là người ta giã lá, giã vỏ cây lấy nước làm màu vẽ.

Chắc chắn đây là ngôi mộ của người Công giáo. Tín ngưỡng tôn giáo được mọi người giữ kín bưng, không ai hé răng với ai về điều này, trên giấy tờ chỗ ghi tôn giáo hầu hết bắt gặp viết chữ 'không'. Gặp thánh giá, Việt chợt nhớ lại những tiếng chuông. Khi ở trại tù Tân Hiệp, đôi lúc anh cũng có nghe được tiếng chuông văng vẳng. Khu Biên Hòa, Hố Nai rất nhiều người có Đạo, đây là cách nói chỉ những người người theo Đạo Thiên Chúa.

Nhớ những tiếng chuông làm tâm hồn mình thanh thản, Việt ngã người gối đầu lên nấm mộ. Anh có thêm ý định trò chuyện với mộ phần như trò chuyện với đất. Không có gì kỳ quặc cả, đó cũng là ý định tìm ra lời giải. Trò chuyện với nấm mồ có thể là trò chuyện với người đã về thế giới bên kia có linh ấn, có thể kéo vài tiếng chuông thức tỉnh đầu óc mà bấy lâu nay bị ù lỳ, mụ mị trong anh.

Buổi hoàng hôn yên ắng quá, không có gió dù một chút thoảng lay nhẹ những cành lá, chim chóc đã im bặt tiếng hót tiếng kêu, có lẽ chúng bắt đầu ru mình vào giấc ngủ. Việt không muốn phá tan bầu không khí này, nên anh không cất tiếng như mọi lần, anh vẫn đối thoại nhưng đối thoại không lời, tức chỉ bằng duy nghĩ.

- Ta phải làm sao? Có cách nào dung hòa được hông? Có cách nào cho bọn trẻ vừa có chữ nghĩa nhưng không bị nhồi nhét những điều kinh hoàng, không bị lừa mị? Vẫn có cách để những đứa trẻ giữ hồn nhiên tuổi thơ được chứ?

- Người ta thường nói không gì là không thể. Phải có một cách nào đó để để giải quyết một vấn đề.

- Đúng vậy, phải có cách chứ. Ta cần phải tìm kiếm một cách dù biết rằng thiệt sự rất khó. Ta hứa sẽ cố sức, hãy giúp ta, hãy giúp ta…

Mấy tiếng sột soạt phát ra cắt ngang cuộc đối thoại của Việt. Anh chồm người dậy và thấy một cái bóng vụt chạy đi. Việt nghĩ, có lẽ đó là một con thú hoang, có thể đó là một con đỏ* (mang, mển), một con nai, hay một con con heo gì đó. Thấy trời cũng đã tối, Việt tạm biệt người không quen biết trong ngôi mộ, đứng dậy ra về, vừa đi vừa vẫn miên man về cách thức, nhưng vụ này khó lòng có được trong thời gian ngắn.

***

Mới sáng sớm, Việt vừa ăn chén cơm xong, chưa kịp đi làm vườn thì nhà có "khách". Hai ông khách đi trên chiếc xe đạp tới, một ông nói:

- Mời anh Việt Ngụy quân đến ban quản lý đội.

Nói là mời nhưng thực chất là ra lệnh miệng. Ông còn lại cầm khẩu AK lăm lăm. Việt đâu còn sợ sệt điều gì, bấy giờ anh cũng chẳng còn thể hiện phép lịch sự, thưa gởi gì với cán bộ nữa, anh chỉ băn khoăn đôi chút nên hỏi:

- Đến có việc gì vậy các ông cán bộ?

- Hẳn có việc mới mời chứ ly, đi thôi, lôi thôi quá, chúng tôi đâu có rảnh mà mời không không.

Đi thì đi. Việt bước theo hai người đạp xe chầm chậm. Đến ban quản lý, anh ngồi một mình chừng nửa tiếng thì một cán bộ khác tới, đưa cho Việt tờ giấy kẻ ngang vàng khè nhem nhuốc, trên tờ giấy còn lợn cợn những xác bả, thấy rõ như miếng dăm, cán bộ đẩy thêm cây viết, và nói:

- Anh viết tường trình đi nhá.

Việt nhíu mày:

- Tường trình về việc gì?

- Hay nhở, việc buổi chiều qua ấy.

- Chiều qua như thế nào cán bộ, chiều qua tui có làm gì đâu?

- Thật không, khai báo thành thật nhá.

- Thiệt.

Người cán bộ đi ra ngoài, một hồi sau quay lại với người mời Việt tới đây. Ông ta nói tiếp:

- Đấy nhá, tôi cần sự tự giác nên để anh viết tường trình rồi mới kiểm điểm, nhưng anh không thế, tôi đành phải điều tra để tìm ra chân tướng sự việc. Tôi báo lại một lần nữa nhá, tôi cần sự thật thà khai báo của anh đấy.

Ông ta bắt đầu cầm giấy bút biên biên, ghi ghi, và nói:

- Rồi nhá, tên tuổi tôi ghi rồi nhá, khỏi cần hỏi rồi chứ gì. Tôi hỏi anh về tín ngưỡng nhá, anh theo Thiên Chúa à?

- Không, tui không có Đạo nào cả - Việt cười mỉa: Tui…
vô Đạo như các ông thôi.

- Thế chiều qua anh đi đâu? Có người thấy, có người
theo từng bước chân anh đấy nhá.

Nhớ lại chuyện chiều qua và sự hé mở của ông ta, Việt
đoán người tới mời mình và hiện được kêu vào ngồi đây là
nhân chứng, ông ta hẳn là kẻ rình mò, là kẻ chỉ điểm, chính là
cái bóng gây ra tiếng sột soạt mà anh ngỡ là thú rừng. Việt định
đáp là đi dạo, nhưng nghĩ lại sẽ bị lôi thôi, đi dạo tới mộ phần
Thiên Chúa chắc chắn có dính dáng gì với tín ngưỡng này. Nên
anh cười tươi rồi đáp:

- À, chiều bữa qua đó hả, chiều bữa qua tui đi kiếm củi,
đi dọc bờ suối kiếm mớ củi lõi về đốt cho đượm ý mà.

- Thật thế chứ.

- Tui khai thiệt một trăm phần trăm, lúc gần tối, mệt mỏi
quá lại thấy một mô đất có cỏ xanh um, tui nằm bệt gối đầu
vào đây, và thiu thiu, may chưa ngủ quên. À… lúc đang thiu
thiu, có tiếng động, tưởng là thú rừng mắc bẫy, kỳ này có thịt
rừng ăn thì quá đã, nào ngờ chỉ là con thú rình rập hay sao đó,
bị phát hiện chúng băng băng chạy mất, tối quá chứ không thì
tui rượt theo đập cho mấy phát có lẽ cũng bắt được.

Việt cười "hì hì", nhưng ông nhân chứng giựt mình, đích
thị ông ta là chỉ điểm.

- Thế thôi à?

- Phải, thế thôi, tui cũng dậy lại vác củi đi về. Nếu không
tin thì mời cán bộ lại chỗ mô đất chắc chắn sẽ còn dấu tui nằm
và lại nhà sẽ thấy bó củi.

Người cán bộ ậm ừ, mắc cỡ đôi chút, ông ta quay qua
ông chỉ điểm:

- Có thế thôi ông à.

Việt bắt mạch:

- Vậy, bữa qua anh thấy tui chứ gì, tui nằm chèo queo, mệt mỏi im lìm, chẳng nói điều gì đúng không?

- Vâng, vâng… Tôi… tôi nghĩ anh là kẻ mộ Chúa.

Việt cảm thấy may mắn, may hôm qua anh trò chuyện không lời, không thì chắc chắn có rắc rối. Anh tiếp:

- Tui khai trong lý lịch rồi mà. Nơi học tập cải tạo cũng xác minh nhiều lần rồi mà.

Ông cán bộ bào chữa:

- Vâng, vâng. Biết thế nhưng chúng tôi phải cẩn thận, cẩn thận không thừa anh ạ.

Việt lần tưởng tới tư tưởng cũng tương tự vậy, 'giết lầm hơn bỏ sót', những người Việt Cộng thực hành điều này rất là triệt để, triệt để quán triệt cũng là cách dùng từ của họ.

Và tưởng vậy là xong, không ngờ ông cán bộ được dịp oang oang "lên lớp" về tín ngưỡng. Đại khái rằng chế độ ta, chế độ mới, chế độ xã hội chủ nghĩa không chấp nhận tín ngưỡng, đó là thứ mê tín, dị đoan, nghiêm minh nghiêm cấm, không thể có thế giới duy tâm, chỉ có thế giới duy vật biện chứng, không có ông Trời, ông Phật, ông Chúa ông Cha, ông Thánh bà Thần… nào hết cả, con người duy nhứt chỉ có một kiếp, chết là hết, chẳng có kiếp trước kiếp sau, chẳng có thiên đường hay địa ngục, chúng ta hãy tin tưởng vào chính chúng ta, chúng ta tạo ra thiên đường, thiên đường xã hội chủ nghĩa, thiên đường Cộng Sản chủ nghĩa, chúng ta phải sáng suốt tin như thế, tin vào tín ngưỡng là tin vào những điều xằng bậy, chỉ có những kẻ ngu dốt, mông muội mới như thế…

Mất một buổi sáng rồi Việt cũng thoát ra khỏi… "thế giới duy vật". Đường về của anh tiếp tục thấy bóng dáng địa ngục, chẳng thấy con đường đi đến thiên đường, chứ đừng nói thấy thấp thoáng cánh cổng thiên đường.

***

Những kẻ chỉ điểm rình mò kinh sợ.

Thời Việt Nam Cộng Hòa cũng có chỉ điểm, nhưng không lộ liễu, không lộ mặt, và khá ít. Người chỉ điểm đôi khi bị vào thế buộc, họ còn biết xấu hổ, biết nhục nhã. Bây giờ thì ngược lại, đó là niềm vinh dự lớn lao của một số người, họ coi đó là một nghề cao quý, một nghề để họ có tự đắc, họ làm hết sức kể cả ngày đêm, chỉ khi rình mò mới giấu mình, khi bắt được sự vụ nào đó hoặc cần làm nhân chứng thì họ ngẩng mặt dõng dạc tuyên bố, sẵn sàng vỗ ngực thị uy, sẵn sàng hô hào công trạng…

Nghề nghiệp cũng bị phân biệt cao quý và thấp hèn vào lúc này, trong khi tuyên truyền của chế độ rằng không có phân biệt giai cấp, tất cả đều bình đẳng.

Việt không đi đâu xa nữa, không tới trò chuyện với nấm mồ người Thiên Chúa nữa mặc dầu rất muốn. Anh lẩn quẩn trong nhà, ngoài vườn, tránh tụ tập năm ba người để trò chuyện.

Nhờ vậy Việt mới không bị tóm cổ.

Tóm cổ là hoàn toàn theo nghĩa đen chứ chẳng phải nghĩa bóng là bị bắt. Tóm cổ đối với thanh niên vẫn còn đỡ, người lớn tuổi thì thiệt là nhục nhã biết bao. Ba của Việt đã bị tóm cổ cùng ba người người sắp sỉ tuổi ông, chừng năm mươi tuổi đời.

Đó là vào một buổi tối mịt mùng. Việt không nhớ rõ giờ lắm, đêm Cao Nguyên rừng rú không điện đóm, không trăng sao sẽ lọt vào lỗ đen ngòm bất kể giờ giấc, anh chỉ nhớ vào giờ phát sóng của đài BBC hay Úc Đại Lợi, International… gì đó. Bốn người tụ tập bên cái Radio bé nhỏ mà ba anh ôm giữ khư khư rất ít khi để rời ra, đang kề tai thiệt sát, vặn nhỏ hết cỡ chăm chú để nghe thì, một toán người gồm du kích, xã đội và công an nhào ào ào vô dẫn giải về thằng xã chứ không phải là đội nữa.

Trong ba người bạn của ba Việt không ai là chỉ điểm. Chỉ điểm rình mò như con cú đêm và trong dân gian lan truyền rằng hễ nó kêu lên tiếng ở đâu thì ở đó có người chết. Bị con cú chỉ điểm, bốn người chưa đến nỗi phải rời xa dương thế, nhưng bị bắt tại trận, không thể chối cãi, bốn ông già phải lên xã vừa học tập cải tạo vừa lao động hai tháng ròng rã. Ba người bạn của ba anh là bạn ở vùng đất mới. Cả ba người đều từ miền ngoài. Có một người là bộ đội phục viên. Một người dân bình thường và một người Công giáo.

Người Công giáo nửa tin nửa ngờ về những điều tuyên truyền ngày còn ở miền Bắc. Bắc Việt tuyên truyền Nam Việt đang đói khổ, cực kỳ đói khổ, không những vậy mà còn chịu sự kìm kẹp rất ư hà khắc của chế độ độc ác Mỹ - Ngụy, chịu sự bóc lột dã man, man rợ, chịu cảnh những máy chém lê đi khắp nơi chém vô tội vạ… Nửa tin dần dần lất át bởi những cái loa ngày đêm ra rả, bởi những buổi sanh hoạt triền miên, bởi đi đâu cũng gặp tuyên truyền, báo nhân dân tuyên truyền, pa nô, khẩu hiệu giăng giăng khắp chốn tuyên truyền… Hai người còn lại thì dĩ nhiên là hẳn phải tin cho tới khi họ di cư. Trên đường đi, họ gặp những phồn vinh mà họ thấy có thực chứ có giả tạo chút nào đâu, có thực sự là giả tạo như chính thiên đường miền Bắc đâu? Người bộ đội phục viên còn được đến chốn đô hội Sài Thành, ông muốn bật ngửa với sự… có thực của nó, nó thực sự là Hòn Ngọc Viễn Đông, chẳng bì với sự điêu tàn của miền Bắc. Rồi họ đọc được những tập truyện, đọc được thơ, đọc được những tập san được cất dấu chuyền tay, xem được những bức minh họa, nghe được những bài hát… "Ôi! Sao mà nó nhẹ nhàng. Ôi! Sao mà nó tình tứ lãng mạn. Ôi! Sao mà nó dung dị. Ôi! Sao mà chẳng lên gân gì cả, sao chẳng thần thánh hóa mà nghe sướng đến thế. Ôi! Sao nhiều cái phải ôi đến thế. Ôi! Không tả hết được."

Cứ vậy làm họ thân thiết, họ kéo tới để nghe, đúng hơn là bắt ba Việt kể chuyện miền Nam để họ nghe và họ nghe đài, nghe nhạc, thậm chí họ nghe cải lương, và họ lại suýt xoa, "Ôi!

Cái đài, cái băng, cái tủ lạnh, cái tivi, cái quạt máy, chiếc tắc xi, cái hồ bơi, quán cà phê, quán bar…”

Cái đài bị tịch thu. Đó chưa phải là điều đau đớn nhứt. Đau đớn hơn là bị chia cắt, không được tụ tập trò chuyện gì nữa hết. Chánh quyền với thể chế Cộng Sản rất sợ, sợ điều nhồi nhét bấy lâu nay thành công cốc, sợ bị tư tưởng tự do, dân chủ sẽ lan truyền, sợ bị chống lại sẽ bị sụp đổ… Một thể chế độc tài luôn luôn đi ngược giữa nói và làm. Hiệp định Paris được ký kết có những điều khoản rất hay ho, như: *“Ngay sau khi ngừng bắn hai bên miền Nam Việt Nam sẽ: - Thực hiện hoà giải và hoà hợp dân tộc, xóa bỏ thù hằn, cấm mọi hành động trả thù và phân biệt đối xử với những cá nhân hoặc tổ chức đã hợp tác với bên này hoặc bên kia; - Bảo đảm các quyền tự do dân chủ của nhân dân: tự do cá nhân, tự do ngôn luận, tự do báo chí, tự do hội họp, tự do tổ chức, tự do hoạt động chính trị, tự do tín ngưỡng, tự do đi lại, tự do cư trú, tự do làm ăn sinh sống, quyền tư hữu tài sản và quyền tự do kinh doanh...”* Không, không hề có những việc này được thực thi.

Ba Việt không được học nhiều, ông không rõ tư tưởng, dân chủ, tự do… ông đâu cần đi sâu vào khái niệm, vào định nghĩa của nó. Với ông, rất đơn giản là người dân được quyền nói đúng sai, được quyền nghe giải đáp, gải thích để hiểu rõ đúng sai từ những người tài mà họ tin tưởng giao phó trách nhiệm, là được tự do làm ăn, là được có cuộc sống sung túc, là được mưu cầu hạnh phúc, là không phải dối trá, là không phải điếm đàng… đơn giản những điều như vậy mà thôi. Ông trò chuyện với bạn ông cũng vậy, chẳng có gì là cao siêu, là nhồi nhét, là tuyên truyền, chỉ nói những chuyện mắt thấy tai nghe, ông và họ cũng chỉ mong có được như vậy, nào có màng gì đến thể chế, đến lật đổ… Thậm chí họ chỉ cần sự vui vẻ, vui vẻ để giải thoát mệt nhọc, ưu phiền…

Bây giờ thì họ cũng kêu, “Ôi! Nhưng mà - Ôi! Không thể, không thể có được sự vui vẻ dẫu là ‘Mua vui cũng được một vài trống canh' - "Ôi! Cụ Nguyễn Du ơi cụ Nguyễn Du, cụ nói ra chi điều này để nó ứng, nó vận tới tận ngày hôm nay(?!)

Ba Việt nói với anh khi hai cha con ngồi trên bộ phản dưới gốc cây trước nhà, nơi ông cùng ba người bạn thường ngồi:

- Còn may cho con đó.

- Dạ, là sao hở ba?

- À, thì con hông mon men lại gần chúng ta.

- Dạ, con dự đoán rồi sẽ bị như vậy. Nhưng nghĩ không tới nỗi bắt người lớn, những người miền ngoài, bắt thanh niên, trung niên là cùng.

- Ta thì chẳng nghĩ tới sự khinh khủng như vậy. Con đoán được, tránh được chứ không thì chắc phải đi biền biệt, chẳng phải hai tháng, hai năm nữa đâu.

- Dạ, chắc là vậy.

Ông thở dài thườn thượt. Cú thở của ông Việt lại e ngại, chẳng may lại bị bắt nữa, bị chỉ điểm rình mò nghe thấy nữa. Anh khuyên:

- Ba cố đừng thở mạnh vậy nữa, lại bị kiếm chuyện.

Ông gật đầu:

- Ừ. Trời ơi! Tới thở cũng không dám - Ông hít thở nhẹ lại, bước vô nhà và theo thói quen dòm quanh một lượt: Ba cố đi ngủ đây.

- Dạ. Ba ráng quên để ngủ - Việt an ủi, nhưng chắc chắn ông không dễ quên.

***

"Xã hội mới" có một loại công lao động mới. Công lao động xã hội chủ nghĩa. Nó như một loại lao động công ích cho xã hội. Bắt buộc người đến tuổi lao động tham gia, một năm chừng hai đến ba chục công. Có nghĩa mất khoảng hai phần ba hoặc một tháng trời.

May thay, lúc này chưa bắt tất cả phải thực hiện, mỗi gia đình tham gia một hoặc hai người theo ít nhiều lao động mà thôi. Việt đại diện cho gia đình đi phát hoang trên gần đầu nguồn của con sông, nơi có dòng thác gập gềnh mà chính quyền quy hoạch làm một cái đập thủy điện.

Ông Khoát, chỉ huy trưởng công trình cho gọi Việt tới lán trại của ông ta. Ông ta hỏi:

- Anh biết đọc bản vẽ chứ nhờ?

Dĩ nhiên việt lắc đầu:

- Không, tui không học chuyên môn này.

- Thế à, thế mà có người bảo ông học cao đấy, ông học gì thế?

Lại có chỉ điểm. Việt nghĩ và đáp:

- Tui mới vô đại học thôi, chưa học xong thì cao gì nỗi. Mà có xong đại học cũng chưa là gì cả. Và tui học triết.

- Ậy, triết là gì nhở?

- Từa tựa như chính trị ngày nay.

- Ối Giời! Như cái bọn rỗi nghề ấy à.

Việt khá ngạc nhiên.Chính trị là một điều vô cùng quan trọng với chế độ mới. Như hiểu được Việt, ông ta cười hề hề:

- Tôi nói thật ấy. Ngoài những ông nhớn, còn lại toàn một lũ làng nhàng, chẳng làm nên cơm cháo gì sất. Chính trị viên đơn vị tôi ngày trước như thế ấy, nói thì loa loa chẳng khác loa phường, nghe tiếng súng là làm "anh hùng Núp"* ngay. *(*Một cách nói mỉa, lấy theo tên anh hùng Núp ở Cao Nguyên)*

Vậy là ông Khoát một thời đã đi bộ đội. Tuy có thất vọng vì Việt nói không biết, nhưng ông ta cũng trải bản vẽ khá lớn ra mặt bàn. Ông ta nói:

- Như đám rừng ấy nhở.

Tuy vậy, Việt thấy không khó lắm, anh nhìn hiểu và đọc được các chỉ số. Sau đó thì anh cũng đọc hiểu hết một sấp dự toán khối lượng chi tiết công trình. Ông chỉ huy mừng ra mặt:

- Ậy ậy, đúng đấy, đúng đấy. Thế mà bảo không biết.

- Tui chỉ nghiệm ra từ kiến thức cơn bản thôi.

Ông ta vỗ vai anh, nói một tràng:

- Này, để tôi gọi bằng cậu nhé. Cậu khá lắm đấy. Theo tôi, làm trợ lý cho tôi nhé, tôi sẽ đề xuất như thế. Cậu khỏi phải đi phát hoang, vả lại sẽ có chế độ, được cấp gạo, đường, sữa… và cả lương nữa. Công trình tuy nhỏ nhưng cũng lâu chứ không ít, tốn cả năm trời ấy. Nếu sao này tôi có đi đâu thì kéo cậu theo luôn. À, còn biết ai giỏi giỏi nữa không, thì giới thiệu luôn nhá, như cậu ấy.

Việt khá bất ngờ. Anh đứng tần ngần chưa trả lời được. Ông ta tiếp:

- Quyết định thế nhá. Để tôi báo lại cho địa phương, cũng từ địa phương cho ý kiến ấy. Cậu yên tâm đi, cứ việc giúp tôi.

Việt thấy việc này cũng tốt. Và nếu không nhận lời thì biết đâu lại bị làm khó dễ. Cán bộ đã quyết định thì khó từ chối.

Anh nhớ ra lúc làm trường học, có anh Hậu là thợ xây con của một chủ thầu, anh khá am hiểu kết cấu. Việt tiến cử và được chấp thuận. Ông chỉ huy có hai trợ lý một là Ngụy quân và một hành nghề thời Ngụy quyền.

***

Sau một tháng, lao động phát hoang, đục dỡ đá chuyển đi, ban bằng một số nơi và đã hoàn thành đúng kế hoạch, các lao động công ích trở về, công trường còn người chỉ huy với hai trợ lý cùng đội đo đạc.

Lục tục hai đội chừng hai chục người kéo thêm tới. Được

giới thiệu là đội chuyên xây dựng. Chỉ huy Khoát giới thiệu rất kêu nhưng không rõ họ có thực sự có chuyên môn hay không. Họ bắt đầu đào hố làm móng, công việc đào chỉ cần lao động bình thường.

Thêm một tháng nữa trôi qua. Ông Khoát và hai trợ lý đã trở nên thân tình. Một buổi tối ngày rằm, ánh trăng sáng vằng vặt thiệt đẹp và thiệt gần gũi với đất vùng cao, bầu trời và mặt đất thuộc về nhau, trời chứa trăng tỏa màu vàng êm dịu loang khắp chốn mặt đất, mặt đất chứa hồ nước phía dưới thác nước thì khá phẳng lặng in hình ánh trăng thiệt lung linh, ba người ngồi nhâm nhi những chén rượu trên tảng đá khá bự và bằng phẳng, ông chỉ huy nhận tri kỷ, tới hồi ngà ngà ông ta nói:

- Sai bét, sai bét nhè hết.

- Sai? Hai tui sai gì chăng? Chủ trương xây đập có gì sai chăng?

- Ồ! Không, không. Hai cậu tri kỷ của tôi. Giờ hai cậu là tri kỷ của tôi rồi nhé, tôi chẳng có ai tâm tình cả. Đã là tri kỷ thì tôi mới nói hết nhé. Ối Giời ơi! Sai ở đây là tuyên truyền ấy, là tuyên truyền ấy.

- Tuyên truyền?

- Vâng, chứ sao nữa. Ối Giời ơi! Chẳng có gì sất, chẳng thật gì sất. Chẳng có cảnh đói nghèo của nhân dân, chẳng có cảnh bị kìm kẹp, bị bóc lột đến tận xương tủy nhân dân gì sất. Nhân dân bên chuyến tuyến các cậu, phía miền Nam các cậu ấy. Nhân dân các cậu hiền hòa dễ thương thật ấy. Chẳng có những kẻ lãnh đạo là những kẻ ăn gan uống máu gì sất. Tất tần tật chẳng đúng gì sất. Chỉ thấy giàu sang, ấm no, văn minh, lễ phép lễ nghĩa thôi. Ối Giời ơi là Giời!

- Tuyên truyền vậy vẫn tin sao?

- Ối Giời ơi! Sao lại chẳng tin. Không tin có mà được à. Này nhé, còn ở trong bụng mẹ thôi đã nghe những thứ ấy trong những buổi họp hội, những buổi sinh hoạt triền miên. Rồi vừa mở mắt chào đời chưa nhìn được mặt mẹ thì đã thấy các câu khẩu hiệu đỏ chót *"Đảng Lao Động Việt Nam Quang Vinh Muôn Năm!"*, *"Chủ Tịch Hồ Chí Minh Vĩ Đại Sống Mãi Trong Sự Nghiệp Chúng Ta!"*... ở ngay trạm y tế. Sau đó, chẳng phải nhận được lời chúc mẹ tròn con vuông, mà được tập thể lãnh đạo và nhân viên y tế chúc một nhân dân con của đất nước anh hùng ra đời. Nhân dân con này rồi sẽ góp phần cho công cuộc giải phóng dân tộc, giải phóng miền Nam khỏi ách áp bức và làm cho đất nước Việt Nam vẻ vang trên khắp năm châu đấy nhé.

Việt và anh Hậu trầm lặng uống rượu, không biết phải nói gì. Ông chỉ huy tiếp tục:

- Còn thế này nữa nhé, còn tuyên truyền rằng đấy, đấy, những cán bộ miền Nam phải tập kết ra Bắc, tránh cái xã hội ghê tởm ấy, cùng với nhân dân miền Bắc quyết tâm giải phóng cho đồng bào mình ấy nhé. Thế thì sao không tin nhỉ? Tin sái cổ ấy chứ. Các ông cán bộ tập kết ở đâu đấu, được ưu tiên ở những khu tốt nhất, làm sao mà gặp được mà hỏi han, để mà biết sự tình. Thế đấy, thế đấy nhé.

Nâng chén rượu, ông ta giục:

- Nào, nào, uống nào, ở đây bây giờ trời của ta đất của ta rượu của ta, uống nhanh nào, các cậu sao thế, uống nhanh nào.

Uống ực hết chén, ông ta tiếp:

- Ừ, còn chuyện này nữa này, kể cho các cậu luôn nhé. Có một đoàn xe chở những sĩ quan bên các anh ấy, chở ra ngoài Bắc chúng tôi để học tập cải tạo ấy, nhân dân ngoài ấy họ biết được, thế là, họ lấy đá lấy củi, thậm chí họ lấy... cứt, cứt trâu cứt bò nhé chứ không thể phân người đâu nhé, thế là họ ném họ phang tới tấp, họ chửi rủa, bêu rếu thậm tệ. Họ cho rằng trên những chiếc xe ấy là những con quỷ hút màu nhân dân, những con giòi bọ gặm nhấm thân thể đồng bào - Ông ta giụt người hứ một tiếng: Ối Giời ơi! Vui đáo để nhỉ.

Tâm trạng của ông chỉ huy ở trạng thái lưng lửng, dĩ nhiên ông ta đâu thấm được nỗi đau nỗi buồn, nhưng ông ta vẫn nhận ra được không phải chuyện để vui, một chút mỉa mai trong giọng nói. Việt và anh Hoàng xây dựng thì sầu thảm khỏi phải tả.

Tiếp tục một chén rượu nữa, và ông ta không thể ngừng:

- Nào, cứ uống cho thoải mái, uống cho… cho gì nhỉ? Vâng, vâng, uống 'cho chó ăn chè', uống say 'cắm đầu xuống ruộng' luôn, uống cho đã nào. Bây giờ tôi thành thật khai báo luôn nhé. Thành thật hết mức ấy. Thành thật thì phải xưng là tớ nhé. Tớ nói thật với hai cậu chứ có học được cái quái gì cho cam. Chẳng qua một thời tớ là thắng lính công binh, là đi mở đường, là phát hoang ấy, rồi làm cầu băng qua suối nhỏ là chính, làm các cây cầu bằng cây rừng tạm ấy. Thế là khi giải ngũ, tớ đường đường được cho đi học tại chức xây dựng. Tớ học chưa xong lớp 10, ở ngoài này là hệ 10 năm, tớ và đơn vị phù phép có cái bằng có gì là khó. Ối giời ơi! Bỏ học đã lâu đi học lại như vịt nghe sấm, tuổi lại già đã thế còn rượu thịt thì làm sao nhét con chữ vào đầu, thêm những thứ lý luận chính trị gì gì nữa ấy chứ, không thể nào tiêu được. Nhưng, cuối cùng tớ vẫn có cái bằng. Các ông thầy tớ cũng rượu thịt đấy thôi. Ôi thôi! Thịt chó chúng tớ đãi thì ông ấy sáng con mắt ra mà phê duyệt cho cái bằng sáng chói. Đấy, tớ đã thành thật rồi nhé, tớ chả có rành rẽ gì đâu nhé. Các cậu phải giúp tớ, chúng ta phải giúp lẫn nhau, chúng ta phải xây dựng được con đập này thật hoành tráng, xây dựng công trình để đời. Ấy nhé… hứa nhé…

Ông chỉ huy người đã xiêu quẹo, hai trợ lý phải luôn miệng hứa, rồi cả ba nằm vật tại chỗ. Việt còn miên man một chút trước khi chìm vào giấc ngủ, đúng là tuyên truyền, nó thấm sâu, no dính chặt vô trong bộc óc ghê gớm, nó biến thành bản chất, dù có nhận ra chân tướng nhưng không thể từ bỏ cốt lõi, vẫn là những sự vĩ đại, là muôn năm, là để đời, là sáng chói… hằn trong suy nghĩ.

***

Những chiếc xe bộ đội chở vật liệu tới. Dân gian hay đặt tên theo hình tượng. Xe Motolova chở bộ đội nhiều thì gọi như vậy, cũng như xe GMC chở lính Việt Nam Cộng Hòa thì kêu xe nhà binh. Lần di chuyển tới này có thêm chiếc xe ủi. Đây là chiếc xe chuyên nghiệp duy nhứt đúng nghĩa ở một công trường, và người lái xe cũng vậy, anh ta lái tới thì rõ ràng có tay nghề.

Nửa tháng sau ngày ngồi uống rượu ngất ngư, Việt và anh Hậu rời công trường. Đó cũng là những ngày bắt đầu đổ những khối bê tông cho giàn móng, những cây trụ đầu tiên. Một đêm cuối tháng trời tối thui, vẫn trên tảng đá và nhâm nhi chén rượu tới khuya với ông chỉ huy, rồi cả hai rời đi luôn trong đêm chứ không chờ trời sáng.

Vì sao xảy ra chuyện này? Họ bị đuổi chăng?

Không. Họ tự ý ra đi. Họ không muốn lên cỗ xe đi ngược thời gian.

Xuất hiện thêm một cỗ máy chạy ngược thời gian. Cỗ này lớn hơn chiếc xe cải tiến. Người ta kiếm được đâu đó bất kỳ chiếc xe GMC, chiếc xe tải phế thải nào, kể cả phế thải giữa rừng rú vì bom đạn, họ đem về sửa sang lại, dàn đồng bị mưa nắng nhưng không gỉ sét hết, không hư hỏng nhiều, vẫn còn xài tốt, chỉ hầu hết không còn máy móc, họ thay vào đó bằng một cái máy nổ loại lớn, loại nhiều sức ngựa, vậy là có chiếc xe công nông xình xịch chạy. Việt không hiểu sao lại gọi là xe công nông, có lẽ để sử dụng cho ngành nông nghiệp, công ng-hiệp, với công nghiệp thì không đúng, nhà nước thao thao bất tuyệt đang trên đường công nghiệp hóa thì sao lại vậy? Cũng có lẽ gọi cho nó kêu. Trên ca pô xe công nông không có nắp ca pô, sợi dây cu roa bản bự của máy nổ quay vòng vòng khó thấy quay tới hay kéo lui. Với Việt thì nó đang kéo thụt lùi.

Khi xe bộ đội đổ xong vật liệu rút đi, thì những chiếc

công nông ì à ì ạch chạy tới. Nhưng nó không làm gì cho công trường. Nó tới bữa nay thì sáng mai không thấy còn có mặt, nó đã ra đi trong đêm. Khi kiểm tra lúc đổ bê tông, Việt và anh Hậu thấy thiếu khá nhiều sắt, mác bê tông không đủ xi măng như bản tính toán đo bóc khối lượng công trình, thiếu tới một phần ba. Lúc này họ hiểu ra, xe công nông tới làm gì? Nó tới chở bớt vật liệu đi chia chác, công trình bị rút bớt vật liệu. Vài người thắc mắc công nông làm gì ở đây, được lý giải rằng chở cây chở củi. Cây củi cũng được thảy lên xe nhưng để che mắt thiên hạ.

Việt và anh Hậu dựng báo lại ông chỉ huy. Ông ta lặng lặng nháy mắt kéo hai anh khỏi nơi đang thi công, không cho kiểm tra nữa.

Đêm, ông ta kéo ra uống rượu trên tảng đá.

Đầu tiên ông ta đổ hết lý do này tới lý do khác. Như, thường công trình người ta tính dôi dư ra khối lượng để trừ hao đấy thôi, để cho yên tâm đấy thôi, các vật liệu này là vật liệu tốt, được sản xuất tận Liên Xô, hơn hẳn của Việt Nam sản xuất. Phải "trăng Liên Xô tròn hơn Trăng nước Mỹ" mà. Tính khối lượng là tính vật liệu Việt Nam, vật liệu Liên Xô thì bớt đi đấy thôi…

Việt và anh Hoàng không thể đồng tình. Dứt khoát không thể hiệp tác hiệp lực nếu còn như vầy. Ông chỉ huy xoay qua khóc rưng rức năn nỉ:

- Thú thật với các cậu, đây là lệnh của cấp trên đấy. Phải chia cho cấp trên đấy. Rồi chia cho cán bộ địa phương ấy nữa. Không phải mình tôi ẵm trọn đâu, chia năm xẻ bảy ấy nhá. Các cậu không được báo cáo việc này cho ai nhé, tôi mà có bề gì thì các câu cũng khó lòng được yên, tôi kéo theo hai cậu luôn đấy, tôi có cách đấy. Các cậu cứ giúp tôi, tôi sẽ để cho một phần. Tôi quý hai cậu, tôi thương hai cậu như anh em gia đình, hai cậu cũng nên thương tôi chứ, giúp tôi chứ. Hai cậu không thể bỏ ngang, bỏ tôi bơ vơ thế này được. Ừ, mà thú thật chứ chẳng sao đâu, vơi bớt một ít, một tí ấy mà chả làm sao cả, ngày chúng tôi làm những chiếc cầu bằng cây bằng ván rừng không thôi chứ có tí xi măng, tí sắt thép nào đâu, thế mà xe vận tải, cả xe tăng ấy chứ chạy qua ào ào, có hề gì, những chiếc cầu đến nay vẫn còn sờ sờ ra đấy, có hề chi đâu nào. Các cậu cứ lo lắng thái hóa, lo bò trắng răng không thôi.

Chia chác, tình nghĩa cũng không thể lay chuyển hai trợ lý, muốn được giúp, muốn hai anh ở lại thì phải thực hiện đàng hoàng. Vậy là khi đã ngà ngà say, ông ta nổi sung thiên, ông ta điểm mặt xỉ vả và hét:

- Chúng mày đúng là lũ phản bội, ông lôi chúng bây ra khỏi chốn lao động, cho chúng mày được sung sướng, chúng mày không biết ơn, chúng mày trả ơn ông thế đấy, chúng mày trả ơn nhà nước thế đấy. Chúng mày đúng là lũ… Ngụy quân Ngụy quyền, lũ phản động, lũ hại nước hại dân. Cút đi, cút đi nhanh chóng, cút khỏi mắt ông, cút cho khuất mắt ông, cút… cút…

Việt và anh Hậu ra đi trong đêm như vậy.

Bước đi trong đêm với Việt bây giờ là bình thường, không còn dò dẫm khó khăn. Nhưng, những ý nghĩ bủa vậy, những hình ảnh lại hiện về làm anh đôi khi lạc lối, đẩy anh sụp chân xuống mương bên đường, loạng choạng nhào vào các cành cây, chướng ngại bên đường.

Người ta vào giải phóng để làm gì? Người ta vào giải phóng thực chất là để hoán đổi vị trí, chứ hoàn toàn không phải là để giải phóng giai cấp, giải thoát áp bức như chân lý họ nêu ra. Chân lý nêu ra chỉ là cái gọi là mà thôi.

"Tiến về Sài Gòn ta chiếm nhà mặt tiền", là điều không ngoa chút nào. Những anh bộ đội nhào vào nhà cửa của dân chúng chạy loạn, dân chúng di tản để khuân vác đồ đạc như đám cướp, khuân tivi, tủ lạnh, khuân máy hát, khuân xe đạp xe Honda… khuân được gì thì cứ khuân. Còn tệ hại hơn dân hôi

của, dân hôi của chỉ nhào vào các kho vận, nhào vào các nơi giữ của công.

Việt thấy một anh bộ đội không nhào ào ào vào như đám đông, vẻ của anh rất tần ngần rồi nép nép mình vô một góc phố, anh nghiêng đầu ngắm phố xá, ngắm miên man, ngắm say đắm… Với những gì ông chỉ huy nói, anh nghiệm ra anh ta cũng giống ông ta, đã nhận thấy tất cả tuyên truyền là không có thiệt, là điều dối trá. Cuối cùng, anh ta cũng bước vào một ngôi nhà hoang vắng, lúc này đường phố đã hoang vắng, anh mang ra một cái radio nhỏ, cùng với một chồng sách nhét đầy ba lô, vài bức tượng nhỏ là những món qua lưu niệm, đáng nói nhứt là trong ba lô chặc chỗ còn lòi thêm ra cái đầu của một con búp bê.

Việt và anh Hậu sẵn sàng ra đi không cần một thứ gì khác, chấp nhận cho dù chưa biết phía trước như thế nào. Những con người bên kia chiến tuyến thì không, có nhận ra gì đi chăng nữa cũng không thể hành động theo chuẩn mực. Việt sợ, rất sợ, rồi đây, đầy rẫy những công trình sẽ đổ sập, sẽ tan hoang, chúng để lại di tích hoang phế còn hơn là chiến tranh chứ không thể coi thường.

Một loạt tiếng cú đêm rộ lên. Một viễn cảnh chết chóc cho cả dân tộc này hay sao? Cho cả đất nước xinh đẹp này hay sao? Đau xót quá! Nhưng Việt đành bất lực.

***

Việt trở về ẩn mình hơn cả lúc trước, trả thù là hai chữ anh phải nghĩ tới nên phải vậy. Trả thù, anh đã tận mắt, anh đã nằm trong nó, cả một chế độ tự xưng là chế độ mới trả thù tàn khốc chế độ cũ, chế độ bị chế diễu là chế độ Ngụy. Một sự trả thù vô cớ, dựng khống lên những tội lỗi để trả thù rồi đặt thêm chế độ khoan hồng. Một sự vô lối không thể tả nổi.

Anh không bị ông chỉ huy ở công trường trả thù. Ác nghiệt thay, lại bị tiếp đọa đày của ông chỉ điểm, là ông đã chỉ điểm bắt nhóm người già trong đó có ba anh, ông ta cũng chính là người giới thiệu Việt cho ông chỉ huy. Không biết ý của ông ta là gì, có lẽ là hai mục tiêu, một đẩy anh đi, hai được tiếng giới thiệu.

Ông chỉ điểm tiến một bước dài, đã đến xã và trở thành cán bộ.

- Cớ sao anh rời công trường? - Ông ta dời Việt lên rồi hỏi.

- Tui hông đủ năng lực.

- Anh nói dối. Anh không muốn giúp nước nhà. Anh vẫn một mực còn tư tưởng chế độ Ngụy. Uổng công cho anh ăn học, học tập cải tạo hai năm trời. Phí công nhà nước quá.

- Ông cứ hỏi ông chỉ huy.

- Ấy dà, anh còn thách thức nhá. Tôi không biết quá hay sao? Cần gì tôi phải hỏi ông chỉ huy nhỉ? Tôi đi guốc trong bụng anh đấy nhé.

- Tùy ông. Ông muốn đi đâu tùy ông. Ông nắm trong tay quyền hành, ông muốn làm gì tùy ông. Tui chẳng phải thanh minh Thanh Nga gì nữa.

- Á, anh hay lắm, anh ngon lắm, quá cứng đầu cứng cổ, rồi hãy coi sự trừng trị.

Việt không buồn đôi co nữa làm gì. Ông ta sực nhớ ra, rồi gọi lớn:

- Đồng chí công an xã ới, qua đây nhờ cái này tí.

Viên công an xã có mặt:

- Đồng chí nhờ việc gì?

- Đồng chí có thấy gì không?

- Không. Có thấy gì đâu nào, có thấy gì ngoài đồng chí và anh này.

- Đấy, đấy, vâng đấy. Hắn đấy, thấy cái đầu tóc như Phun rô *(Fulro - Mặt trận Thống nhất Đấu tranh của các Sắc tộc bị Áp bức, tổ chức liên minh chính trị - quân sự của các sắc tộc ở Cao nguyên Trung phần, tồn tại từ 1964 đến 1992. Chủ trương đấu tranh đòi ly khai vùng Cao Nguyên khỏi lãnh thổ Việt Nam Cộng hòa trước 1975 và Cộng hòa Xã hội chủ nghĩa Việt Nam sau 1975, để thành lập một nước độc lập)* chứ, giống Phun rô chứ lị?

Viên công anh cười:

- Vâng. Giống Phun rô thật.

- Đấy. Tôi nhờ đồng chí lôi cổ ra tiệm hớt tóc sởn lên ba phân hộ tôi nhá. Định theo Phun rô chắc.

- Vâng.

Viên công an hất đầu ra hiệu cho Việt đi theo chứ không đến nỗi tóm cổ.

Ngồi trên ghế, Việt hỏi chú hớt Phun rô là gì, anh chưa bao giờ nghe tới. Rồi mới hiểu ra là tổ chức bị liệt là phản động, là chống đối nhà nước ở Cao Nguyên, và có thêm những người lính Cộng hòa trốn theo tham gia.

Việt bị xử một cái án không văn bản, lao động công ích 30 ngày, dãy cỏ xung quanh xã, làm sạch đẹp cho xã. Xung quanh cơ quan xã chỗ nào

cũng thấy cỏ, có chỗ cao lút đầu trẻ thơ, rác cũng bắt đầu ngập, bất kể rác gì đều được thải đại ra ngoài. Chỉ có con đường đi vào thì nhẵn mặt đất.

***

Trên đường từ xã về nhà, ngang qua ngôi trường học thì trời đã nhá nhem tối. Không biết thấy anh lúc nào, biết được khoảng thời gian này mà cô giáo Lan dạy học còn trẻ, độ vừa ngoài đôi mươi và khá đẹp vừa được chuyển tới tường, cô canh chừng, đã đứng sẵn để chào.

Thầy cô giáo, bây giờ để được thuần Việt, đang trong lúc bài Hán, không được dùng từ Hán, Hán - Việt, người ta không cho gọi danh xưng giáo sư, phải gọi theo cách mới là giáo viên gái, giáo viên trai. Nực cười, giáo viên cũng là từ Hán - Nôm. Và hằng hà từ nực cười như vậy của chế độ "mới", bộ đội gái, bộ đội trai, học sinh gái, học sinh trai, lao động gái, lao động trai, nơi dành cho các bà sanh nở nay được gọi là… xưởng đẻ,… Ôi Trời(!)

Hai hôm đầu chào thôi, Việt lịch sự chào lại, hôm thứ ba "giáo viên gái" bước theo hỏi han điều này điều kia, Việt biết gì thì trả lời thứ đó, anh lẳng lặng không hỏi không nói gì khác. Bữa tiếp nữa không thấy, Việt mừng thầm bởi anh không muốn, anh linh cảm có điều chẳng lành, điều rắc rối tồi tệ sẽ ập tới, và thấy cô giáo, hình ảnh Nàng nụ Tím Gia Long lại xuất hiện làm anh đau đớn.

Niềm vui chưa kịp lắng, bước vô cổng nhà thì thấy cô giáo Lan ngồi đợi trên tấm phản phía trước dưới gốc cây. Do có linh cảm nên Việt muốn hoảng hồn. Cô giáo ngượng ngạo đôi chút rồi nói:

- Hôm nay em không hiểu nhiều chỗ trong sách quá, nên đến xin anh giúp, nhờ anh chỉ bảo.

Lần này thì Việt cố tình sổ sàng, anh đáp:

- Xin lỗi cô giáo, tui hông dám. Tui chỉ là thằng Ngụy quân, xin cô về cho. Cô ở đây chắc chắn có hại cho cô.

Cô giáo hơi ngỡ ngàng, song trấn tỉnh:

- Có hại chuyện gì cơ? Làm gì có nào. Và em cũng đâu có coi anh là người như thế. Anh giúp em đi mà.

- Hông được đâu cô. Cô chưa hiểu hết, cô chưa thấy hết đâu. Cô về ngay đi.

- Không việc gì đâu cơ. Em chắc thế. Cơ mà có sao thì hẵn hay. Bây giờ em cần anh giúp thôi.

- Chuyện hệ trọng với cô đó. Cô nên về.

- Em nhất quyết không về, trừ phi anh giúp.

- Thôi được, tui chỉ nhanh rồi cô về cho.

Cô giáo Lan hỏi khá nhiều. Nhưng, như Việt đã dự đoán, không chỉ là hỏi, đôi mắt của cô thể hiện điều khác, đôi mắt dẫn đường cho câu hỏi để kéo dài thời giờ, càng dài càng tốt, để cô có dài thời gian bên anh. Việt lờ đi, hờ hững càng chồng lớp hờ hững, sổ sàng càng chồng nặng sổ sàng. Tất cả đều vô tác dụng.

Hôm sau, Việt không thấy cô giáo bên cổng trường. Đoán chắc cô giáo lại tới nhà, anh lẳng lặng đi ngõ sau, ra thẳng bờ suối trò chuyện với… đất bằng suy nghĩ chứ không cất lời, chờ đợi cho tới tối mịt mới vô nhà.

Bữa sau nữa vẫn vậy. Nhưng tới bữa thứ ba thì anh sững người khi vừa tới bờ suối, cô giáo đã đứng đợi ngay nơi này. Không cỏn cách nào khác, buộc lòng anh phải mời cô giáo vào nhà trò chuyện. Vẫn với cách cũ, kéo dài thời gian, cô giáo càng kéo dài hơn nữa, không những vậy, cô còn tự nhiên lăn xả vào phụ bếp với má anh, cùng dùng bữa cơm với gia đình. Vì vậy, hôm ấy tới gần nửa đêm cô mới về, anh lại phải đưa về cùng nhiều lời bóng gió yêu đương mà Việt cứ phải lãng tránh mãi.

Trên đường trở về nhà, và gần cả đêm đó Việt không chợp mắt được. Bản án mới thực hiện có một nửa, rồi sẽ bị chồng thêm bản án mà không biết là bao nhiêu, tăng gấp đôi gấp ba, hay tăng kiểu gì nữa đây? Bởi chắc chắn làm sao qua được những cặp mắt rình mò, tọc mạch. Có thể lắm anh lại phải bị đẩy trở lại trại cải tạo, không chỉ phải lật giở từng tờ lịch tấm gi sắt đếm đủ hai năm ở nơi này, có thể là bốn, và cũng có thể lâu hơn, có thể là vĩnh viễn, vĩnh viễn vùi chôn trong trại.

Mọi tội lỗi sẽ phơi bày, sẽ ập hết lên anh. Một kẻ ngụy quân còn mang bản án mà dám cả gan đèo bồng, dám dụ dỗ cô giáo của chế độ "mới", dám rủ quến "con người mới của xã hội mới", dám lôi kéo, lay chuyển tinh thần của cô giáo hay sao? Lần này thì sẽ không chỉ một mình anh gánh chịu, gia đình anh cũng phải liên lụy. Một gia đình phục vụ cho bọn tư sản, cho bọ Đế quốc Mỹ lại dám ngang nhiên rước cô giáo? Ai cho phép điều này? Cách mạng đã "khoan hồng", đã tạo cho "cuộc sống mới", chưa làm trọn bổn phận của "công dân tội lỗi" lại tiếp tục phạm lỗi? Cô giáo Lan và gia đình họ cũng sẽ bị liên lụy. Dĩ nhiên không được công bố công khai, cán bộ sẽ âm thầm, lặng lẽ xử lý nội bộ. Một bản án không biên bản có thể sẽ được ban bố, cô giáo bị đẩy lên vùng xa hơn, trong rừng sâu thăm thẳm, gia đình họ cũng sẽ khó bề yên ổn.

Nghĩ ngợi chật kín cả trí óc, Việt nghĩ nhiều nhứt là làm sao không gieo liên lụy cho ai nữa, anh cần phải bỏ đi biệt tích, cần phải mất tích hẳn khỏi nơi đây. Tới gần sáng bỗng Việt nảy ra một ý, rằng hay bỏ theo Fulro? Ban đầu Việt gật gù rất thích ý này, nhưng rồi phân vân, anh chỉ loáng thoáng biết về Fulro, chẳng biết họ ở đâu, cũng chẳng biết họ ra sao, thì làm sao tìm đến họ? Việt buộc phải từ bỏ ý định.

Cũng là đi, một ý nghĩ khác xuất hiện. Lần này cũng đi biệt tích, đi lưu vong, tìm đường vượt biên giới, tìm đến một xứ sở tự do, con đường này thì Việt có thể tìm được, anh sẽ lần dò trở lại Ninh Hòa, trở về Sài Gòn, hoặc một nơi nào đó bất cứ, để có thể rời xa nơi này.

Ý nghĩ vượt biên đến, anh nghe được có người nói rằng, "Nếu cây cột điện có chưn nó cũng đã vượt biên rồi". Anh vẫn còn đôi chưn trai tráng. Và nó gợi nhớ, một chút buồn, đáng lý ra giờ này anh đã ở nơi chưn trời tự do nào đó, không bị bao lao ải, khổ lụy, nếu ngày ấy đừng rời Dương Vận Hàm trở về. Một chút buồn thôi vì làm sao ai biết được chữ ngờ, làm sao định đoạt được số phận. Thêm một chút buồn nữa, anh lại rời xa mảnh đất anh dần dần yếu quý, hai năm, thời gian ở mảnh đất này cũng bằng khoảng thời gian khoát lên mình hai chữ tù viên, mảnh đất hiền lành anh muốn được trò chuyện tri kỷ. Những nỗi buồn qua mau vì không lấn át được những ngổn ngang, những đau thương, những kỳ quái, quái dị mà Việt đã nếm trải.

Anh bung ngón tay áp út quyết định nhanh chóng, "Giã từ".

Giữa

HAI MIỀN VIỄN XỨ

Việt cắt cổ con gà, anh vẩy máu gà lên những tảng đá chông chênh chỗ thác ghềnh của con sông nhỏ nhưng nước chảy khá xiết, con sông cách nhà vài cây số, nằm giữa đường đến xã. Rồi anh bỏ lại bộ đồ bận thường ngày cùng vài vật dụng đem theo đi lao động. Việt tạo hiện trường giả, anh tới đây tắm táp, và bị trợt té đập đầu, xác đã trôi mất ra sông lớn. Người ta dò tìm, gặp thì sẽ đoán như vậy, sẽ ghi vào biên bản đã chết, xác mất tích, rời sẽ mau chóng quên ngay.

Song, anh vác ba lô băng rừng, nhắm hướng mà thực hiện những bước đầu của cuộc lưu vong.

Mười ngày sau, Việt về tới Sài Gòn. Sài Gòn bây giờ đang theo con đường ngày càng đến... hoang liêu, hoang dã, đúng hơn là thành phố Hồ Chí Minh hoang liêu, hoang dã. Việt cũng hoang dã gần như ở Cao Nguyên, anh lén lút ở trong những rặng dừa nước ven một con lạch ở ngoài rìa thành phố, lén lút móc nối, tìm kiếm lại người quen ngày trước, lần tìm cơ hội.

***

Cơ hội đến với Việt. Một cơ hội tình cờ.

Một bữa, anh gặp anh Tư Minh, người quen xóm cũ tới câu cá trên con lạch. Một điều khá lạ lùng và qua quan sát một lúc sau thì nhiều câu hỏi ập đến với Việt. Hà cớ gì phải lê bước tới tận nơi này để thả câu? Thả câu nhưng không móc mồi là cớ làm sao? Thả câu sao lại làm kinh động dù kinh động nhỏ? Đó là những tiếng đập đập chiếc cần câu xuống đất như những người chăn bò rảnh rỗi, không có việc gì làm ngồi nhịp nhịp cây roi. Chỉ là thả câu sao có lúc cứ dáo dát dòm quanh như tìm kiếm, như chờ đợi một ai đó hoặc như là cảnh giác? Rồi anh lấy một tờ giấy để trong cái giỏ tre thường để đựng cá ra và lại cảnh giác đọc. Có ai cất giấy tờ trong đó bao giờ? Việt nhận ra, ừ, phải rồi, thiệt sự thả câu nhưng tâm trạng của anh không phải của người câu cá. Chắc chắn là vậy.

Việt đánh bạo bước tới chào nho nhỏ:

- Dạ, anh Tư. Anh nhớ em hông?

Anh Tư Minh giựt thót, trân người dòm Việt một hồi thì trấn tĩnh lại, rồi anh vui mừng reo lên nhưng cũng nho nhỏ, và hỏi trong ngỡ ngàng:

- Thằng Việt, thằng Việt Văn Khoa, thằng Việt con chú thím Hai. Em…. em làm gì ở đây?

Việt tóm tắc câu chuyện và ý định của mình. Anh Tư sáng mắt lên:

- Vậy hả Việt, vậy là em cũng có cùng ý định với anh, anh cũng muốn ra đi lắm rồi, không thể ở lại mảnh đất này giây phút nào nữa đâu.

Việt vui mừng:

- Ui, cha vậy sao anh, vậy thì hay quá. Anh có dự định, có kế hoạch gì chưa vậy?

- Ừ. Và có rồi đó em, nhưng còn chút khó khăn, do chưa

đủ… sở hụi, anh đang tìm người hùn hạp đây. Số là vầy, ở Rạch Giá, có một người bạn của anh đang đóng một chiếc tàu cá, thiệt ra là đóng để vượt biên. Nhưng hiện tại còn lở dang vì thiếu tiền. Ảnh gởi thơ lên kêu anh đóng góp, đóng xong, sau đó sẽ thu của những người muốn đi sẽ trả hoàn trả lạ, nhưng anh vẫn còn thiếu, chưa đủ. Lá thơ đây.

Anh Tư lấy lá thơ đã cất lại trong giỏ cá cho Việt xem. Việt hỏi:

- Còn thiếu nhiều không anh?

- Ba cây vàng em à.

- Vậy thì em có, cho em góp với.

- Tốt quá rồi, còn gì bằng nữa. Vậy để anh về dò đường xuống Rạch Giá, rồi tới đây báo em, anh em mình cùng đi.

- Dạ.

Anh Tư Minh trở về lúc trời cũng bắt đầu vào buổi hoàng hôn. Đêm đó, qua rặng dừa nước Việt thấy le lói vài ánh sao mà anh không thấy rõ bầu trời đêm.

Chờ hai ngày và thêm năm ngày thậm thụt lần dò đường đi, đi trong lén lút của những con người bây giờ là phó thường dân, không có nỗi tờ giấy lận lưng để có danh phận thường dân, những con người bị gọi là sống bất hợp pháp, Anh Tư Minh và Việt cũng đến được nơi cần đến. Chín Thảo, người tổ chức việc đóng tàu tay bắt mặt mừng, nhận vàng rồi thì thầm:

- Quí hóa quá! Cảm ơn hai anh. Vậy là không bao lâu nữa đâu, mười ngày thôi, tụi tui sẽ cho ráo riết đóng xong ngay con tàu. Bây giờ để khỏi tai vách mạch rừng, hai anh chịu khó về ở tạm trong căn chòi cách đây vài cây số, tụi tui đã chuẩn bị đầy đủ thức ăn nước uống hết rồi. Khi mọi việc đâu vô đó, tụi tui tới rước hai anh.

Mười hai ngày vằng vặc trôi qua. Không thấy bóng dáng

Chín Thảo. Đợi thêm hai ngày với ruột gan như lửa đốt bóng dáng ông ta vẫn bặt vô âm tín. Linh cảm có chuyện chẳng lành, Việt nói:

- Dạ, anh để em đi dò la xem sao.

Anh Tư Minh gật đầu:

- Ừ. Em cẩn thận.

Việt đi được hơn cây số đường thì thấy xa xa một nhóm người mang súng ống đang đi tới, anh rình rập nghe ngóng thì họ vừa chỉ hướng căn chòi và trao đổi, "Theo người báo, thì bọn chúng ở đâu hướng này." - "Đúng rồi, đến đó gô cổ chúng thôi."...

Việt quay đầu phóng như bay, về đến chòi anh giục:

- Chạy ngay anh Tư, chạy, công an và du kích đang tới bố ráp, tụi mình bị lộ rồi, bị báo rồi.

Hai anh em phóng khỏi căn chòi, cắm đầu cắm cổ chạy, chạy trối chết, và may mắn đã chạy thoát được những họng súng, những bàn tay chực chờ tóm cổ.

Tìm lại được lán trại đóng tàu, không có hình bóng con tàu nào cả, chỉ có một người thợ già lủi thủi dọn dăm bào. Ông cho hay, nơi đây không đóng tàu cho Chín Thảo, tàu đóng cho một toán người khác, tàu đã hạ thủy hơn tuần nay. Họ đã bị lừa, mà không chỉ riêng hai anh em, rất nhều người đã lọt vào bẫy lừa, chưa hết, đã có người bị bắt vì chính Chín Thảo và đồng bọn, chúng cấu kết với chánh quyền sở tại, chúng chia nhau công trạng và vàng bạc.

Uất nghẹn, uất nghẹn lại ập đến. Anh Tư Minh chỉ còn biết ôm đầu và muốn đổ gục:

- Hết rồi, mất hết rồi… không còn gì nữa rồi… anh xin lỗi Việt, anh xin lỗi em, anh đã lôi kéo em vào vụ này, tất cả là tại anh, anh…

Đã bao phen nhận uất nghẹn, Việt đã biết sống chung với nó, đã biết dằn lòng, Việt vỗ về an ủi anh Tư:

- Dạ, không sao đâu anh Tư, không phải lỗi ở anh, không phải lỗi ở ai cả, lỗi ở những kẻ đều cán mà thôi, rồi chúng sẽ nhận quả báo. Chúng ta còn thân xác này, tinh thần này, coi như của đi thay người, vẫn còn may mắn chứ chưa phải như một số người phải xộ khám.

- Ừ, ừ. Mong em tha lỗi cho anh, ta về Sài Gòn thôi, anh sẽ gởi em vào chỗ người quen, người bạn làm lò bánh mì, nơi đây là chỗ trốn tránh khá an toàn, rồi từ từ tính tiếp.

Hai anh em bá vai lầm lũi trở về.

***

Sáu tháng sau.

Sáu tháng hầu như chỉ có mặt ở hai nơi, một bên cạnh cái bàn nhào nặn bột mì nằm ẩn khuất cuối xó căn nhà và một nơi nữa là lên trên căn gác gỗ ngủ nghỉ của tiệm bánh mì, Việt nhận được tin báo tới gặp ở quán cà phê lẩn khuất trong hẻm sâu từ anh Tư Minh. Anh Tư Minh hỏi:

- Mấy lần trước em vẫn giữ ý định tiếp tục vượt biên, bây giờ vẫn còn chứ?

Việt trả lời không chút đắn đo:

- Dạ, vẫn nguyên ý định, có cơ hội sẽ tiếp tục, có chết cũng phải đi, chết em cũng cam lòng.

- Ừ. Anh cũng vậy. Bây giờ có cơ hội đây. Lần này chỉ cần trả năm chỉ vàng, địa điểm ở Trà Vinh, tới điểm tập kết, có ghe nhỏ hoặc thuyền thúng đưa ra tàu lớn, lên tàu lớn mới phải chung vàng. Và đây là chỗ thân thiết với anh, không phải hạng người như Chín Thảo, nếu em tin tưởng thì cùng đi.

Việt đồng ý ngay:

- Dạ, em đi, cảm ơn anh nhiều!

Đêm, trời tối như mực, Việt và anh Tư Minh được người dẫn đường đưa đi trong ánh đèn pin mờ mờ ảo ảo mà người dẫn đường lúc bật lúc tắt. Việt không rõ đây là đâu của Trà Vinh, có lẽ là Ba Động. Dò dẫm cuối cùng cũng đến điểm tập kết vào gần nửa đêm, đợi chờ tín hiệu phát ra có ghe tới đón trong khung cảnh vắng lặng như tờ, chỉ nghe tiếng sóng vỗ nhẹ vào bờ cát và hơi thở mệt nhọc, thở dài của khoảng chừng bốn năm chục con người lớn nhỏ, lâu lâu có vài tiếng xầm xì lo lắng của những người cùng nhóm, rồi xầm xì phải im bặt bởi tiếng xuỵt xuỵt của người dẫn đường. Trước khi tới đây, họ đã được căn dặn kỹ càng là tránh trò chuyện, trừ trường hợp cấp bách.

Rồi tín hiệu báo cũng có, ba ánh sáng chớp tắt phát ra. Người dẫn đường nho nhỏ hướng dẫn rời địa điểm ra bãi biển. Tiếng khua nước của mái chèo nghe rõ dần.

Và kế tiếp là hai ánh đèn pha rực sáng, trong đêm đen thăm thẳm, ánh đèn pha rực sáng càng chói chang, sáng rực. Cùng lúc đó là một tiếng quát đanh thép với tiếng lên đạn lộp rộp:

- Tất cả các người đứng im. Tất cả đã bị bắt. Kế hoạch của các người đã bị bại lộ.

Nhóm người vượt biên bị bất ngờ, chộn rộn, nháo nhào, run rẩy. Một tiếng quát tiếp nối còn dữ tợn hơn:

- Không được nhúc nhích, cấm nhúc nhích, đứng im tại chỗ. Các người đã bị bao vây hết rồi.

Hai ba người bung bỏ chạy. Việt lom khom kéo anh Tư Minh bỏ chạy. Ánh đèn lia tới hướng họ, dĩ nhiên theo sau là những tiếng quát:

- Đứng lại, đứng lại ngay, cấm chạy, ai bỏ chạy là chúng tôi bắn, bắn bỏ…

Không ai đứng lại cả. Việt và anh Tư Minh chạy thục mạng theo bờ biển. Một loạt súng bắn ra, loạt này súng bắn chỉ thiên, sau đó mấy loạt bắn thẳng tới mà Việt cảm giác nghe chéo chéo bên tai, nghe tiếng đạn tưởng chừng đâm vào sau ót. Mặc xác, hai anh em cứ chạy, chạy, chạy... Chạy cho khi tới không còn thấy ánh sáng nữa, chạy cho tới khi lọt vào "lỗ đen" sâu hoắm họ mới ngừng, và họ sờ thân thể mình xem sao, không bị viên đạn nào găm vào người.

Thở dốc lấy sức, hai anh em chạy tiếp, chạy sâm sấp men theo ánh nhá lên của những con sóng văng bọt trắng lăn tăn. Chạy cho tới khi vấp phải khối đá lớn như một ngọn đồi chắn ngang trước mặt. Anh Tư chợt nhớ ra, anh lục trong ba lô và reo lên:

- Có đây, nhớ có bỏ theo cái đèn pin.

Anh rọi dò đường. Không thể leo qua tảng đá, rất nguy hiểm. Trước mặt họ bây giờ chỉ còn một dải rừng ngập mặn, rừng cây mắm, phải băng rừng, lội sình mà thôi, phải bỏ biển lại phía sau lưng.

Đèn pin cũng không dám rọi liên tục, Việt và anh Tư Minh dò dẫm lội trong sình lầy, có lúc bị lún tọt xuống tới ngực, phải bám những gốc mắm, rễ mắm kéo người lên, và phải ráng thở phì phò, không cho hơi thở chìm ngập trong vũng lầy. Khoảng hai tiếng đồng hồ mà có lúc ngụp lặn luôn, hai anh em tìm được chỗ khô ráo, khá kín đáo, ngã vật người ra chìm vào cơn mộng mị chứ chẳng còn là giấc ngủ bình thường.

Sáng, họ rủ bỏ được con đường sình lầy, tìm được con đường đất bằng để trở về, trở về Sài Gòn an toàn. Và Việt trở lại căn gác cùng cái bàn nhồi bột nặn bánh u tối.

Chạy trốn, bươn người mà chạy, toàn thân thể gần như bầm dập, tứa máu bởi va chạm chướng ngại vật, bởi va quẹt gai góc, vật nhọn... nhưng có hề gì, với Việt và một số người vượt biên đó chẳng có gì ghê gớm, sống trong xã hội "mới" ghê gớm hơn nhiều, chẳng khác gì sống giữa chốn địa ngục.

* * *

Sáu tháng sau.

Lại sáu tháng, như một chu kỳ tuần hoàn, bởi còn một lần sáu tháng nữa. Một cơ hội nữa lại đến cho cuộc đào thoát. Tương tự như lần thứ hai, bây giờ chỉ khác địa điểm, địa điểm xuất phát ở Long Hải.

Long Hải là vùng của rồng biển. Nghe có vẻ là một cuộc lồng lộn, vần vũ bão dông mới thoát đi được. Trái lại, rồng biển uốn lượn dịu êm, đưa chiếc ghe đánh cá với bốn mươi hai người rẽ sóng, băng băng hướng về vùng đất tự do.

Mọi người khắp khởi mừng thầm cho tới khi… chiếc ghe mất phương hướng. Chiếc ghe đã đổi hướng mấy bận theo la bàn mà bây giờ nó đã… đứng yên, không nhúc nhích cây kim nữa. Ba bốn bận nó quay hướng này hướng kia theo "cảm tính" của nó mà không ai để ý, vì quá bận tâm tìm cho thấy đất liền và cảnh giác rượt đuổi của biên phòng.

Người lái ghe hậm hực đấm tay mấy cái vào vách làm bàn tay tứa máu:

- Tổ sư cha nó, đúng là Hong Kong bên hông Chợ Lớn. Tổ sư cha nó mấy thằng Ba Tàu điếm thúi, cái gì cũng làm giả, làm giả để giết người.

Tất cả những người trên ghe không ai không thể không hậm hực. Anh Tư Minh lắc đầu:

- Đúng là Ba Tàu rất nhiều kẻ khá điếm, nhưng bây giờ thì cái điếm không còn gói gọn, nó lan rộng ra lắm rồi. Nhưng thôi, anh cố bình tĩnh, lấy kinh nghiệm mà tìm phương hướng, lèo lái con thuyền, để bà con còn bình tĩnh, chứ càng nóng giận thì dễ càng gây hoang mang.

Bốn ngày con tàu chạy lần quần, lương thực đã cạn từ ngày thứ ba, một cuộc ra đi vội vã, cuộc ra đi không được chuẩn bị kỹ càng. Sự tình không đơn giản là sự chuẩn bị kỹ hay không, nó toát nên một vẻ bất chấp, bất chấp như thế nào, bất chấp tất cả, miễn có cơ hội được leo lên trên tàu, được lên trên ghe thì người ta sẵn sàng leo lên, leo lên dẫu biết sẽ phó thác cho số phận may rủi.

Rồi bỗng một người hét lên thiệt lớn:

- Đất liền… đất liền trước mặt kìa bà con ơi!

Mọi người đổ dồn con mắt về hướng tay chỉ. Một dải đất chạy dài nhô lên, ai nấy vui mừng như bắt được vàng. Chiếc ghe xình xịch rẽ sóng hướng về phía đó.

Không xa lắm, mau chóng thôi thì dải đất lộ rõ hình hài, nhưng không phải là đất liền mà là một hòn đảo. Không sao cả, có buồn, có thất vọng đôi chút, nhưng đảo cũng tốt lắm rồi, tốt hơn ngàn lần lần quần không phương hướng.

Tài công cho ghe tấp vào, dầu cũng vừa cạn những giọt cuối cùng. Mọi người nhanh chóng rời ghe, bước lên mới nhận ra đảo như một đảo hoang, hoang sơ không dấu bóng người. Bờ đảo mà họ thấy được chỉ có sự sống của đá và cây dại. Đói, đói rã ruột, họ tìm lá cây, hoa trái dại thử rồi ngấu nghiến nhai và nuốt chứ không còn cách nào khác.

Việt nói:

- Ta đi sâu vô trong đảo xem sao.

Việt và anh Tư Minh cùng năm người nữa lên đường. Đa số còn lại không đủ sức lực, vật vã nằm dài đó đây.

Luồng rừng không già lắm chừng hai cây số, Việt leo lên một mỏn đá quan sát, anh nhận thấy có lẽ có sự sống ở nơi xa xa, giông giống những mái nhà nhấp nhô. Họ thoải mái tiếp tục hành trình. Rừng càng lúc càng thưa và có những gốc cây chưa mục với những nhát băm của búa rìu, càng chứng tỏ có người trên đảo.

Đúng như vậy. Họ đã tìn đến nơi có sự sống. Cô Thu Chi nhảy cẳng lên:

- Chúng ta được cứu rồi, chúng ta được tự do rồi!

Cô chạy đi. Trong niềm vui khôn tả và dáng mảnh khảnh của Thu Chi, cảm giác như cô đang bay bay, bay bay như một cơn gió nhẹ nhàng. Cô bay qua một ngôi nhà cuối làng đóng kín cửa, rồi một căn nhà nữa, và tới căn nhà thứ ba, nơi trước cổng có mấy đứa trẻ tụ tập nô đùa.

Mấy đứa trẻ chựng lại dòm cô chăm bẵm, rồi một đứa bung chạy vào nhà và kêu lên:

- Ch…a ơ…i, ch… a, ơ…i….

Thu Chi như chết trân. Sáu người trong đoàn cũng chẳng khác là mấy. Anh Tiến thất vọng não nề:

- Số phận hột vịt ung rồi, lại gặp hột vịt lộn.

Ý anh ngầm nói tới câu chuyện mà người ta hay kể làm chuyện cười. Chuyện rằng, cũng từ một chiếc ghe, chiếc thuyền vượt biên lênh đênh mất phương hướng trong đêm tối mịt mùng, mọi người mệt mỏi vật nằm dài mặc cho nó trôi mà mê man, nhìn ngắm sao trời mà cầu nguyện, rồi bỗng đâu họ ghe văng vẳng tiếng người, mỗi lúc họ càng nghe rõ như tiếng hò đưa, chưa kịp mừng rỡ ghe thuyền sẽ cập được bờ, thì tiếng… rao lảnh lót vang vang nghe rõ mồn một, "Hột vịt l…ộ…n… đây, ai hột vịt l…ộn…n… hôn?....", ôi Trời, ghe thuyền lênh đênh trở về nơi chốn cũ(!)

Hiểu ý là vậy nhưng bây giờ họ chỉ có thể cười ra nước mắt.

Vừa lúc đó thì một người đàn ông lăm lăm chạy ra với… khẩu AK trên tay, ông ta là một… du kích. Cả toán định co giò chạy thì ông ta quát đành phải ngừng lại:

- Đứng lại, tất cả đứng lại, không là tao bắn con nhỏ này.

Ông ta bắn chứ? Phải, ông ta sẽ bắn, ông ta dám bắn ngay, không gì ngăn cản được, không điều gì làm ông ta chùn tay.

Vậy thì sao? Ừ, vậy thì phải nộp mạng. Không chỉ toán họ, mà cả bốn mươi hai người.

Và hòn đảo còn hoang sơ nhiều nơi chứ thiệt sự không phải là đảo hoang, một hòn đảo nổi tiếng, đó là Côn Đảo.

***

Đoàn người vượt biên bị chia tách riêng làm hai. Đàn bà, con gái và trẻ em bị nhốt vào một phòng, một phòng khác nhốt đàn ông. Từng người một bị đưa đi thẩm vấn.

Phòng thẩm vấn sát vách, nên những tiếng quát tháo hay những tiếng động mạnh phát ra từ đây, từ phòng bị nhốt đều nghe khá rõ. Bên cạnh những tiếng nộ nạt, những lời mạt sát, là những tiếng đập bàn, tiếng đấm đá, tiếng thụi của nấm đấm, tiếng kêu, rên la hự hự, tiếng tát tai và tiếng khóc thút thít của đàn bà, con gái… Nhưng không phải là tất cả, có những khoảng thời gian thẩm vấn rất yên ắng, những tiếng nói bình thường văng vẳng tới. Những tiếng kia dành cho những người khai quanh co, khai bất nhất, khai không đủ để cán bộ tin tưởng, và của những người lì lợm, chống đối cùng với cả thách thức.

Anh Tư Minh nói:

- Ngày xưa nơi đây là trại tù khét tiếng, thì nay tiếp tục là trại tù. Ngày xưa cũng thế thôi, cũng có đánh đập, tra tấn chứ không thể nói không có, cũng y như bây giờ, nhưng nó không đến mức như bây giờ người ta mô tả, người ta tuyên truyền. Sao đó thì chế độ tù đúng với thông lệ, dĩ nhiên cũng có trường hợp ngoại lệ, ngoại lệ thì ít thôi. Có những người tù được đem ra trao đổi giữa hai phía, họ còn không muốn được đi, họ… chống đối để được ở lại. Không biết nay mai chúng ta ra sao.

Ngày đi cải tạo, nơi đó không có đánh đập tra tấn, chỉ có những trường hợp ngoại lệ, chống đối thì bị biệt giam, nên Việt phó thác, chẳng màng, chẳng biểu lộ điều gì. Trở về "nhà tù lớn" Việt cũng vậy. Nhưng ở đây, nơi Côn Đảo này, từ lời anh Tư, và các tiếng phát ra từ phòng thẩm vấn, Việt hiểu sẽ không thể như vậy.

Việt nhẹ nhàng trả lời những câu hỏi. Và anh chỉ một

mực mình là sinh viên Văn Khoa thời loạn. May "lá bùa" là tấm thẻ sinh viên Việt còn lưu giữ. Còn gia đình thì thất lạc không biết ở nơi chốn nào, tìm mãi không gặp, và theo sự xúi dục mà rời bỏ đất nước. Việt tỏ ra rất ăn năn hối hận.

Sau mấy ngày thẩm vấn, đoàn người được chia ra các lán trại nhỏ và ra ngoài lao động trồng rau củ, đi chặt cây chặt củi trong rừng…

Sau những giờ lao động, họ được phép đi đây đó, đi tìm thêm kế sinh nhai, đi chợ đi búa… khá thoải mái chứ không bị áp dụng "thiết quân luật". Ừ, phải, nơi hòn đảo chơi vơi giữa trời biển cả bao la này thì họ đào thoát được chăng? Họ trốn đi được đâu chăng? Họ không phải là những tù nhân ghê gớm, không phải là những tử tù, hay những tù nhân chính trị chống đối chánh quyền…

Hơn nữa, ở nơi hòn đảo hiền hòa này, hòn đảo tiếp nhận những con người bị nạn hành trình trên biển cả, biến họ trở nên hiền hòa, và tiếp tục sản sanh những con người hiền hòa, bởi vậy, dù gì đi nữa, dù có thuộc một thể chế hà khắc, kinh khiếp, thì con người nơi đây vẫn còn có tánh người, tánh thú dữ bị triệt tiêu bớt đi.

Bốn mươi hai con người không bị những hình phạt hà khắc. Không như lời anh Tư Minh kể lại, anh đã từng một lần ngồi tù Sông Lũy, cũng vì tội vượt biên.

Hình phạt "đâu có gì ghê gớm", còn có "phần thưởng" kia mà. Giữa trưa đứng bóng, trưa nắng cháy, cái nắng của khu vực Sông Lũy, gần với "chảo lửa" Phan Rang, nơi có khí hậu vùng xích đạo, đủ hiểu nắng cháy như thế nào, các tù nhân chỉ được bận độc một cái quần đùi mà bổ cuốc chan chát xuống mảnh đất cằn, có chỗ đất gò mối cứng như đá để vun vồng khoai lang, mỗi vồng ba, bốn mươi thước phải hoàn thành trong vòng mười lăm phút, nếu không hoàn thành thì sẽ tiếp tục vun hai vồng nữa, và trưa ngày mai tiếp tục có tên trong danh sách. Các tù nhân phải băm bổ, phải hùng hục bổ cuốc xuống, nhưng mấy ai có thể hoàn thành. Còn phần thưởng? Phải, bên cạnh đó, cái đói, thiếu thốn đủ thứ, thiếu thốn năng lượng làm cho con mắt nhìn phần thưởng nơi cuối vồng khoai như con sói đói nhìn con mồi, họ càng phải cuốc hùng hục để may ra với tới được phần thưởng là chén chè, nghe có vẻ hấp dẫn chứ, hỡi ơi, chỉ là một muỗng trong chén chè mà thôi(!)

Những quản giáo đặt ra hình phạt hà khắc để cho rằng cần phải có phương pháp giáo dục như vậy mới không tái phạm. Thiệt tình, phần để chứng tỏ uy quyền là nhiều hơn, và tạo niềm vui, nhưng không bao giờ họ biểu lộ niềm vui. Nó từa tựa như trong đấu trường La Mã với những võ sĩ giác đấu nô lệ.

Việt có vài ưu ái nữa, bởi anh có trình độ. Anh không phải lao động nhiều, anh được cho nhiều hải sản, kể cả hải sản quí, bởi anh dạy cho con cái những người quản tù, dạy cho cả con của Trại trưởng. Trưởng trại giam, ở một nơi nào đó có thể là lãnh chúa, thì Việt sẽ là kẻ thù nguy hiểm, thành phần không đội trời chung. Trên đảo rất ít những kẻ sẵn sàng giương súng nhả đạn như ông du kích bắt họ.

Theo chu kỳ, sáu tháng sau, Việt được ra tù. Đàn bà và con nít đã được rời đi trước đó ba tháng. Anh Tư Minh thì phải thêm ba tháng nữa, bởi anh tái phạm.

Việt và anh Tư Minh bấy giờ đã là tri kỷ, hai anh em hẹn gặp lại tại Sài Gòn.

***

Việt bần thần đứng trước khu đất ngổn ngang vẫn còn bốc mùi cháy khét, những cây gỗ trước đây là những cây cột cây kèo, những cây đòn tay cháy thành than gần hết, còn vài đoạn ám khói nằm rải rác, tro tàn vương vãi cùng những miếng tôn đen thùi nằm chỏng chơ… Khu đất chính là tiệm bánh mì và mấy căn nhà lân cận, đã bị ngọn lửa thiêu rụi. Việt chỉ biết là vậy chứ không biết nguyên nhân, cũng như không biết chủ tiệm bánh mì và các thợ làm bánh đi về đâu.

Việt thấy quá đỗi bơ vơ. Anh chẳng biết mình phải đi về đâu. Đang lóng ngóng thì có một bàn tay đặt lên vai, anh giựt mình theo bản năng chứ lần này không sợ bị tóm, bởi Việt đã có "bảo bối", đã có tờ giấy chứng nhận "cựu sinh viên" lầm lỡ được giáo dưỡng tại trại tù Cô Đảo.

Người vỗ vai xưng tên:

- Tui là Bảy Mạnh, tui biết cậu, cậu còn ý định vượt biên chứ?

Việt nhún vai:

- Dạ, con có ý định gì đâu?

- Tui biết rất rõ về cậu. Đừng ngại và cũng đừng sợ. Tui giống câu thôi, tui hỏi là vì đã bất quá tam, cậu ngán rồi chứ? À, à, tui là bạn của Tư Minh á.

Việt vẫn còn e ngại:

- Dạ, chú lộn người rồi, con đâu quen biết ai là Tư Minh.

Chú Bảy Mạnh cười:

- Cậu cảnh giác cũng phải thôi, nhưng tui thiệt lòng. Đây nè - Chú móc bóp lấy ra tấm ảnh có hai người vận quân phục lính chiến Việt Nam Cộng Hòa: thấy chưa? Tui và Tư Minh cùng đơn vị đóng quân ở Vùng 4 Chiến Thuật đó. Tui chỉ là Thượng sĩ già, bạn già của Tư Minh. Nếu cậu vẫn quyết ra đi nữa, thì về nhà tôi bên Đa Kao ta bàn bạc cách thức. Cậu không thuận tui không ép, cả khi về nhà bàn bạc xong cậu không đồng tình thì cung không sao, cậu có thể rời đi.

Ngần ngừ chút ít thời gian, thấy vẻ chân tình và đâu có gì để mất, Việt gật đầu và cùng về nhà chú Bảy Mạnh.

Chú Bảy Mạnh nói:

- Cậu có giấy "giải ngũ" khỏi nhà tù rồi thì coi như tạm hợp pháp, tạm là thường dân chứ không còn là phó thường dân nữa. Tui sẽ đưa cậu lên trình diện và tạm trú nhà tui, cùng thực hiện kế hoạch.

Kế hoạch là vầy, bà xã tui bán cá ngoài chợ, nên cậu đi chở cá về là quá đúng đắn, không gây nghi ngờ gì, buôn bán cá không bị bắt bớ chi nhiều, chở cá tận Vũng Tàu lấy công làm lời, chở bằng xe đạp thồ, tui già rồi nên không thể đạp, nên phải cần tới cậu, khi đạp về Vũng Tàu cậu sẽ chở theo những thùng dầu mua được, ngụy trang trong các giỏ cá, xuống dưới đó sẽ có người chỉ chỗ ra bãi biển để chôn giấu, bây giờ dầu cho tàu hiếm hoi, chỉ có thể mua dễ nhứt tại Sài Gòn này, và phải tích góp như vậy, cả lương thực, các thứ thiết yếu nữa, cần chuẩn bị kỹ càng cho chuyến đi, đề phòng bớt trường hợp bất trắc, cậu chỉ cần bỏ công sức, mọi thứ tui và mọi người lo, cậu thấy thế nào?

Việt không còn nghi ngờ và không nghi ngại, anh gật đầu đồng ý.

***

Sau hơn ba tháng, với mười mấy chuyến chôn dầu bằng chiếc xe đạp thồ, chiếc xe đạp đặc biệt, có cặp vỏ bốn lớp bốn nên bơm ruột lên thì bánh xe căng cứng như đá, căm xe lấy từ căm xe ba gác, cái dĩa nhỏ xíu chỉ hai mươi bốn răng cưa, cái líp thì bự hơn bình thường, tới mười tám răng cưa, đạp rất nhẹ nhàng nhưng vòng quay phải nhiều hơn chừng gấp rưỡi, với vòng quay này, Việt đã có thể rở thành tay đua chuyên nghiệp, và cái sườn cùng cái ba ga hàn thêm rất nhiều cây sắt gân cho chắc chắn mới thồ được hàng tính bằng tạ, Việt đã chôn giấu được gần tám trăm lít dầu, cùng với các nhu yếu phẩm, khá đủ cho chuyến hải trình tìm đường tự do như tính toán sơ bộ. Đoạn đường hai trăm năm chục cây số mỗi chuyến hai lượt đi về, nên cái mông đít của anh nó chai cứng, chưa hết, nó còn nổi lên hột hột sần sùi lớn hơn hột mẫn sẩy, giống như những bà mẹ hay các bà chị ẵm bồng em bé bên hông nhiều thì nổi hột lên.

Anh Tư Minh cũng đã "giải ngũ", chia tay Côn Sơn. Và cũng không còn chữ bất cho tam, chỉ có bất chấp, bất chấp thế nào, anh vẫn nhứt quyết ra đi.

Người ta đã chế lời bài ca Con Đường Xưa Em Đi của hai nhạc sĩ Châu Kỳ và Hồ Đình Phương, *"Con đường xưa em đi, người ta đổ dây chì, thế là em hết đi...".* Em hết đi? Không, người ta chế thêm nữa, *"Con đường xưa em đi, người ta đổ dây chì, nhưng mà em vẫn đi..."*

Ra đi vượt biên, dĩ nhiên ai cũng thường chọn đêm tối trời. Chú Bảy Mạnh, anh Tư Minh và Việt không ngoại lệ. 9 giờ tối, trước mặt, trời tối đen, chỉ ở xa xa ngoài biển cả là có ánh sáng của những chiếc tàu thuyền đánh cá, cả ba người và vài thanh niên trai tráng nữa dò dẫm ra nơi chôn dầu, moi móc dầu và nhu yếu phẩm lên, rồi chờ hiệu lịnh cũng là lúc những chiếc ghe nhỏ hoặc thuyền thúng tấp vào để đưa ra tàu lớn. Những người ra đi tập kết ở một chỗ khác, nhưng cũng không xa mấy.

Nửa đêm, hiệu lịnh nhấp nháy từ ánh đèn pin phát ra, tất cả lục tục chuẩn bị vác đồ đi trong không khí nín thở. Và rồi... ánh sáng đèn pha bất ngờ lóe lên pha tới. Lại giống như lần ở Trà Vinh chăng? Phải. Chỉ có điều lần này có khác, không đi kèm theo sau ánh đèn pha được rọi tới là tiếng quát, mà là... tiếng súng tức thì.

Tiếng súng? Đúng. Mấy loạt súng bắn tới tấp về phía họ. Tiếng súng kinh động màn đêm thì càng kinh động hơn khi đạn bắn dội chát chúa vào những tảng đá. Một thanh niên đổ gục. Việt và anh Tư Minh nhảy ào xô những người còn lại nằm mẹp xuống. Tiếng súng tiếp tục chéo chéo bay tới. Anh Tư Minh ôm một can dầu chạy đi, cùng lúc bắt đầu chạy thì anh kêu vừa đủ nghe:

- Chạy đi, tất cả cúi người chạy lẹ đi, chạy khác hướng tui.

Một loạt đạn hướng tới anh Tư Minh, anh la lên mấy tiếng á á và hự hự nhỏ dần rồi đổ gục, và ngọn lửa bùng lên lóe sáng như sáng cả một góc trời, trời đen thăm thẳm. Việt và chú Bảy Mạnh cùng mấy người còn lại vừa lòm còm vừa chạy, vòng ra được phía sau các tảng đá thì phóng chạy điên cuồng, phóng chạy như cơn sóng thần cuồn cuộn. Chạy cho tới khi không còn nghe tiếng súng, Việt ngừng lại nghe ngóng, vẫn còn thấy ngọn lửa bập bùng, nhưng nghĩ rằng họ không đuổi theo, lúc này mọi người tản mác tất cả, Việt thất thểu, lần dò tìm đường trốn thoát trong nghĩ ngợi mông lung, máu lại đổ, lần này máu đổ trên cát hòa lẫn với dầu, không chỉ vậy, thân xác anh Tư Minh chắc chắn còn bị cháy trụi, khó có sự đau đớn nào hơn nữa, nỗi đau đớn tột cùng phải nhận lãnh kể cả người chết lẫn người sống còn.

Như vậy, lại một lần nữa kế hoạch ra đi bại lộ, vẫn không thể biết vì sao ra cớ sự này. Nhưng tiếng súng thì không lạ lẫm, đã nghe nhiều người kể lại, nhiều người đã gặp rất nhiều xác chết, các xác chết đang phân hủy, hoặc là các bộ xương trong các động đá, trên các bãi đá cạnh bờ biển... Chính những kẻ tổ chức vượt biên cấu kết với những kẻ trong chính quyền, có cả những kẻ tai to mặt bự của tỉnh Đồng Nai lúc trước và lúc bấy giờ là Đặc Khu Vũng Tàu - Côn Đảo, chúng dụ dỗ để lấy tiền, vàng bạc lộ phí, sau đó chúng lùa vào các nơi vắng vẻ này mà giết rồi cướp tiếp của cải họ mang theo, không có cuộc vượt biên nào cả. Có những đợt tổ chức hoàn toàn do những kẻ tai to mặt bự của chính quyền và tay chưn đồng bọn, cấp dưới của chúng thực hiện.

Một thể chế sanh ra hết chuyện độc ác này tới độc ác khác. Độc ác không gớm tay, giết người không một chút mảy may lay động con tim(!) Việt nghĩ mà rùng mình.

***

Hai ngày ròng rã… lội bộ thì Việt thoát được về tới nhà chú Bảy Mạnh. Chú Bảy cũng may mắn vượt được ải, chú đã đón xe về trước một ngày. Hai chú cháu ôm nhau nức nở khóc gần như trẻ con, khóc tri kỷ, anh Tư Minh đã liều mạng sống của mình mà cứu họ, cứu nhiều người, khóc cho số phận tận cùng, chết không toàn thây, chỉ còn tro tàn vương vãi, xác như vậy thì hồn vất vưởn không biết đến bao giờ. Biết khi nào được một ai đó cầu siêu cho anh, cho những con người mang oan ức nằm lại nơi này để được siêu thoát? Hai chú cháu không thể biết được.

Đêm hôm đó, chú Bảy không tài nào ngủ được, sáng ra đầu tóc đã thấy ngả màu muối tiêu, ngày và đêm hôm sau chú vẫn không thể chợp mắt, mái tóc đã bạc trắng. Chú hỏi:

- Bây giờ tính sao hả con?

Việt bậm môi:

- Tiếp tục chôn dầu thôi chú, bằng mọi cách, bằng mọi giá phải làm cho bằng được.

Chú Bảy gục gật đầu:

- Ừ, ừ… thua keo này ta bày keo khác.

Việt càng quyết chí, anh càng cuồng điên quay cuồng với vòng quay giò dĩa chiếc xe thồ, nhanh hơn lần trước, gần ba tháng là anh đã chôn đủ, chờ ngày mà bươi nó lên.

Ngày bươi đã đến, anh lại mang thêm nỗi buồn, anh phải bươi một mình cùng những người khác chứ không có chú Bảy Mạnh. Không chống chọi được với những hình ảnh đau thương ám ảnh trong đầu, chú Bảy đã quy ngã, không thể cất bước đi mà buộc phải nhập viện. Kế hoạch không thể trì hoãn, Việt đành phải lên đường, đó cũng là y muốn của chú, lời nhắn nhủ thiết tha của chú, "Đi, đi, hãy cứ đi, xin con hãy cứ đi, hy vọng lần này đi may mắn, đừng phụ lòng chú…"

Chuyến bươi dầu trót lọt, không bị bại lộ. Việt và anh

Ba Mến là hai người cuối cùng lên chiếc ghe đánh cá khá nhỏ đã đón bốn mươi lăm người, hai mươi bảy thanh niên nam nữ, ba cặp vợ chồng với năm đứa con thơ dại, sáu người đàn ông trung niên, và một ông đã ngoài sáu mươi. Tuy ghe nhỏ nhưng không quá sức chứa chừng này con người, chỉ có hơi chật chội và lộn xộn chộn rộn ban đầu chút ít mà thôi.

Tài công Trí cho ghe băng băng chạy trong đêm tối. Đoàn người căng thẳng, lặng thinh phăng phắt, chỉ nghe tiếng ghe tành tạch xé nước tiến ra đại dương mênh mông.

Vài tiếng đồng hồ sau thì một số người vật ngủ, một số say sóng ói mửa rồi nằm sải dài.

Trời ửng sáng, bình minh ló dạng, mặt nước biển êm ả, phẳng lặng, với những con sóng lăn tăn, mặt trời nhô dần khỏi mặt nước biển, mặt trời đỏ au và bự thiệt bự, nhưng không một ai trầm trồ, không biểu hiện gì khác của những người trên ghe ngoài vẻ mặt mệt mỏi, lo âu, và chỉ có những tiếng xầm xì to nhỏ những chuyện cần thiết.

Gần trưa. Sau gần mười tiếng đồng hồ ghe tành tạch chạy thì tài công Trí thông báo:

- Thưa bà con, thưa bà con, chúng ta đã ra khỏi lãnh hải, chúng ta đã ra khỏi địa phận Việt Nam.

Mọi người bừng tỉnh, rồi đồng loạt ồ lên vui mừng, có người vỗ tay, có người nhảy cẫng lên nữa, bao nhiêu mệt nhọc, âu sầu, lo lắng tan biến theo bọt biển. Tài công Trí cho ghe chạy chầm chậm lại. Dì Ba Hường chắp tay niệm:

- Dạ, lạy Trời lạy Phật cho ghe con được vớt sớm, được tới vùng tự do sớm sớm, con cảm ơn Trời Phật độ lượng!

Một số người rầm rì khấn vái theo. Một số người cầu nguyện Đức Chúa Trời và cầu Chúa ban phước lành!

***

Chuẩn bị dầu và nhu yếu phẩm khá nhiều, nhưng không thể sắm được radio thu phát liên lạc, chỉ có được cái radio mà dân chúng thường gọi là cái đài, bắt sóng của các đài phát thanh, nhưng dò sóng chỉ nghe được tiếng khọt khẹt, tiếng sôi sùng sục mà thôi. Hy vọng tìm hiểu về thời tiết tan biến.

Tài công Trí đoán theo kinh nghiệm đang đi về hướng quần đảo Nam Dương (Indonesia) hoặc lệch hướng về phía nước Úc.

Anh Ba Mến nhìm vào ống dòm thấy một đốm mờ lệch về phía phải so với hướng đi trước mặt, anh nói và hỏi:

- Có lẽ là một hòn đảo. Có nên bẻ lái về hướng đó?

Tài công đi quan sát một hồi, nhận định:

- Có lẽ là vậy, ta nên đi về hướng đó.

Đúng là có một hòn đảo. Đảo dần dần hiện hình. Nhưng mọi người mang tâm trạng nửa mừng nửa lo chứ không vội mừng, bởi chưa biết điều gì có ở đó cả.

Việt cảm giác như có những làn khói bay lên:

- Hình như có khói bốc lên kìa, nhưng quái lạ, sao khói bốc lên trên mặt nước biển vậy ta?

Tài công Trí và anh Ba Mến tiếp tục quan sát, họ cũng ngờ ngợ như vậy. Ghe chạy cách chừng nửa nửa hải lý là tới làn khói, Việt thấy rõ dần rồi thấy rõ mồm một, anh hốt hoàng nhưng trấn tĩnh được và nói nho nhỏ chỉ những người trong cabin nghe mà thôi, không thể gây hoảng hốt cho tất cả mọi người:

- Thôi chết rồi, ngừng lại thôi và quay hướng gấp thôi các anh. Đảo của tụi cướp biển rồi.

Tài công Trí liền giảm ga. Anh Ba Mến cũng đã thấy rõ mồn một:

- Đúng rồi đó. Khói bốc lên là từ chiếc ghe bị đốt cháy gần hết, gần bên ghe có xác một người phụ nữ lõa thể trôi dập dềnh, có cả xác mấy người đàn ông nữa kìa. Chắc chắn là cướp biển.

Tài công Trí và anh Sáu Thiên cũng đã thấy. Anh Trí bẻ ngay vô lăng và cho tăng tốc, tránh xa hòn đảo càng nhanh càng tốt.

Ghe chạy hết tốc lực trong sự ngỡ ngàng của mọi người, nhiều người thắc mắc, "Tại sao lại tránh hòn đảo, tại sao chạy như ma đuổi khỏi nó, chuyện gì đang xảy ra?..."

Nửa tiếng đồng hồ sau, đảo đã vượt khỏi tầm nhìn từ ống dòm, không thấy cả bóng mờ ảo, và quan sát không thấy động tĩnh gì, họ mới thông báo sự tình. Mọi người vừa tiếc nuối vừa thở phào nhẹ nhõm, vừa thoát được tai ách của cướp biển, chúng hoành hành rất nhiều ở các hòn đảo thuộc Thái Lan, chúng rình rập, canh chừng tàu thuyền vượt biên từ Việt Nam đi ngang hoặc lạc vào đây, chúng cướp của và giết người, giết cả trẻ em chứ không chỉ là người lớn, giết người một cách dã man, hành hạ man rợ rồi mới giết, tồi tệ nữa là chúng hãm hiếp đàn bà con gái, bắt làm nô lệ tình dục hoặc hãm hiếp xong thì giết…

***

Đêm buông xuống.

Đây thiệt sự là một màn đêm, chỉ có màn đêm thăm thẳm, không một dấu vết của ánh sáng dù ưng ửng phía xa xa chưn trời, không một ánh sao trên bầu trời. Giữa biển cả bao la, giữa những con sóng lăn tăn, những con sóng dịu êm, chiếc ghe chỉ là một dấu chấm nhỏ xíu với ánh đèn bão lập lòe không tạo nổi thành một điểm sáng nếu nhìn từ hơi xa một chút, chiếc ghe tựa hồ như một hột cát trên sa mạc trải dài.

Tài công Trí đã thấm mệt, anh cần nghỉ ngơi trong chút ít, anh truyền chỉ cho anh Ba Mến, cho Việt cầm vô lăng và cứ theo la bàn mà chạy, rồi ngả lưng ngay trong cabin cạnh chỗ lái ghe.

Việt và anh Ba Mến thay phiên nhau cầm lái, và họ trò chuyện, hết chuyện này tới chuyện khác để mong xóa nhòa đêm đen như nhung tuyền.

Hai tiếng đi trong màn đêm như người gần mù lòa khó nhọc tìm đường đi, thì bỗng chiếc ghe chòng chành, chao đảo làm mọi người hốt hoảng, nhưng chưa ai kêu la gì, một số người thức giấc ngủ còn đang ngơ ngác, một số người thăm dò tình hình. Rồi chiếc ghe như bị nhấc bổng lên cao, và bị tụt xuống cái vụt, lên cao cảm giác như lên trên tầng mây, tụt xuống như bị nhấn chìm chìm lỉm xuống đáy, chiếc ghe còn nghiêng ngả thảm thương, tưởng chừng muốn lật úp đến nơi. Lúc này thì sự hốt hoảng lên cao, nhiều người mới la hét và bị đẩy dồn qua lại hai bên mạn ghe, có nhiều tiếng la thất thanh và có cả tiếng khóc hụ hụ… Tài công Trí đã bật dậy ngay từ đầu, ôm ngay vô lăng và nhận định, rồi lèo lái chứ không có thời gian để trấn an bà con:

- Gặp biển động rồi, mà có lẽ là bão tới chứ chẳng chơi.

Việt và anh Ba Mến chẳng biết làm gì, líu quíu, xớ rớ chờ hiệu lịnh từ tài công Trí. Tài công Trí bật đèn pha mà anh chưa dám đụng tới dù trong đêm tối mịt mờ, cần để dành cho tình huống khẩn cấp. Đèn pha cho thấy những con sóng cao tới năm, sáu mét và cuồn cuộn, nối tiếp cuồn cuộn. Vì vậy, chiếc ghe bị đẩy lên kéo xuống, ngả nghiêng liên hồi, và sóng biển đập vào mạn ghe rào rào, nước văng lên chảy tràn qua sàn ghe như nước chảy tràn bờ. Tài công Trí cố gắng lái ghe theo hướng sóng đi, lái ráng tránh sóng cao, đi vào chỗ sóng nhỏ, chiếc ghe chúi mũi xuống, chỏng đuôi lên có lúc gần như dựng đứng, bây giờ thì mọi người bị xô đổ lên xuống theo chiều dọc thân ghe, tiếng la tiếng hét nhỏ dần, tiếng rên rĩ và cầu nguyện nhiều hơn. Chiếc ghe hứng chịu nước từ biển khơi mênh mông có lẽ còn chưa đủ, ông Trời còn dội thêm mưa xuống, bắt những con người vô tội hứng chịu thêm mưa rào rào. Tài công Trí bình tĩnh lạ thường, có lẽ anh đã kinh qua hoàn cảnh này, anh nói:

- Thiệt sự thì bão không lớn lắm, cố gắng chừng một tiếng nửa thì sẽ bão se tan, ta sẽ vượt qua được.

Hơn nữa tiếng đã trôi qua, ai nấy đã mệt đừ, một tiếng nữa thiệt sự kinh hãi, nhưng nghe lời tài công Trí nói, những người trong cabin cũng bớt phần nào lo lắng, ráng chống chọi với mỏi mệt.

Tài công Trí rất kinh nghiệm, anh dự đoán khá chánh xác. Hơn một tiếng sau, bão rồi cũng tan. Mặt biển trở lại phẳng lặng với sóng lăn tăn mà tưởng chừng như chưa hề có chuyện gì xảy ra. Nó giống như một luồng khói bay lên rồi tan biến mất, bầu không khí trở lại bình thường ngay tức thì. Rất lạ lùng, nhưng chẳng ai thắc mắc làm gì, êm ả là điều hằng mong mỏi thôi, êm ả để vật người ra mà ngủ vùi, vùi chôn mệt mỏi, vùi chôn suy nghĩ lo âu.

Việt, anh Sáu Thiên là một đôi, thay phiên nhau với đôi anh Ba Mến và anh Tư Thiện lái ghe. Tài công Trí chập chờn giấc ngủ nghỉ, lâu lâu anh dậy thăm chừng.

Trời sáng.

Bình minh trên biển tuyệt đẹp. Đối lập hoàn toàn với cảnh này là cảnh xơ xác trên chiếc ghe, những con người vật vạ thê thảm hết tả nổi. Việt linh cảm có điều gì đó xảy ra, cứ làm trong người bồn chồn, anh đi một vòng hết ghe, miệng lẩm nhẩm đếm, rồi chợt giựt mình, một luồng khí lạnh chạy dọc sống lưng, nhưng anh cố giữ vẻ thản nhiên, trở lại cabin, Việt nói nho nhỏ:

- Không đủ người trên ghe, thiếu đâu mất sáu người.

Bốn người rong cabin cũng giựt mình, trố mắt dòm nhau, không nói được câu nào. Lát sau anh Ba Mến mới lên tiếng được:

- Để tui đi xem lại coi sao, có thể Việt lẫn lộn.

Anh Ba Mến âm thầm đếm xong, trở lại, anh lắc đầu:

- Đúng là thiếu sáu người, tui điểm đi điểm lại ba lần vẫn là vậy.

Anh Sáu Thiên cố gắng không để mếu máo:

- Họ bị sóng đẩy khỏi ghe rồi sao, không ai biết gì sao?

Anh Tư Thiện lắc đầu liên tục:

- Bị làm mồi cho cá mập rồi. Trời ơi! Thảm thương quá!

Tài công Trí chặc lưỡi, và cũng lắc đầu quầy quậy:

- Không hiểu họ ra sàn lúc nào mà để bị hất văng khỏi ghe, đã căn dặn kỹ, hãy cố ở chật chội trong hầm tàu, không được ra ngoài, trời tối rất nguy hiểm, thiệt tình… Trời ơi! Lỗi ở tui, tui không làm tròn trách nhiệm...

Anh Ba Mến ngăn lại:

- Không, không. Không phải lỗi ở anh, anh đã làm hết sức mình. Không có anh thì tất cả đã chìm sâu dưới đáy biển rồi đó chứ. Mà thôi, cớ sự tới nước này, đừng trách móc gì ai hết, điều bây giờ chúng ta nên làm là cố gắng đừng để xảy ra hoang mang cho mọi người, bỏ qua chuyện này, đừng nói ra để cho êm xuôi. Chúng ta lặng lẽ cầu nguyện cho họ, và ráng bình thản, cố gắn căn dặn kỹ mọi người, cùng với thường xuyên kiểm tra, nhắc nhở.

Năm người đành chấp nhận mặc dù trong lòng đau đớn tột độ.

Chiếc ghe chở bốn mươi hai người còn lại tiếp tục hành trình sau khi cho máy nghỉ ngơi chừng một tiếng đồng hồ.

***

Ghe chạy tốc độ chậm ba ngày tiếp theo, như vậy đã sang ngày thứ tư. Tài công Trí cho chạy chậm do nhận ra máy đã báo hiệu quá tải bởi hai lần vượt sức của nó, một lần cố chạy khỏi đảo có kẻ cướp và một lần vượt bão.

Tận ba ngày, tuyệt nhiên không thấy bóng dáng một thứ gì, không một hình ảnh mờ ảo rồi biến mất để có thể tượng tượng đó là đất liền, là một hòn đảo, là một chiếc tàu, là một chiếc máy bay... Chỉ duy nhứt một chiếc ghe nhỏ bé với biển và biển, biển hầu hết yên lặng, lâu lâu ghe mới đi vào vùng có sóng hơi lớn, những con người phờ phạt lo lắng dõi mắt trông ngóng vời vợi chỉ thấy đường chưn trời "vô cảm", thấy mặt trời lên, mặt trời chiếu những tia nắng bóng bức rồi mặt trời lặn, và những đàn chim bay qua hoặc có những đàn rất đông bay lờn vờn, chao lượn... Mặt trời bình minh, mặt trời hoàng hôn, và những đàn chim, người ta không còn thấy đẹp, không còn thấy hồn nhiên nữa, ngược lại lại gây bực mình, lại thấy như những nụ cười trêu ngươi, mỉa mai, cười cợt trên sự đau khổ... Chú Hai Khiêm, người đàn ông ngoài sáu mươi, người già nhứt trong đoàn người, cứ mỗi khi hoàng hôn buông xuống là ra trước mũi tàu ngồi suy tư, nhìn chằm chằm về phía mặt trời đã lặn trong tư thế gần như bất động, một pho tượng đồng đen trong ánh sáng nhập nhèm dễ cảm thấy rất bí hiểm.

Mới sáng sớm ngày thứ năm, trời sáng rất mát mẻ, nhưng anh Hoàng Ngân căng thẳng chui ra khỏi hầm tàu chạy lên ca bin, hổn hển và run cầm cập nói:

- Dạ, các chú ơi... các anh ơi, Hoàng Vang nó... nó sốt cao quá, nó mê sảng rồi, làm... làm... sao bây giờ...

Việt và anh Tư Thiện ôm hộp cứu cấp chạy vội xuống xem sao. Hoàng Vang mê sảng, luôn miệng nói nhảm, rồi có những câu rất rõ, "Cho tui về, cho tui về quê, cho tui về quê hương của tui, cho hai chúng tui về, em ơi mình cùng về, em ơi...". Anh mê sảng nhưng không nằm im bất động mà cựa quậy, đập tay co dũi chưn rất dữ, như người trong cơn hoảng loạn, như người điên, có khác là đôi mắt nhắm nghiền. Có vẻ như cái khăn thấm nước lạnh đắp trên trán và những viên thuốc đã cho uống trước đó chẳng thấm thía gì với cơn sốt. Việt hội ý và tất cả đồng tình chích một mũi thuốc hạ sốt. Thuốc vừa chích xong, Hoàng Vang bớt cựa quậy, rục rịch tí chút nữa thì nằm im, không còn mê sảng. Mọi người thở phào nhẹ nhõm.

Nhưng chỉ chừng mười lăm phút sau thì anh lại tiếp tục

mê sảng, tiếp tục cựa quậy, sau đó bắt đầu co giựt, co giựt rất mạnh, ba bốn người xúm lại ôm giữ nhưng không thể giữ nổi, rồi trong tích tắt Hoàng Vang nấc nấc mấy tiếng, song, tròng trắng mắt đứng tròng…

Mọi người chết lặng. Lát sau thì dì Ba Hường khóc ré lên, mấy cô gái hụ hụ bưng mặt khóc theo, một số người đàn ông rơm rớm nước mắt, Thu Minh thì đã lịm người gục trên thân thể người yêu.

Việt bàng hoàng, thất thểu ra phía đuôi ghe rồi phịch xuống và ôm đầu, trong đầu chất chứa câu hỏi, "Phải chăng anh đã giết Hoàng Vang? Chính anh chứ không ai khác đã tước đi mạng sống của chàng trai trẻ này. Anh không dự liệu được, không tìm hiểu kỹ rằng chàng thanh niên có bịnh tình gì không, đã quá nôn nóng để rồi xảy ra sự tình?…"

Anh Tư Thiện hiểu ý, bước tới vỗ về an ủi:

- Việt không có lỗi, không phải lỗi ở Việt. Trong tình thế này phải vậy thôi, không thể khác được, đừng tự dày vò, đừng tự trách mình nữa.

Việt vơi bớt áy náy, anh không nói gì nhưng vẫn lắc đầu khá nhiều. Anh Tư Thiện nói tiếp:

- Thôi, Việt cứ tạm ngồi nghỉ ngơi đi, đừng nghĩ ngợi nhiều, Hoàng Vang chắc chắn không trách cứ gì đâu, đừng dày vò mình để cậu ấy ra đi được chút thanh thản. Mình vào trong bàn bạc coi nên như thế nào đây. Vậy nhé.

Việt gật gật đầu.

Anh Ba Mến chống cầm dòm xa xa rồi lên tiếng:

- Đành lòng để xác cậu ấy ở lại với biển cả mà thôi. Chỉ còn cách cầu nguyện thân xác cậu ấy không phải làm mồi cho cá mập. Chúng ta thắp nén nhang cùng lạy và cầu mong vậy.

Mọi người đưa xác Hoàng Vang ra sàn ghe. Tắm rửa

sạch sẽ thân thể rồi mặc cho anh bộ đồ tươm tất, áo trắng và quần Tây đen, cùng đôi giày Tây. Rồi dìu Thu Minh ra và bắt đầu thắp nhang khấn vái. Những người có Đạo Thiên Chúa thì làm dấu thánh cầu nguyện.

Lần lượt tất cả mọi người cầu nguyện đưa tiễn Hoàng Vang. Song, bốn thanh niên nhấc xác anh lên mà thả khỏi ghe. Vừa lúc đó thì Thu Minh khóc ré lên nhào tới, muốn ôm xác người yêu giữ lại. Các thanh niên chần chừ, nhưng thấy những cái gật đầu của Tài công Trí, của anh Ba Mến, thì họ phải thả xác. Thu Minh vùng vẫy muốn thoát khỏi những người đang giữ chặt mình, đòi lao theo xuống biển, cô gào thét: "Xin thả ra, xin thả tui ra, cho tui đi theo anh ấy, tui không thiết sống nữa, tui sống mà làm gì nữa… để tui đi cùng anh ấy… đừng để anh ấy một mình quạnh quẽ giữa biển khơi… xin thả ra, xin cho tui đi…"

Thu Minh khản giọng, và từ từ không còn giọng, lạc thành những tiếng khò khè không thành tiếng. Phải. Sức lực ở đâu mà còn để gào thét rõ nên tiếng. Hơn nữa, nghẹn ngào lấp đầy lồng ngực, chặn ngang cả cổ họng nữa. Rồi cô bắt đầu lả người, chưn tay xụi lơ, bủn rủn, đầu quẹo qua một bên, ngất xỉu.

Thu Minh nằm mê man nhưng không mê sảng. Cô nằm thở im lìm, thở rất yếu, mạch đập chậm chạp như rùa bò. Khó khăn lắm mới mở miệng được nhưng đút cháo đút sữa gì cũng cô cũng không nuốt. Đến nửa đêm, anh Tư Thiện chặc lưỡi:

- Khó quá, tình hình này thiệt khó quá, tiến thoái lưỡng nan.

Dì Ba Hường đồng tình:

- Ừ, khó thiệt. Chích thuốc thì chùn tay, mà không chích thì làm sao đây? Có cách nào khác nữa đâu?

Anh Tiến Thạnh rầu rĩ, nói trắng ra vì anh là người miền Tây chất phát, có sao nói vậy:

- Không có cách nào nữa hết. Chích thì cũng sợ chết như

vừa rồi, mà không chích cũng chết. Hay cứ chích đi, chích thuốc khỏe, thuốc bổ để hỗ trợ chắc không đến nỗi nào. Anh Việt cứ chích đi, có bề gì cũng không phải lỗi anh đâu, ai cũng biết điều đó, có bề gì mà không chích thì chúng ta mới mang tội.

Dì Ba Hường gật đầu:

- Ừ, đúng đó. Chích cho em nó đi con. Chúng ta cùng cầu Trời khấn Phật cho tai qua nạn khỏi.

Việt chần chừ. Anh Tư Thiện nói thêm:

- Chích đi Việt à. Phải chích thôi.

Mọi người đều đồng ý và khích lệ Việt, cùng cầu khấn. Anh lấy xi lanh mà tay run run bơm thuốc, rồi cố sức trấn tĩnh, chích mũi thuốc cho Thu Minh.

Thuốc ngấm vào cơ thể, Thu Minh thở đỡ hơn một chút. Tới sáng hôm sau, chuyện lạ xảy ra, chuyện xảy ra làm ai nấy không tượng tượng được, với sức khỏe như vậy mà bỗng dưng Thu Minh mở mắt ráo hoảnh, ngồi bật dậy tỉnh bơ như người bình thường. Cô gật đầu chào mọi người, rồi cô hỏi xin chén cháo, xin ly sữa, ăn và uống ngon lành trong những ánh mắt vô cùng ngỡ ngàng, kinh ngạc của bà con xung quanh.

Lại thêm chuyện lạ lùng, càng hy hữu hơn, ăn uống xong cô cười thiệt tươi, cô nói, "Con đã gặp anh ấy, chúng con rất vui mừng, chúng con sẽ cùng nhau nắm tay, tay trong tay bay đi muôn nơi, bay đi trong tự do, không còn khổ ải nữa. Con cảm ơn, con chào cô chú, anh chị và các em."

Nói xong, Thu Minh nằm xuống, chỉ chừng năm phút sau là cô ngừng thở. Cô ra đi một cách nhẹ nhàng, gương mặt sáng ngời, tươi rói, không giống người chết chút nào, giống như người đang trong một giấc ngủ sâu.

Mọi người không thể hiểu. Quá kinh ngạc nên không có những tiếng khóc bật ra tức thì. Làm thủ tục như Hoàng Vang thì mới rưng rưng và cũng có chút mừng thầm, mừng cho cuộc ra đi thanh thản, chí ít là theo như Thu Minh nói và mọi người nghĩ vậy.

Sáu ngày trôi qua, trên chiếc ghe còn lại bốn mươi người.

***

Ngày thứ bảy.

Một tia hy vọng lóe lên.

Anh Sáu Thiên ngồi trên nóc cabin leo xuống nói:

- Hình như có một chiếc tàu, tui thấy có một chấm đen phía trước.

Tài công Trí lấy ống dòm, rồi gật gật:

- Có lẽ vậy, để tui cho tàu tăng tốc một chút.

Năm người trong cabin vừa khấp khởi mừng nhưng cũng hồi hộp, lo lắng, đưa ống dòm cho nhau theo dõi sát sao.

Đúng là một chiếc tàu. Anh Ba Mến reo lên nho nhỏ:

- Một chiếc tàu, rõ ràng là một chiếc tàu rồi! Một chiếc tàu hàng, chạy cắt ngang mặt mình. Cố lại gần hết mức, và phát pháo hiệu cầu cứu, biết chừng ta được cứu, nghe nói tàu nào họ cũng cứu nếu thấy được.

Tài công Trí cho ghe tăng thêm tốc. Một số người trên sàn ghe bắt đầu chộn rộn, lấy khăn lấy áo vẫy tới tấp. Những người dưới hầm cũng lục tục trèo lên. Tài công Trì nói:

- Bắn pháo hiệu cầu cứu đước rồi, tuy còn hơi xa nhưng phòng hờ, lỡ họ chạy qua luột mất.

Anh Sáu Thiên trèo lên nóc bắn phát pháo hiệu. Sau đó có vẻ chiếc tàu chạy chậm lại. Anh Ba Mến lộ vẻ mừng:

- Có lẽ họ đã thấy pháo hiệu.

Ghe tành tạch lớn tiếng hơn lao tới, bởi anh Trí đã đẩy hết tốc lực. Bỗng Việt ngờ ngợ, có điều làm anh thắc mắc:

- Khoan, khoan anh Trí à, tui thấy không ổn, châm lại đi anh.

- Vụ gì vậy, vụ gì hả, lại chuyện gì nữa hả? Anh ba Mến hỏi dồn.

Anh Tư Thiện cũng đang cầm ống dòm:

- Chết cha rồi, Việt nói đúng, không ổn rồi, tàu của Liên Xô, những dòng chữ của Liên Xô trên thân tàu.

Việt và anh Tư Thiện đưa ống dòm cho tài công Trì và anh Ba Mến:

Anh ba Mến dậm chưn:

- Chết mẹ thiệt rồi, tàu của Liên Xô.

Anh Trí cũng nói:

- Lá cờ cũng của nó.

Anh Tư Thiện bàng hoàng, không giữ được bình tĩnh, đập tay mấy cái vô vách cabin:

- Trời ơi là Trời, chúng ta mang số kiếp gì đây? Số kiếp mạt rệp rồi, số kiếp trớ trêu sao cứ vận vô chúng ta vậy nè, Trời ơi là Trời!

Anh Ba Mến hỏi theo quán tính:

- Làm sao đây? Bây giờ làm gì ?

Việt buột miệng:

- Bẻ hướng chạy trốn thôi, không lại bị đưa trở về, lại phải ngồi tù.

Tài công Trí gục gật và bẻ vô lăng, ghe vẫn chạy hết tốc lực. Việt chạy ra ngoài hô lớn:

- Anh Thiên, đừng bắn pháo hiệu nữa. Bà con đừng ra hiệu nữa.

Anh Sáu Thiên hỏi lại cũng như những tiếng nhao nhao hỏi của mọi người:

- Sao vậy? Sao vậy hả? Sao kỳ vậy? Sao lạ vậy?

Việt giải thích:

- Đó là tàu hàng của Liên Xô, chúng ta gặp tàu hàng của Liên Xô. Nếu được vớt thì cũng coi như bị bắt, bị đưa trở về mà thôi. Phải chạy thoát khỏi họ.

Mọi người tiu nghỉu, nhiều cử chỉ thất vọng bung bật ra liên tục của những người trên ghe cùng những lời than vãn, kêu Trời kêu Chúa não nề thê thảm.

Chạy tránh được một đoạn thì, chú Ba Tỷ kêu lớn:

- Nè, nè, chạy trốn mà làm gì, chạy mẹ nó lại họ đi, biết đâu họ không bắt đưa ta về lại Việt Nam, biết đâu họ đưa ta tới nước khác.

Anh Ba Mến đáp lời:

- Sao được. Họ bắt đưa về Việt Nam là cái chắc, rất nhiều người bị như vậy rồi, không có đưa tới nước khác nào hết đâu.

Nhiều người đồng tình. Nhưng chú Ba Tỷ vẫn nói:

- Chưa lên tàu họ thì chưa thể biết. Mà có bị đưa về cũng được, tui chán ngán tình cảnh này lắm rồi.

Anh Năm Tiếng bước lại bên chú Ba Tỷ:

- Tui cũng thấy vậy, tui cũng muốn vậy, thà như vậy còn hơn.

Mọi người khá ngạc nhiên, hướng về phía cabin, nơi có những tiếng nói, những quyết định trọng lượng. Vừa lúc đó, vợ chú Ba Tỷ ôm đứa con mới hơn một tuổi tức tối nói:

- Ông muốn tới tàu đó, muốn trở về thì nhày xuống tàu mà lội lại đi, tui với con tui nhứt quyết không trở về, thà chết chứ nhứt quyết không trở về.

Bà con nhau nhau nói tới, "Ừ, nhảy xuống bơi đi. Ai muốn trở lại để vào ngục tù thì tự tìm đường đi…"

Anh Ba Mến can ngăn bà con rồi nói:

- Thôi, thôi, bà con cô bác đừng cãi nữa, chúng ta không áp đặt, phải tôn trọng ý kiến lẫn nhau. Theo tui thì như vầy là hay nhứt, bây giờ có hai ý, một chạy thoát, hai là quay đầu chạy đến cầu cứu họ rồi mặc ra sao thì ra, ai theo ý nào thì giơ tay, ta biểu quyết vậy.

Anh Ba mến lấy ý kiến quay lại trước, chỉ có hai người là chú Ba Tỷ và anh Năm Tiếng, một hai người rụt rè, định đưa tay lên rồi thôi, sau cùng không một ai khác giơ tay nữa, ý thứ hai thì gần hết bà con đồng loạt đưa tay lên.

Con tàu trở lại tốc lực tối đa, chạy cho khuất bóng chiếc tàu hàng Liên Xô.

***

Đã chạy thoát khỏi bóng dáng chiếc tàu, họ đã tục tục thả chiếc xuồng xuống, lẽ thường họ sẽ giong xuồng lại ghe để xem sao, nhưng thấy ghe quay đầu chạy, và khoảng cách khá xa, họ khó thể đuổi kịp nên thôi.

Máy ghe bắt đầu có dấu hiệu quá tải, không còn phát ra những tiếng tạch tạch giòn đều, có vẻ nó muốn khựng khựng. Tài công Trí giảm ngay tốc độ rồi từ từ cho chạy ga xăng ti. Anh và Việt xuống hầm máy. Việt nghe hơi nóng phả ra, anh nói:

- Máy nóng hổi anh Trí ơi.

Anh Trí gật đầu:

- Máy nóng như lửa. Với sức tải này thì làm sao mà không bốc hỏa cho được, nó bốc khói rồi.

Di sâu vào hơn, Việt khịt khịt mũi:

- Có cả mùi kheng khét nữa anh à.

Anh Trí chặc lưỡi:

- Ừ, tui cũng rất lo lắng.

Tài công Trí kiểm tra rồi nói:

- Nhớt vẫn còn đủ, tui vừa châm hôm qua, nhưng nó vẫn khét, với sức tải này không biết nó chịu đựng được bao lâu.

Việt nói tiếp:

- Có lẽ nên cho nó nghỉ lâu lâu một chút, không thể mạo hiểm đâu anh. Bây giờ ta nên lên cho nó chạy chậm chậm một chút rồi cho nó nghỉ, đánh lạc hướng, trấn an mọi người.

Tài công Trí "Ừ", cả hai quay lên sau khi dội mấy xô nước làm nguội bớt, lẳng lặng, cố tỏ ra bình thản cho che chạy chậm chậm.

Chiếc ghe được nghỉ hai tiếng đồng hồ, dập dìu trong những cơn sóng nhẹ và được gió đẩy đi như người ta tản bộ trên bờ so với người chạy marathon. Năm người chốt giữ cab-in, thêm Hoàng Ngân, Minh Tiến và Thu Ba kết những tấm vải dù được một cánh buồm. Họ hy vọng cánh buồm sẽ trợ sức cho máy ghe.

Tài công Trí đề-pa lại máy, tiếng nổ êm êm, thêm sức gió chiếc ghe chạy nhẹ hơn. Nhưng rồi, không được bao lâu, bất thình lình… một tiếng nổ bùm chát chúa vang lên, tiếng nổ lớn như tiếng bom, tiếng nổ giữa bốn bề vắng lặng và sát bên tai càng nghe kinh khủng, nổ rền đến ù cả tai, tưởng chừng như chiếc ghe bị bể nát ra từng mảnh vụn, văng tung tóe. Không, chiếc ghe không bể nát, chỉ có khói bốc lên dưới hầm, chiếc ghe chạy theo quán tính một đoạn thì khực khực đứng lại.

Việt lao ra khỏi cabin đầu tiên, tiếp theo tài công Trí, anh Tư Thiện và anh ba Mến vội ra khỏi và anh nói:

- Anh Sáu Thiên ở đây cầm lái đi, để tụi tui coi như thế nào.

Hầm máy chật chội mù mịt khói, có chỗ bốc lửa lốm đốm và bốc mùi khét lẹt. Việt cởi áo quấn lên mặt chống khói, các anh cũng làm theo, anh Ba Mến rọi đèn pin để Việt lấy bình chữa lửa, dạt bớt khói trước mặt Việt phun dập tắt lửa đang bắt đầu lan ra. Anh Tư Thiện cũng lấy được bình và phun tới tấp.

Chừng năm phút sau khói mới tan bay đi bớt, lửa đã bị đập tắt hết, và nhìn thấy khá rõ những bề bộn, những mảnh gang mảnh thép bể văng tứ tung cùng với dầu nhớt. Tài công Trí thở dài:

- Lốc máy bể banh chành rồi.

Những tiếng thở hắc và dài thườn thượt nghe rất rõ trong hầm. Anh Ba Mến lắc đầu:

- Như vậy là tiêu tùng rồi, không thể nào sửa được, không thể nào nổ máy lại được nữa.

Bốn người để nguyên người đầy ám khói, lắm lem dầu nhớt thất thều bước lên sàn ghe, họ chẳng biết làm gì, nói gì, chỉ còn cách ngồi ủ rủ, ngồi bệch dựa vào mạn ghe. Dì Ba Hường mặt mày căng thẳng lại lay lay cánh tay tài công Trí:

- Là sao? Là sao? Ghe đứng luôn rồi phải hông? Ghe hư máy hết chạy được nữa rồi phải hông?

Tài công Trí cuối đầu, ba người còn lại chỉ biết lắc đầu. Những tiếng ré lên, những tiếng khóc hu hu bật ra tức tưởi, những tiếng than vãn bay ra đặc ngào cả không khí trời…

Rồi bất ngời chú Ba Tỷ "hứ" một tiếng lớn và nói:

- Đó, cãi nữa đi, giỏi cãi nữa đi, giỏi cãi lắm, không nghe lời tui, nói lời phải không nghe, nghe lời những kẻ quấy, những kẻ ngu dốt, những kẻ cố chấp, để bây giờ ra nông nỗi này, lâm vô ình cảnh khốn đốn này… Bây giờ thì ngon giải quyết đi, giỏi mà giải quyết đi…

Không ai phản bác gì, chỉ có tiếng sụt sùi và than vãn.

Chú Ba Tỷ được nước đi lòng vòng lẩm bẩm suốt. Mà không phải mình chú, anh Năm Tiếng cũng tham gia xỉ vả, vài người rụt rè cánh tay muốn theo hai người lúc trước được nước ăn theo nói leo, nhiếc mắng thậm tệ. nhiếc mắng không tiếc lời.

Chú Ba Tỷ "hứ" lớn hơn:

- Toàn nghe lời quân khốn nạn, quân khốn nạn đẩy mọi người vô chỗ chết mới vừa lòng…

Liền ngay lúc đó, không chịu đựng được nữa, vợ chú Ba Tỷ ôm bé Bi Bi bước ra, ngăn cản:

- Vừa vừa thôi nghen, đủ rồi đó ông.

Chú Ba trừng mắt:

- Đụ má, vừa là sao, đủ là sao? Không phải rõ ràng vậy hả?

Vợ chú nói tiếp:

- Chính ông mới là người khốn nạn, đục nước béo cò. Đâu có ai bắt, đâu có ai ép ông đi. Ông muốn lại tàu đó người ta để ông lại mà, còn đưa cho ông cái bít-si (cái phao) đó chứ. Còn ai muốn đi thì tự nguyện đi thôi. Tui thà chết chứ không khốn nạn như ông.

Chú Ba Tỷ điên tiết:

- Đụ mẹ, mày là ai, mày có phải là vợ tao không? Đụ má, vợ mà còn dạy khôn tao nữa chứ. Mày không theo tao mà đi binh người ngoài, mày mê thằng nào rồi hả? Đụ má, mày không còn là vợ tao nữa rồi, mày là con đĩ.

Mọi người ngơ ngác, vợ chú ngỡ ngàng, rồi cô bỉu môi khinh bỉ:

- Vợ con gì loại khốn nạn, hèn nhát như ông.

Chú Ba Tỷ càng điên hơn:

- Con đĩ, đụ má tao uýnh cho mày chết.

Vợ chú không chùn bước:

- Uýnh đi, uýnh tui chết đi, uýnh đi cho đủ khốn nạn.

Không ai ngờ được, cứ nghĩ quá tức giận thì lớn tiếng, cãi vả cùng cực, nhưng không, chú Ba Tỷ vung năm đấm động thằng ngay mặt vợ mình. Việt và vài người bật dậy nhảy lại đỡ nhưng không kịp, vợ chú Ba lảo đảo ngã rầm đập đầu vào cạnh gỗ của mạn ghe, đứa con rớt khỏi tay mẹ đập đầu xuống sàn nghe cái bụp thương tâm, máu mũi vợ chú tuôn chảy xối xả, hai mẹ con bất động.

Anh Sáu Thiên bay song phi đạp mạnh vào người chú Ba Tỷ làm chú văng khỏi ghe và lộn nhào xuống biển còn anh thì té ngã nhào.

Máu không chỉ ở mũi tuôn ra, mà từ đầu của vợ chú Ba Tỷ, cô không nấc, không nghẹn, không ức gì cả, cô đã tắt thở tự lúc nào, đôi mắt cô mở trừng trừng. Cô Ba Hường hét lên:

- Trời ơi! Nó chết rồi, nó chết tức tưởi rồi.

Việt ẵm Bi Bi, nó còn thở nhưng nhịp thở chậm và hơi thở nhẹ đến nỗi có thể nghĩ không lay được sợi bông gòn, mắt nó nhắm nghiền. Việt quỳ xuống ôm nó vào ngực, cố vuốt ve và cử chỉ cầu nguyện, anh liên tục nói:

- Tỉnh lại đi con, tỉnh lại Bi Bi ơi! Ông Trời ơi! Cho Bi Bi tỉnh lại dùm đi, cho đứa bé vô tội này tỉnh lại dùm đi…

Bi Bi không tỉnh lại, không bao giờ tỉnh lại. Nó ra đi như đang nằm ngủ, một giấc ngủ thiên thu.

Việt không thể bồng Bi Bi nữa, anh trao lại cho Dì Ba Hường, anh chạy ra sau mũi ghe, bàn tay run run nắm chặt thành nắm đấm, miệng cứ lải nhải như người điên:

- Mày vô dụng quá Việt ơi, vô dụng quá, chẳng làm nên tích sự gì, một thằng to xác vô tích sự…

Một số người xúm lại cứu và kéo chú Ba Tỷ lên. Một số người thì đỡ anh Sáu Thiên, anh té ngã gãy cả cánh tay. Dì Ba Hường hét tiếp:

- Cứu thằng khốn nạn làm gì, đạp cho nó chết luôn dưới đó đi, đồ giết người, đồ thứ giết vợ con, đồ con thú.

Chú Ba Tỷ nhòe nước mắt, lao lại bên xác vợ con, chú rú lên như chó tru:

- Trời ơi! Tui giết vợ con tui rồi - Chú la đến lạc giọng: Tui là thằng khốn nạn, tui là thằng điên, tui là thằng Trời đánh, tui đáng chết, mình ơi, con ơi… ! Trời ơi!...

Chú Ba Tỷ dại người đi, đập đầu rầm rầm xuống sàn ghe. Một số người xúm lại giữ, chú vùng vẫy cho tới khi lả người.

Bà con trên ghe lại một lần nữa phải làm tập tục đưa tiễn vợ con chú Ba Tỷ về với biển. Chú Ba Tỷ Phủ phục và lảm nhảm suốt, rồi chú ngất xỉu, mọi người phải khiêng xuống hầm.

Đêm, quá mệt mỏi, ai nấy vật ngủ vùi, vài người thay phiên nhau trực trên cabin trong thể trạng lơ mơ.

Sáng sớm hôm sau, thêm cảnh tượng rùng rợn, trên mạn ghe có dòng chữ nghệch ngoạc được viết bằng… máu, "Tui xin lỗi bà con, cầu bằng an".

Không tìm thấy bóng dáng chú Ba Tỷ đâu cả.

Ngày thứ tám, chiếc ghe đã đúng nghĩa lênh đênh, mất thêm ba mạng người. Những con người chạy trốn khỏi địa ngục, tìm kiếm tự do lại bị sống trong cảnh địa ngục.

Việt cố kìm cơm ói mửa nhiều lần, anh lại thấy máu đổ. Máu đổ trên ghe rồi thấm xuống biển trong thời buổi được gọi là thời bình, chiến tranh đã kết thúc ở trong nước.

***

Mọi người tập trung khâu vá những gì có thể để làm thêm cánh buồm, gió thổi phần phật cánh buồm trên cột có dấu hiệu rạn rách, một phần chuẩn bị để đối phó, không muốn phó mặc cho số phận nghiệt ngã, phó thác cho chiếc ghe lênh đênh trên biển bao la, một phần cần giết thời gian, tập trung vào công việc để xóa nhòa bớt những nỗi đau thương hãi hùng.

Những đau thương hãi hùng mà mọi người trải qua, họ nghĩ là đã tận cùng, khó có đau thương nào sâu hơn nữa.

Không, không có tận cùng, tận cùng có lẽ ở tận vô cực xa bời bời, không thể thấy được. Họ lại tiếp tục rơi vào đau thương hãi hùng.

Gió đẩy mây đen kịt kín cả bầu và rất thấp ào ào kéo tới, bay ào ào ngang qua. Rồi bầu trời vần vũ kinh hoàng, sấm chớp, dông nổi rầm rầm và sét đánh đùng đùng, sẹt những tia lửa điện làm thất kinh hồn vía cả những người chai sạn nhứt. Sau đó mưa trút xuống như đổ.

Tài công Trí thông báo:

- Có bão. Bão rất lớn, lớn hơn nhiều bão mà chúng ta gặp vừa rồi. Xin mọi người không lên sàn, dù gì cũng phải ở lại trong hầm ghe.

Dĩ nhiên tâm trạng mọi người bàng hoàng, lo lắng tột độ, đâu thể nào khác được.

Sóng bắt đầu dâng cao và cuồn cuộn tràn tới.

Bão lớn hơn thì dĩ nhiên những con sóng lớn hơn, mưa gió lớn hơn, sấm sét lớn hơn. Cơn bão nhỏ và khi chiếc ghe còn nổ máy, còn lèo lái theo ý muốn được kha khá, mà chiếc ghe còn chao đảo, ngả nghiêng, nhiều lúc như dựng đứng, nhiều lúc muốn lật úp… thì lần này, rơi vào hoàn cảnh này không có lời để diễn tả nổi.

Mọi người trên ghe cố bám chặt nhưng không thể, họ bị dồn, bị đẩy, bị quăng lên, rơi xuống như những con xúc xắc người ta chơi cố tình quăng thiệt mạnh. Nước tràn nhiều vào hầm, đồ đạc rơi rớt, đổ trôi tứ tán… Trên cabin, năm người cũng thê thảm không kém, bị quăng người ầm ầm ngược xuôi, qua lại vào vách, một số tấm ván hung hay mất, ai còn cố sức, còn bám được vô lăng thì cố ghìm chặt nó, nhưng chỉ trong chốc lát thì bị đánh bật văng ra… Dưới hầm, một vài người hoảng loạn, ôm thức ăn trèo lên, vừa trèo lên thì không thấy bóng dáng ở đâu nữa…

Bão kéo dài. Kéo dài từ buổi trưa cho tới nửa đêm, bão mới tan dần. Không một ai chống cự được với cơn bão, đã thiệt sự buông xuôi, không thể còn đủ sức lực để vật lộn với nó, để bám víu vào những gì có thể. Lạ lùng, chiếc ghe không lật úp, không bị bão nhấm chìm xuống lòng biển sâu thẳm.

Trưa, những tia nắng gắt rọi thẳng vào mặt làm Việt thức giấc. Anh dòm quanh, trong cabin chỉ có mỗi anh Ba Mến, anh nửa nằm nửa ngồi dựa vào vách, đầu quẹo hẳn sang một bên, thấy như người chết rồi làm Việt hốn hoảng. Nhưng rất may, anh Ba Mến còn thở. Việt lay anh dậy, khá lâu anh mới tỉnh lại.

Hai anh em lê tấm thân tơi tả xuống hầm, hầm ngổng ngang đồ đạc và mười mấy cái xác người nằm vất vưỡn, lẫn trong những cái xác còn ba người còn sống.

Vất vả đưa xác lên sàn ghe, chỉ còn quỳ lạy khấn vái và đưa họ xuống biển. Lục lọi, tìm thức ăn sắp xếp lại thì hoàng hôn buông xuống. Năm con người, Việt, anh Ba Mến, Hoàng Ngân, anh Hai Châu, và anh Tư Tình, nằm vật ra sàn ghe ngủ vùi. Bây giờ thì họ thiệt sự phó mặc cho số phận. Cánh buồm khâu vá đã rơi mất, cánh buồm trên cột rách te tua, tơi tả. Ngày thứ chín sắp trôi qua.

***

Việt nói:

- Vậy bữa nay là ngày thứ mười.

Anh Ba Mến gật đầu:

- Ừ, mười ngày rồi.

Việt cầm con dao nhọn khắc con số mười lên mạn ghe.

Anh Tư Tình nói:

- Thức ăn như thế này, chỉ đủ cho chừng bốn ngày.

Anh Ba Mến gật đầu:

- Chúng ta cần dè xẻn hết sức, bởi không biết còn lênh đênh bao lâu.

Mọi người đồng tình, cần ăn vừa đủ mà thôi.

Ngày thứ mười một, Việt bắt đầu khắc dấu vạch, anh linh cảm còn rất lâu trên chiếc ghe này. Và mọi người tìm chuyện để tâm tình, kể nhiều câu chuyện cười để quên đi nỗi thống khổ.

Ngày thứ mười ba, không biết có nhằm vào thứ sáu không nữa, nhưng chuyện xui rủi xảy ra. Anh Tư Tình lên cơn mê sảng giống như Hoàng Vang. Không thuốc không men, chỉ có mỗi chiếc khăn tay nhúng nước lạnh đắp lên trán, mê sảng cả ngày, đến đêm thì anh trút hơi thở cuối cùng. Còn lại bốn người.

***

Ba ngày nữa trôi qua, tức vào ngày thứ nười sáu, chiếc ghe trôi tự do theo sóng biển, xung quanh nó vẫn chỉ nước là nước, không một bóng dáng vật thể nào cả. Thức ăn cạn kiệt đến tới miếng cuối cùng, họ đã nhịn nhục để được thêm hai ngày, không thể thêm nhiều hơn.

Bất ngờ nghe la lối lớn tiếng dưới hầm vọng lên, chuyện mấy ngày nay chưa xảy ra. Anh Ba Mến và Việt lại xem có chuyện gì. Hoàng Ngân nắm cổ áo chú Hai Châu kéo kên sàn ghe, bực tức nói:

- Chú đúng là thứ mọi rợ, chú đúng là đồ khốn nạn.

Chú Hai Châu im re, không nói ra lời nhưng miệng gầm gừ, cặp mắt long lên sòng sọc. Anh Ba Mến khuyên can:

- Có chuyện gì vậy? Bình tĩnh đi Ngân, bình tĩnh đi em, có gì giãi bày, có gì từ từ nói, từ từ giải quyết.

Hoàng Ngân muốn nói ngay, nhưng ức nghẹn dâng lên, cậu ta ức ức. Việt bước đến gỡ tay Hoàng Ngân khỏi cổ áo chú Hai Châu, xoa dịu cậu ta:

- Anh Ba Mến nói đúng đó em, cứ bình tĩnh, có chuyện gì nè.

Hoàng Ngân dịu xuống bớt, cậu nói:

- Hai anh thấy đó... coi ... coi... có được hông, chú là người lớn mà làm chuyện tệ hại quá, làm chuyện thua đứa con nít, mấy ngày nay chú cháu... - Nói tới đây cậu lại nghèn nghẹn lời, lát sau mới nói tiếp: mấy ngày nay ai cũng cộng khổ với nhau, tưởng chú cũng vậy, nào ngờ hổm rày chú giấu diếm đồ ăn riêng, để lén ăn riêng dưới hầm á.

Việt và anh Ba Mến khá ngỡ ngàng. Nhưng chưa quả quyết, anh Ba Mến hỏi lại:

- Thiệt chứ? Có lẽ nào như vậy?

Hoàng Ngân đáp liền:

- Dạ, thiệt chứ sao không. Nãy em xuống bắt tại trận. Hèn chi bữa giờ chú tươi tỉnh, chú đâu có biểu hiện đói như anh em mình.

Việt khuyên can:

- Thôi em à, chuyện đâu còn có đó. Có lẽ chú quá bấn loạn, quá lo sợ mà thôi. Ai lại không sợ cái chết hiển hiện trước mặt, rồi dễ đánh mất suy nghĩ, dễ mụ mị làm càng lắm chứ. Bỏ qua đi em.

Hoàng Ngân nguôi ngoai bớt. Cậu xuống dưới hầm ôm lên mớ thức ăn mà chú Hai Châu cất giấu giao cho anh Ba Mến. Gói gém, nhín nhịn số thức ăn này kéo dài sự sống của bốn người được thêm hai ngày nữa.

***

Việt đã vạch thêm hai vạch, đếm ra là ngày thứ mười tám. Hoàng Ngân than thở:

- Không còn gì nữa cả. Có đồ ăn trước mặt cũng không thể làm gì được. Chết đói đáng thương sẽ đến với chúng ta. Ông Trời sao quá tàn nhẫn, quá bất công!

Đồ ăn trước mặt là những đàn cá có lúc đông như kiến cỏ, nhưng không có cách nào bắt được chúng, Chiếc ghe trống trơn, chỉ có vài thanh gỗ trên cabin bung ra. Họ đã nghĩ tới lấy gỗ… đập cá, nhưng nào có đập được con cá nào. Việt lấy con dao nhỏ xíu là dụng thứ duy nhứt còn lại, anh chẻ và chuốt thanh gỗ thành cây phi lao. Anh nghĩ như vậy có thể phóng đâm được cá, mà chưa dám cột dao vào, sợ lỡ mất con dao thì coi như xong. Đang gọt thì anh Ba Mến ôm… thức ăn tới, anh nói:

- Tui lo sợ rồi sẽ có ngày này, nên đã cất giấu đây, sợ đưa ra chúng ta phung phí, sẽ giành giụt, sẽ hết rất nhanh, không kéo dài được. Bây giờ chỗ này, tiếp tục nhịn nhục cũng được ba ngày nữa.

Hoàng Ngân sáng mắt lên, chú Hai Châu cũng vậy, Việt rất mừng, nhưng anh kiềm chế được, không biểu hiện quá mừng, anh sợ ba ngày sao không biết ra sao. Hoàng Ngân nói:

- Dạ, cảm ơn anh Ba nhiều lắm! Anh quả là tài tình, tính toán trước một bước và rất là tình cảm anh em - Hoàng Ngân liếc dòm chú Hai Châu. Dĩ nhiên ai cũng biết đó là cái nhìn trách móc, so sánh giữ hai con người.

Anh Ba Mến gạt đi:

- Ơn nghĩa gì, và bây giờ tập trung lo nghĩ tới phía trước thôi em.

Việt lội xuống biển, anh ngâm mình chờ đàn cá đến mà phóng. Cả tiếng đồng hồ nhưng chưa được con nào, cũng có vài đàn cá lướt qua. Anh Ba Mến nhắc:

- Việt lên đi, tới phiên anh, không nên ngâm mình quá lâu dưới nước.

Việt chưa muốn lên, nhưng anh Ba Mến và Hoàng Ngân nói nhiều lần thì leo lên. Các anh thay phiên nhau, cuối cùng, sau bốn tiếng đồng hồ thì cũng xiên được con cá khá bự. Một tia hy vọng lóe lên cho sự sống.

***

Ngày thứ mười chín và thứ hai mươi.

Cả ngày họ chực chờ xiên cá, và mỗi ngày xiên được hai con. Với hai con cá thì thức ăn họ kéo dài dư ra thêm được một ngày.

Anh Ba Mến ra ngồi trước mũi ghe lúc hoàng hôn. Hình ảnh của anh làm Việt sực nhớ lại hình ảnh "bức tượng đồng đen" - chú Hai Khiêm khá bí hiểm. Có lúc anh muốn giải mã sự bí hiểm, nhưng thiệt sự đã từ rất lâu, trong anh không còn khái niệm triết học, tìm hiểu về con người… Thực tại, cần suy nghĩ làm gì để tồn tại nó đã chiếm trọn hết chỗ, lâu lâu nó chỉ lướt qua hoặc những lúc trò chuyện nhắc nhớ với anh Ba Mến mà thôi.

Nghĩ là vậy, nhưng lần này, bí hiểm nó không nằm ở hình ảnh "bức tượng đồng đen", nó nằm trong suy nghĩ của con người mà khó có ai hiểu nổi.

"Á", một tiếng hét thất thanh vang lên. Đó là tiếng hét của anh Ba Mến. Anh bị chú Hai Châu bất ngờ phanh thanh gỗ vào đầu từ phía sau, anh đổ gục xuống.

Việt và Hoàng Ngân gần như kêu lên cùng lúc:

- Trời! Trời ơi!

Hai anh đang ở trên cabin, liền nhảy ra. Hoàng Ngân lắc đầu, trừng trừng mắt đứng đối diện với chú Hai Châu, lúc này đang cầm cây gỗ thủ thế. Việt mếu máo:

- Trời ơi! Sao chú lại làm vậy?

Anh xòe hai tay đưa ra phía trước, ý nói không muốn hành động gì, chỉ có cản lại, rồi anh từ từ bước qua đỡ anh Ba Mến. Anh Ba Mến không đổ máu nhưng đã bất tỉnh. Anh xoa đầu rồi hô hấp liên tục. Trong lúc đó thì Hoàng Ngân gầm gừ như tiếng thú dữ và lao về chú Hai Châu. Việt không ngờ được

Hoàng Ngân sẽ hành động như vậy. Không kịp can ngăn, anh dòm lên thì hai người loạng choạng và ngã ùm xuống biển. Anh buộc phải để anh Ba Mến nằm đó, lao theo cứu họ. Anh đã bất lực, hai con người chìm ngỉm vào sóng nước mà màn đêm đã nhuộm màu tối sẫm.

Trở lại ghe, đuối sức lắm, Việt vẫn cố hô hấp cho anh Ba mến, nửa giờ sau thì anh tỉnh tình mơ mơ.

***

Thức ăn một ngày cho bốn người bây giờ kéo dài thêm một ngày nữa cho hai người. Thực ra thì thêm một ngày nữa, bởi anh Ba Mến không thể ăn nhiều, anh vẫn với tình trạng tỉnh tỉnh mơ nơ, hầu hết chỉ nằm một chỗ, muốn nhấc người đi thì Việt phải dìu từng bước một.

Ngày thứ hai mươi ba, hồi chuông báo không còn thức ăn gióng lên. Trong ba ngày Việt cũng chỉ xiên được một con cá, anh không thể mãi ngâm mình dưới biển, sức lực cạn kiệt dần và phải canh chừng anh Ba Mến.

Chiều xuống, khá mát mè, anh Ba Mến thều thào:

- Xin Việt dìu mình ra sàn ghe nhé.

Việt dìu anh ra. Ngồi tựa mạn ghe, anh Ba Mến dòm trời dòm biển, rồi mỉm cười:

- Đẹp quá! Biển trời đẹp quá! Với anh, ra đi như thế này không sao cả, vẫn rất thanh thản, anh đã chọn nó và không hề hối tiếc, coi như bây giờ cũng đã tự do.

Việt hốt hoàng, nói:

- Anh nói gì vậy, đừng nói càn rỡ chứ anh, không sao đâu, chúng ta sẽ được cứu mà.

Anh Ba Mến tiếp tục mỉm cười:

- Không đâu Việt à. Anh tiên lượng được sức khỏe của mình. Anh sắp ra đi. Anh biết, Việt rất thương anh, quý anh, nhưng xin Việt đừng buồn đau, anh xin Việt một điều, xin Việt hứa với anh một điều.

Việt nói ngay:

- Dạ, anh nói đi, làm được gì em sẽ cố hết sức.

Anh Ba Mến nói chậm rãi, anh muốn Việt nghe rõ từng lời:

- Anh cũng hiểu được, chỉ có em, với thể trạng và tâm trí của em mới có thể chống chọi lại được sự khắc nghiệt, nói thẳng ra là chống chọi để kéo dài sự chống đến mức cuối cùng, xin em hứa đừng buông xuôi, em cần phải sống, cần phải sống để ghi lại những số phận nghiệt ngã, không cần của anh, như anh đã nói, anh không than thân trách phận gì cả, anh đã chọn rồi, nhưng những người khác thì không, họ oan ức, họ sẽ bị vùi chốn trong lòng biển lạnh lùng, linh hồn họ sẽ nơ vơ mãi nơi này, không phải chỉ bốn mươi mấy số phận trên chiếc ghe bé nhỏ đây, bốn mươi mấy mạng người chỉ là đại diện cho hàng chục ngàn người ra đi và bị như vậy.

Việt rơm tớm nước mắt, tưởng chừng như không còn giọt nước mắt nào để nó rơi ra, anh thút thít:

- Dạ, em hứa, em hứa sẽ ráng hết sức.

Anh tiếp tục:

- Anh còn giấu một ít thức ăn, anh nghĩ là tới lúc sẽ dành cho em, trong miếng ván thứ ba trên trần cabin, nạy ra và ở trong đó nhé.

- Dạ, dạ…

- Còn một điều nữa, điều này thì Việt phải hứa, phải hứa thực hiện để sống cho bằng được.

- Dạ, dạ… điều gì vậy anh.

- Anh linh cảm rất lớn em sẽ được cứu, nhưng không biết trong bao lâu. Vì vậy rồi sẽ cạn kiệt thức ăn, em sẽ không thể bắt được cá, hãy mạnh dạn lấy thân xác này, sau khi anh ra đi, hãy cột chặt xác anh vào ghe, rồi có lúc dùng tới.

Việt hoảng hồn:

- Dạ, không, không không, không được đâu anh, em không thể, không thể như vậy đâu anh…

Anh Ba Mến nói nhỏ dần:

- Không sao đâu em, anh không trách gì cả, anh cầu mong em sẽ làm như vậy, em phải sống, hãy để thịt của anh nó sống trong em, coi như hai anh em ta cùng sống, cùng sống vì mọi người, một lúc nào đó ta sẽ trở lại biển cả này mà cầu siêu cho những linh hồn lạc, những linh hồn khổ nạn. Em hứa nhé, hứa nhé.

Việt chưa kịp nói gì nữa thì anh Ba Mến ngưng thở. Bây giờ Việt chỉ còn biết gục đầu bên xác anh.

Suy nghĩ lung lắm, Việt mới cột xác anh ba Mến. Việt không muốn dùng tới thịt của người anh, anh chưa hứa, nhưng anh cũng không muốn phụ lòng mong mỏi của anh Ba Mến, cùng với số phận của bao nhiêu con người…

* * *

Việt cầm hơi với số thức ăn anh Ba Mến giấu để lại được hai ngày. Và sau đó bốn ngày không có gì cho vào bao tử, thì như đã kể từ đầu, anh lịm đi và thức giấc như mộng du rồi trò chuyện với những bóng hình âm hồn.

Chiếc ghe dập dềnh, lênh đênh giữa biển cả, giữa hai miền bây giờ đều là viễn xứ, xứ sở quê hương nhưng không được lưu dấu chưn, lưu bóng hình, và xứ sở tự do cần tìm để lưu vong, cả hai miền xa vời vợi, xa bất tận trong đôi mắt nhỏi nhoi, mờ đục dần…

Giữa miền đau khổ như vậy lại xảy ra cuộc chiến. Nhưng cuộc chiến nào rồi cũng phải kết thúc. Cuối cùng Việt xòe ngón út quyết định, anh không thể phụ lòng anh Ba Mến, không thể phụ lòng mọi người.

Việt nhích thân mình, đúng hơn là lê lết lại bên xác anh ba Mến. Rồi không kìm được, anh òa khóc, nước mắt tuôn ràng rụa, anh đưa dao lên và cắm phập xuống… Cú cắm khá mạnh, nhưng đi chệch mục tiêu, cắm phập xuống sàn ghe, Việt cũng đã hết sức lực, anh đổ vật ra sàn, nằm bất động.

***

Việt lơ mơ, anh thấy bóng hình anh Ba Mến và nhiều bóng hình lờn vờn, nhưng bóng hình của những con người trên ghe, họ vui vẻ chúc mừng anh, anh nghĩ mình đã đến bên họ, đến mọt thế giới khác.

Ồ, không phải, không phải. Họ chúc mừng anh sẽ đến được thế giới tự do hiện thực , và với con người của anh, họ hiểu anh sẽ không bao giờ quên họ, anh sẽ làm mọi cách để câu chuyện của họ được lưu truyền, rồi một ngày anh sẽ cùng mọi người đến nơi này, những nơi như thế này đề mà cứu rỗi linh hồn họ, linh hồn của hàng chục ngàn người, linh hồn họ sẽ không phải chịu cảnh bơ vơ, vô thừa nhận giữa biển cả mênh mông.

Nghe những lời chúc mừng, Việt lại nghĩ mình chưa chết, anh thấy mình có thể mấp máy mắt được, anh cố mở mắt, cố mấy lần thì mắt mở ra. Đập vào mắt anh là một căn phòng trắng toát, nhiều người mặt đồ tráng toát đứng xung quanh. Anh lại lơ mơ, thấy cảnh giống như mô tả cảnh thiên đàng. Anh hỏi:

- Tui đang ở đâu đây? Phải chăng tui đang ở thiên đàng? Các người là các thiên thần phải không?

Một người cười:

- Anh ấy tỉnh rồi. Tốt rồi, đã qua cơn nguy kịch, và tiến triển theo chiều này sẽ rất tốt - Kế tiếp ông trả lời anh: Anh đang ở hạ giới, anh không ở thiên đàng, anh đang ở trong phòng y tế của con tàu chúng tôi. Hơn nửa ngày nay, từ lúc chúng tôi vớt anh lên tàu anh mê sảng, anh nghĩ linh hồn mình bay ra khỏi thân xác, anh nói một mình nhưng giống như anh đang trò chuyện những linh hồn khác.

Người trả lời là vị Bác sĩ.

Việt thấy đã khỏe hơn nhiều, đầu óc không còn lơ mơ, anh cảm giác được thực tế, tin đây là thực chứ không mơ hồ, ảo ảnh. Anh hỏi:

- Các ông đi đâu, và sẽ đưa tui đi đâu?

Vị Bác sĩ cười:

- Anh yên tâm, tôi hiểu ý của anh. Tuy tàu của chúng tôi chỉ là tàu chở hàng hóa, nhưng chúng tôi biết hoàn cảnh của các anh, những người vượt biển, tìm đường lưu vong. Vì vậy, chúng tôi sẽ gởi anh tới đất nước nhận tị nạn, sẽ đưa anh tới đất nước nào gần nhứt trên con đường tàu đi qua và có cập cảng. Anh yên tâm nhé!

Việt gật đầu và cảm ơn. Anh biết mình sẽ đến được vùng đất tự do và sẽ thực hiện được điều mà những linh hồn mong mỏi.

Việt cũng mừng thầm, anh chưa phải ngấu nghiền thịt da đồng loại của mình!

Tháng Ba, năm 2019

Mục lục

Liên lạc Nhà xuất bản
Nhân Ảnh
han.le3359@gmail.com
(408) 722-5626